పెట్టుబడి మీ జీవన విధానం

'పెట్టుబడి మీ జీవన విధానం' వీడియోలు

'పెట్టుబడి మీ జీవన విధానం'గా జీవనం సాగించాలనుకుంటున్నారా? *Life Style Investor.com/Class* ని చూడండి. ఆర్థిక స్వాతంత్ర్యం – నగదు ప్రవాహ పెట్టుబడి మరియు నిష్క్రియ ఆదాయంతో కూడిన దానికై, నేను అడుగు తరువాత అడుగేస్తూ ముందుకు సాగుతాను.

అదనపు విషయసూచిక

మీరు ఈ పుస్తకాన్ని కిండెల్ ద్వారా లేదా కిండెల్ యాప్ ద్వారా చదువుతున్నట్లయితే, అదే క్రొత్త ప్రతి అని నిర్ధారించుకోండి. నేను తరుచుగా ఆన్‌లయిన్ ప్రతిని ఇంటర్వ్యూలు, మూలములు మీరు అందించే అభిప్రాయ వేదికలు మొదలైనవి జేర్చి మారుస్తూ వుంటాను. నేను ఎప్పుడూ ఇతర పెట్టుబడిదారులు నుండి, వ్యాపారస్తులు నుండి, క్లయింట్లు మొదలైన ఆర్థిక స్వాతంత్ర్యం సాధించినవారి నుండి సేకరించిన సమాచారాన్ని మీ కందిస్తూ వుంటాను.

తాజా మరియు గొప్ప ఆన్ లయిన్ విషయం తెలసుకునేటందుకు, మీ యాప్‌ను తెరచి, క్లిక్ చేయండి లేదా 'మోర్' (More), ఐకన్ కుడిచేతి భాగంలో క్రిందన వున్నదానికి నొక్కి, అటు తరువాత "Sync" (సింక్) ని నొక్కి తాజా సమాచారాన్ని పొందండి.

మీ విమర్శని, అభిప్రాయాలని ఆహ్వానిస్తున్నాను. కాబట్టి *'life-styleinvestor.com/'* ఇప్పుడే పరిచయం చేసుకోండి.

పెట్టుబడి మీ జీవన విధానం

మీరు పనిచేయకుండానే డబ్బు సంపాదించడానికి, మీ ఆర్థిక స్వాతంత్ర్యానికి
మీ నగదు ప్రవాహాన్ని ఎలా మళ్లించాలో తెలియజేసే మేలైన పది సూత్రాలు!

జస్టిన్ డొనాల్డ్

తెలుగు అనువాదం: వేదాంతం వేంకట సత్యవతి

MANJUL
మంజుల్ పబ్లిషింగ్ హౌస్

First published in India by

MANJUL

Manjul Publishing House
Corporate and Editorial Office
•2nd Floor, Usha Preet Complex, 42 Malviya Nagar,
Bhopal 462 003 – India
Sales and Marketing Office
•C-16, Sector 3, Noida, Uttar Pradesh 201301 – India
Website: www.manjulindia.com
Distribution Centres
Ahmedabad, Bengaluru, Kochi, Kolkata, Chennai,
Hyderabad, Mumbai, New Delhi, Pune

The Lifestyle Investor by Justin Donald – Telugu edition

Telugu edition first published in 2025

ISBN 978-93-5543-908-6

Translated by : Smt. V. V. Satyavathi

Printed and bound in India by Gopsons Papers Pvt. Ltd.

ప్రశంసలు

జస్టిన్ డోనాల్డ్ యొక్క పుస్తకాన్ని చదివిన మొదటి ఆర్నెల్లలో నేను సుమారు ఆరు అంకెల నిష్క్రియ ఆదాయాన్ని (పాసివ్ ఇన్ కమ్), సంవత్సర పన్ను కట్టిన తరువాత కూడా చవి చూసాను. ఆ కారణంగా, ఇప్పుడు జస్టిన్ వ్రాసే, బోధించే, ప్రతి పదాన్ని అనుసరిస్తాను. క్లుప్తంగా చెప్పాలంటే, నేను జస్టిన్‌ని ప్రపంచంలోనే, గొప్ప పెట్టుబడి మీ జీవిన విధానంగా మార్చగల నిపుణునిగా పరిగణిస్తాను, అందుచేత అతను నా సంపూర్ణ ఆమోదాన్ని పొందుతాడు.

– రెయన్ లెవెస్క్

త్రీ–టైమ్ ఇన్‌క్ (Inc) 5000, సి.ఇ.ఓ.

జాతీయ విఖ్యాతి నొందిన రచన 'ఆస్క్ ఎండ్ చూజ్' రచయిత

నా కుటుంబ సంపదని పెంచుకోడానికి, రక్షించుకోడానికి నేను జస్టిన్ డోనాల్డ్‌నే పరిగణనలోకి తీసుకున్నాను. జస్టిన్‌కి పదేళ్ళ నుండి పరిచయస్తుడిగా అతని వ్యక్తిత్వాన్ని, పెట్టుబడిదారునిగా అతని చరిత్రకంటే మిన్న అయినది అని చెప్పగలను. అతని పుస్తకం 'పెట్టుబడి మీ జీవిన విధానం' అతని అనుభవాన్ని, నిష్కళంకమైన సజ్జనత్వాన్ని జోడించి నగదు ప్రవాహ పెట్టుబడికి ఒక మార్గదర్శినిగా నిలబడింది.

– హాల్ ఎల్రాడ్

ప్రఖ్యాత 'ద మిరకిల్ మార్నింగ్' రచయిత

"పెట్టుబడి మీ జీవన విధానం" మంచి పాఠ్యాంశం. అందులో జస్టిన్ ఏళ్ళ తరబడి ఆర్జించిన పరిజ్ఞానం, అనుభవం చక్కటి రూపంలో ఇమిడిపోయి వుండి ఎవరైనా పెట్టుబడిరంగంలో అడుగుపెట్టాలనుకునే వారికి అనుసరణీయ మార్గం ఏర్పరిచినట్లు ఉన్నది.

– డేవిడ్ ఆస్ బార్న్,
న్యూయోర్క్ టైమ్స్, ప్రఖ్యాత 'వెల్త్ కాన్ట్ వెయిట్' రచయిత

జస్టిన్, ఆర్థిక స్వాతంత్ర్యానికి దోహదపడే సామాన్య జ్ఞానంతో కూడిన మార్గం అందించారు. ఆయన పుస్తకం, లిఖిత శాస్త్రాల ఆధారంగా కాకుండా ఆచరణ యోగ్యమైన క్రియలతోటి, ఆయన స్వయంగా తన జీవితంలో ఉపయోగించుకున్న వాటితోటి నిండి వుండి, జీవితం అందించే రంగులను ఆస్వాదించి అర్థవంతంగా, సమర్థవంతంగా పెంపొందించుకునే మార్గాలతో నిండి వుంది.

– కేసీ వీడ్
ప్రసిద్ధ రచయిత, హోవార్డ్ బెయిలీ ఫెనాన్సియల్ యొక్క సిఈఓ

చాలామంది బోధకులులా, జస్టిస్ ఉన్నతమైన ప్రణాళికల వివరణ ఇవ్వకుండా తనవరకే పరిమితం కారు. వాటిని మీతో పంచుకుని మీపై సక్రియాత్మకమైన ప్రభావం వుండేటట్లు చూస్తారు – ఈ పుస్తకం కూడా అందుకు భిన్నం కాదు.

– జాన్ రూలిన్
ప్రసిద్ధ రచయిత, గిఫ్టాలజీ సహ – నిర్మాత

జస్టిన్ ప్రజలకు లాభాలకంటే విలువలనిస్తారు, ఆయన రెండిటి ప్రాపకం పెద్ద మొత్తంలో ఆర్జించుకున్నారు. ఈ రంగంలో అది చాలా అరుదు. నేను నా స్నేహితులందరికి జస్టిన్ నుండి నేర్చుకోమని చెబుతాను. ఆయన ఎప్పుడూ నమ్మకస్తుడుగా, విశ్వసనీయుడుగా, పరిధులు విధించుకోకుండా స్వేచ్ఛగా వుండటం వలన, నేను ఆయనని పెట్టుబడి, సలహాల విషయంలో

మొదటి వ్యక్తిగా ఎంచుకుంటాను. 'పెట్టుబడి మీ జీవన విధానం' ఆయన ఏళ్ళతరబడి అనుభవానికి, ప్రభావవంతమైన క్రియకు అద్దంపడుతుంది – మీకు నగదు ప్రవాహ పెట్టుబడిని గూర్చి నేర్చుకోవాలనుకుంటే, ఈపుస్తకమే మీ తదుపరి అభ్యాసం.

– జాన్ రోమన్

ఫ్రంట్ రో డాడ్స్.కామ్ (Frontrowdads.com) స్థాపకుడు

జస్టిన్ ఒకటే సమయంలో సంపద మరియు స్వేచ్ఛ ఎలా పొందవచ్చునో చూపిస్తారు. 'పెట్టుబడి మీ జీవన విధానము'గా చేసుకోవాలనుకునేవారు ఆయన 10 పెట్టుబడి ప్రామాణికాలను చదవవలసినదే.

– కారీ ఓబర్ బ్రున్నర్

'అన్‌హోకబుల్' డే జాబ్ టు డ్రీమ్ జాబ్,

ఎలిక్జిర్ ప్రాజెక్ట్ రచయిత

'పెట్టుబడి మీ జీవన విధానము' అంటే ఏమిటో, జస్టిన్ ఏమి బోధిస్తున్నారో, నాకర్థమైనది ఏమిటో, ఒక్కమాటలో చెప్పాలంటే–అది 'స్వేచ్ఛ'. నేను సుమారు పది సంవత్సరాలపాటు ఆర్థిక శిక్షణను యు.ఎస్.లో వున్న నిపుణుల నుండి పొందుతూ గడిపాను. కాని జస్టిన్ చెప్పినవన్నీ క్రొత్త విషయాలు – నాకు తెలియనివి – నేను ఆరు అంకెల నిష్క్రియ ఆదాయాన్ని రెండు సంవత్సరాల కాలంలో పొందేటందుకు అనువుగా చేసిన విషయాలు. ఆ కారణంగా నేను ఏడు అంకెల జీతగాడిగా వుండకుండా నా సొంత షరతులపై వ్యాపారానికి నాంది పలికేలా చేసింది. నేను వివాహితునిగా, ముగ్గురు బిడ్డలకు తండ్రిగా, ఇంత సాహసాన్ని జస్టిన్ అందించిన రక్షణ కవచం, 'పెట్టుబడి మీ జీవన విధానము' గలిగి వుండడం అన్నది లేకపోయినట్లైతే చేయలేకపోయేవాడిని అని చెప్పవచ్చు.

జస్టిన్ బోధించిన దానికంటే ఉన్నతంగా కనిపించేది ఆయన వ్యక్తిగత జీవితం. ఆయన మొట్టమొదట భర్త, తండ్రి. ఒక ఆదర్శవంతమైన జీవితం కోసం మదుపు పెట్టాలనుకుంటున్నారన్నది ఆయన జీవన విధానం విశదీకరిస్తుంది. ఆయన ఇతరులకు సేవ చేసే వ్యక్తి, ఇక నేను

సంతోషించే విషయం ఏమిటంటే ఆయన తన రహస్యాలన్నీ, ప్రపంచానికి, మీ చేతిలో వున్న ఈ పుస్తకం ద్వారానే తెలియజేస్తున్నారు!

– బ్రాడ్ జాన్సన్

ది ఎలైట్ అడ్వైజర్ బ్లూప్రింట్ పాడ్‌కాస్ట్, నిర్వాహకుడు

ది డిజిటల్ ఫైనాన్సియల్ అడ్వైజర్, స్థాపకుడు

మీరు విజయవంతంగా పెట్టుబడి పెట్టాలనుకుంటే, తద్వారా ఆర్థిక స్వాతంత్ర్యాన్ని పొందాలనుకుంటే, మీకు దొరికే సమాధానం ఈ పుస్తకం. సంప్రదాయ పెట్టుబడి విధానాన్ని ఖండిస్తూ, ఒక నిపుణుడైన పెట్టుబడిదారుడు ఎలా తన సంపదని వృద్ధిపరచుకుంటూ, అదే సమయంలో తన జీవనశైలి ఇనుమడింపజేసుకుంటూ వచ్చాడో మచ్చుకి చూపిస్తుంది. నా దృష్టిలో ఇదే మనందరికి కావల్సినది. అయితే ఆ విషయం మన గ్రహింపులోకి రాకపోయిన, అది వాస్తవంగా సాధ్యమేనని తెలియజేస్తుంది. నేను వ్యక్తిగతంగా పదిహేను సంవత్సరాలు విజయవంతమైన వ్యాపారాన్ని అభివృద్ధి చేసుకోవడానికి పనిచేసి, అదే నా జీవితంగా నేను సాధించాలనుకున్నది సాధించే దిశ వైపు అర్రులు చాస్తూ భయంతో, బయటపడే మార్గం లేదనుకుంటూ నా డబ్బుని, సమయాన్ని వృధాగా ఖర్చు చేసే వలలో చిక్కుకున్నాను నేను జస్టిన్ ను కలసి, ఈ పుస్తకంలోని పాఠాలు పంచుకున్నాక, దాని నుండి బయటపడేటందుకు వేరే దారి వుందని గ్రహించాను. పన్నెండు నెలలలోగా, అన్ని భయాలు తొలగి, నేను నా ఏడు అంకెల జీతం నుండి వైదొలిగాను. ఈ నిర్ణయం నా ప్రస్తుత స్థితిని పెంచి, ఎలా అర్థవంతమైన జీవితం గడపాలో తెలిపింది, అదే నా కుటుంబానికి నాకు తగిన స్వేచ్ఛ నొసగినది. జస్టిన్, అతని పుస్తకం అందించిన జ్ఞానం వలననే అది సాధ్యపడింది, మీకు కూడా అలాగే జరుగుతుందని నేను ఆశిస్తున్నాను.

– షాన్ స్పార్క్స్

పెట్టుబడిదారుడు మరియు 'ది అడ్వైజర్ బ్రేక్ థ్రూ' రచయిత

నేను ప్రతిరోజు వ్యాపారం వున్న సంసారిగా మేల్కొనాలి అనుకుంటున్నాను, అంతేకాని సంసారం వున్న ఒక వ్యాపారస్తునిగా కాదు. నేను జస్టిన్ ని కలిసిన మరుక్షణం నుండి నేను అతనితో ఏకీభవిస్తున్నట్లు భావించాను.

– జియఫ్ వుడ్స్,
'ది ఒన్ థింగ్' యొక్క వైస్‌ప్రెసిడెంట్,
'ది మెంటీ పౌడ్ కాస్ట్' స్థాపకుడు, వ్యాపారస్తుడు.

ఆయన విశ్వాసం, నమ్మకం చిత్తశుద్ధి కలిగిన వ్యక్తి – అందుకే నేను జస్టిన్ డోనాల్డ్‌ను ప్రేమిస్తాను.

– క్లింట్ బక్ల్యూ
బక్ల్యూ రియల్టీ, రియల్టరు

జస్టిన్ ఏదైనా చేయడానికి పూనుకున్నాడంటే ఆ యత్నం బాగా యోచించిన తరువాత చేసినది కనుక అతని ఆలోచనల కనుగుణంగా ఎక్కువ ఫలితాల నిచ్చేదిగా వుంటుంది. ఆయనతో పనిచేసే అవకాశంగాని, ఆయన నుండి నేర్చుకునే అవకాశం కాని మీకు వస్తే, మీరు మానవీయ కోణంలో ఎదుగుతారు.

– బాడ్ వెల్మర్ట్
రియల్ ఎస్టేట్, వ్యాపార పెట్టుబడిదారుడు,
వ్యాపారవేత్త, ఈజీ పే డైరక్ట్ స్థాపకుడు

ఇప్పుడు మీ కుటుంబంతో గడుపుతూ, తృప్తిగా జీవిస్తూ, ప్రపంచం అంతటా తిరుగుతూ, కూడా నిష్క్రియ ఆదాయం పొందుతూ, దీర్ఘకాలిక ఈక్విటీ పొందుతూ, ఆర్థిక స్వాతంత్ర్యాన్ని పొందడం సాధ్యమౌతుంది. 'పెట్టుబడి మీ జీవన విధానము' మీకు అది ఎలా సాధ్యమో బోధిస్తుంది. ఈ జ్ఞానాన్ని అందించడంలో జస్టిన్ కన్నా నిపుణుడు అనుభవజ్ఞుడు, సహాయకుడు లేరు. తన కూతురు సవానా కొరకు వ్రాసిన, తెలివైన ఈ ఆర్థిక ప్రణాళికలను సులువుగా అర్థం చేసుకోవచ్చు. నేను జస్టిన్ ని

పూర్తిగా విశ్వసిస్తున్నాను, పైగా అతని ప్రపంచంలో చోటు సంపాదించుకున్నందుకు కృతజ్ఞుడిని.

– అంబర్ విల్హారర్

ఎన్‌జిఎన్‌జి ఎంటర్‌ప్రైజెస్, ఇన్‌క్ వ్యవస్థాపకుడు

ఆయన ఇచ్చే సలహాలు ఎప్పుడూ ఎక్కడా విననివి, మనకు సహాయపడేవి. నేను వాటిని గౌరవనీయ నిపుణులతో పంచుకొనినప్పుడు వారు చాలా ఆసక్తిగా విని, ఇంతకు పూర్వం వాటిని ఎక్కడా విననట్లుగా ఉన్నట్లు కనపించారు. నేను ఆ సలహాలలో కొన్నిటిని ఆచరణలో పెట్టి సత్ఫలితాలను పొందాను.

– ఐమి మ్యూలర్

జీవనశైలి శిక్షకుడు, వక్త, ఐమిమ్యూలర్.కామ్

జస్టిన్ డోనాల్డ్ నేను కలిసిన చాలా పరిశోధనాత్మకమైన వ్యక్తులతో ఒకడు. ఒక స్నేహితునిగా మనం మంచి సంభాషణలు, ఆలోచనాత్మకమైన వాటిల్లో మునిగిపోవచ్చు. ఒక పెట్టుబడిదారునిగా, ఇవే తులనాత్మక విశ్లేషణలు, ఆచరణకు పూర్వం చేసే పరిశ్రమగా మారిపోతాయి.

– జి.బంతయెహు

రియల్‌ఎస్టేట్ డెవలపర్

బంతయెహు డెవలప్‌మెంట్, వాషింగ్‌టన్, డి.సి.

జస్టిన్, ఒక విజయవంతమైన వృత్తిలో కొనసాగుతున్న నేను, పూర్తిగా పెట్టుబడిదారునిగా మారడానికి సహాయపడ్డాడు. పరిశ్రమలను గూర్చి ఆయనకున్న అపరిమితమైన జ్ఞానం, వివిధ రంగాల ద్వారా పొందినది, నిపుణులతో సంప్రదింపులు, విశ్లేషణతో కూడుకున్న ఒప్పందాలు, నమ్మశక్యంగాని ఒప్పందాల వెల్లువ మొదలైనవి ఆయనలోని ప్రత్యేకతలు.

– రెయన్ కేసీ,

పెట్టుబడిదారుడు, వ్యాపార సంప్రదింపులకు కన్సల్‌టెంట్,

కోర్ వాల్యూస్ ఇండెల్స్ సర్టిఫైడ్ ప్రాక్టీషనర్

జస్టిన్ డోనాల్డ్ తెలివైనవాడు, నిజాయితీపరుడు, వ్యాపారరంగం, పెట్టుబడి రంగం వంటి వాటిల్లో లోతైన పరిజ్ఞానం కలిగి వుండి, ఆయన, శక్తివంతమైన ఒప్పందానికైనా, లేదా సాధారణ వ్యాపార నిర్ణయాలకైనా అత్యధిక విలువ నిస్తాడు.

– నిక్ నజ్జార్
వ్యాపారవేత్త, పెట్టుబడిదారుడు

జస్టిన్ నా మార్గాన్ని మార్చివేసాడు, అతని ప్రణాళికలు లేకపోయినట్లైతే, నేను ఆర్థిక స్వాతంత్ర్యానికి పదేళ్ళపాటు దూరంగా వుండిపోయేవాడిని. దానికి బదులుగా, నా కుటుంబం ఇప్పుడు తృప్తినొందిన జీవనశైలి సాగిస్తూ, నెలవారీ ఖచ్చితమైన నగదు ప్రవాహాన్ని పొంది అనుభవిస్తోంది.

– యాడమ్ సొబియస్కి
పెట్టుబడిదారుడు

జస్టిన్, నేను ఆర్థిక ప్రశ్నల నెదుర్కొంటూ వున్నప్పుడు, సహాయం కొరకు చూసే కొద్దిమంది వ్యక్తులలో ఒకరు. ఆయన సంతోషంగా తనకి తెలిసిన విషయాన్ని పంచుకుని ఇతరులు ఆర్థికంగా స్వేచ్ఛగా ఎదగడాన్ని కోరుకుంటారు. అందుకే ఆర్థిక సలహా కోసమైతే నేను జస్టిన్ వైపే మొగ్గు చూపుతాను.

– బ్రెన్ట్ లిండ్‌బెర్,
వ్యాపారవేత్త, 'ఫ్యూసెనియో', స్థాపకుడు

జస్టిన్ యొక్క జీవితేచ్ఛ అంటువ్యాధి లాంటిది. ఆయనతో సంభాషించిన ప్రతీసారి ఉత్సుకతను, శక్తిని నింపుతారు. అది ఏ విషయమైన కావచ్చు. అంటే ఆహారం, ప్రయాణం, భార్యపిల్లలతో ఆసక్తిగా వుండడం, లేదా మీ గురించి మీ భవిష్యత్తును గురించి పెద్ద ఎత్తున పెట్టుబడి పెట్టడం కావచ్చు. నేను ఆయనలో గమనించి ప్రేమించినదేమిటంటే ఆయన ఇటువంటి వాటిల్లోకి మిమ్మల్ని తీసుకుని వెళ్ళడమే కాక వాటిపట్ల ఎలా వ్యవహరించాలో ప్రణాళిక కలిగినవాడు. జస్టిన్ తన కలలు వెంట

వెళ్ళడానికి అడుగులు వేసేవాడు. నేను ఎవరికైనా ఆయన చెప్పిన పద్ధతులను సానపెట్టమని ప్రోత్సహిస్తాను. అప్పుడు మీరు ఎవరో, మీకు ఏమి కావాలో, అది సాధించడానికి ప్రణాళిక ఏమిటో లోతైన అవగాహన అనుభవంలోకి వస్తుంది.

– బ్రెయిన్ రేమ్, కన్సల్టెటెంట్

జస్టిన్ యొక్క పుస్తకం ఆటని మార్చేస్తుంది. పునాదులని కుదిపేసి మన పాత పెట్టుబడి పద్ధతులని మార్చి, సంప్రదాయేతర పద్ధతుల ద్వారా పెట్టుబడి ద్విగుణీకృతం చేసి, ఆశ్చర్యపోయేవిధంగా ఆచరణలో పెడుతుంది. మాయకు హద్దు లేదని అంటారు; ఇక ఈ పుస్తకం పెట్టుబడి ప్రపంచం చుట్టూ చాలాకాలంగా వున్న హద్దుని చెరిపి వేస్తుంది. ఈ పుస్తకం చదవక పోయినట్లైతే మీ పెట్టుబడి పరికరాలలో ముఖ్యమైన పరికరాన్ని విస్మరించినట్లే.

– డేరియస్ మీర్‌షాజడేహ్,
ప్రముఖ 'ది కోర్ వాల్యూ ఈక్వేషన్' రచయిత,
పెట్టుబడిదారుడు, గొలుసుకట్టు వ్యాపారవేత్త

అంకితం

ఈ పుస్తకం నా జీవితంలో ఇద్దరు ముఖ్యమైన స్త్రీమూర్తులకు అంకితం ఇస్తున్నాను.

జెన్నీఫర్, నా అందమైన జీవన సహచారి – నీ ప్రేమ, సహాయం, నాపై గల అచంచల విశ్వాసం నా ఆశయం వైపు నన్ను పరుగులు తీసేలా ప్రోత్సహించింది.

సవానా, నా రాజకుమారి – జ్ఞానం పొందడానికి ప్రేరణ నిస్తావు. నా ఈ జ్ఞానాన్ని పంచుకోవడం కోసం, ఈ పాఠాలని నేర్చుకోవడం కోసం ఎదుగమ్మా!

మాటలలో వర్ణించలేనంతగా మిమ్మల్ని ప్రేమిస్తున్నాను.

డబ్బు ఒక పరికరం మాత్రమే.
అది ఎక్కడికి కోరుకుంటే అక్కడికి తీసుకుని వెడుతుంది,
కాని అది నువ్వే స్వారీ చేస్తానంటే మాత్రం సహించదు.

– ఐయన్ రాండ్

విషయసూచిక

ముందుమాట రెయాన్ లెవెస్క్ xvii

మైక్ కొనిగ్స్ ముందుమాట xxiii

తొలిపలుకు xxvii

కృతజ్ఞతలు xxxiii

భాగం – 1: సవాలు

నేనెవరిని, మీరెందుకు నా మాట వినాలి? 3

ఆర్థిక స్వాతంత్ర్యానికి మీ బాటను కనుక్కోండి 9

పెట్టుబడి మీ జీవన విధానంగా వుండడానికి ప్రాథమిక సూత్రాలు, ప్రామాణికాలు 15

పెట్టుబడి మీ జీవనశైలి విధానం ఎందుకు సమాధానంగా నిలుస్తుంది 22

పెట్టుబడిని గురించిన సర్వసాధారణ అపోహలు తొలగించుట 33

పెట్టుబడి మీ జీవన విధానంగా గలవారికి మర్ఫీ సూత్రాలు 57

భాగం – 2: పెట్టుబడి ప్రామాణికాలు

పెట్టుబడి ప్రామాణికం 1: జీవనశైలి ప్రాముఖ్యత 69

పెట్టుబడి ప్రామాణికం 2: నష్టం వల్ల వచ్చే భయాన్ని తగ్గించుట 88

పెట్టుబడి ప్రామాణికం 3: కన్పించని ఒప్పందాలని కనుక్కోనుట 102

పెట్టుబడి ప్రామాణికం 4: త్వరితంగా మూలధనాన్ని
తిరిగి పొందుట 114

పెట్టుబడి ప్రామాణికం 5: నగదు చెల్లుబాటును
వెంటనే సృజించుకోండి 123

పెట్టుబడి ప్రామాణికం 6: ఆదాయం పెరిగే మార్గాన్ని
కనుక్కోవటం 136

పెట్టుబడి ప్రామాణికం 7: ఒప్పందానికి అదనంగా చేర్చుట 153

పెట్టుబడి ప్రామాణికం 8: వృధాని తొలగించుట 165

పెట్టుబడి ప్రామాణికం 9: పరపతిని మీకనుగుణంగా
వినియోగించుకొనుట 189

పెట్టుబడి ప్రామాణికం 10: పెట్టుబడిగా వినియోగించబడిన
ప్రతీ డాలరూ ప్రతిఫలాన్ని అందిస్తుంది 202

భాగం – 3: ఆహ్వానం

తదుపరి అడుగులు 219

తుది తలపులు 226

జస్టిన్ డోనాల్డ్ గురించి 229

'పెట్టుబడి మీ జీవన విధానం' గురించి 231

ముందుమాట రెయాన్ లెవెస్క్

మార్చి 23, 2019 నాడు జరిగిన సంభాషణ నా జీవితాన్ని ఆద్యంతము మార్చివేసింది.

ఆ సంభాషణ జస్టిన్ డోనాల్డ్ అనే వ్యక్తితో నడచింది. నేను నా జీవితాంతం గుర్తుపెట్టుకునే నాలుగు మాటలు ఆ రోజు భోజన సమయంలో రహస్యంగా పలికాడు. అంతే! అంతా మారిపోయింది. ఆ నాలుగు సాధారణ మాటలు నేను ఊహించలేని మార్గాల వెంబడి నేను పయనమయ్యేలా చేసాయి. అది కూడా నేను కలలో కూడా సాధ్యపడుతుందని అనుకోని కాలపరిమితి లోపలే!

మీరు కనుక సావధానంగా ఈ పుస్తకంలో చదివినది అనుసరిస్తే, మీ విషయంలో కూడా అదే జరుగుతుంది. అదెలాగో నేను వివరిస్తాను.

మొదటగా, మీరు ఈ పుస్తకాన్ని ఇప్పుడు చదువుతున్నట్లయితే, మీకు ఆర్థిక స్వాతంత్ర్యాన్ని, నిష్క్రియ ఆదాయాన్ని పెంచుకుని, తద్వారా సాధించాలని, నెలసరి ఆదాయాన్ని పెంచుకుని జీవనశైలి ఖర్చులని ఎదుర్కోవాలని కల గంటారు. మరొక మాట చెప్పాలంటే కష్టించకుండా వుండే స్థాయిని పొందాలనుకుంటారు. లేదా మీరు ఇప్పుడు ఉద్యోగం చేస్తూ మంచి ఆదాయాన్ని పొందుతూ వుంటారు. లేదా సొంత వ్యాపారం చేసుకుంటూ తగిన ఆదాయాన్ని పొందుతూ వుండి వుంటారు. కాని అది మీ కాలాన్ని మింగేస్తుంది. బహుశ చాలా ఎక్కువ కాలమే కావచ్చు.

జస్టిన్‌ని మొదటిసారి కలిసేటప్పటికి ఇందులోని రెండవ సన్నివేశంలో వున్నాను నేను. ఆ రోజు శనివారం, మార్చి 23, 2019. నేను క్రొత్తగా ప్రవేశించిన బృందం 'ఫ్రంట్ రో డాడ్స్' వారు నిర్వహించిన సమావేశం ఆస్టిన్‌లోను, టెక్సాస్‌లోను జరుగుతుండగా హాజరయ్యాను అది మంచి

తండ్రిగాను, భర్తగాను, కుటుంబీకునిగాను వుండడానికి సంసిద్ధపరిచే అద్భుతమైన బృందం. ఆ సమావేశంలోనే నేను మొట్టమొదటిసారి జస్టిన్‌ని కలిసాను.

మొట్టమొదటిసారి అక్కడ కలిసిన తరువాత మేమిద్దరం కలిసి మధ్యాహ్నం భోజనం చేద్దామని అనుకున్నాము కుటుంబం గురించి. మాట్లాడుకుంటూ అనివార్య ప్రశ్నగా బ్రతకడానికి మీరు ఏమి చేస్తూ వుంటారు?' అన్న ప్రశ్న తల ఎత్తింది.

జస్టిన్ సైగ చేసి దగ్గరగా రమ్మని పిలిచి, "నేను పెట్టుబడి మీ జీవన విధానంగా గలవాడిని' అన్నాడు.

ఈ రహస్య సంభాషణని ఎవరూ వినట్లేదు లెమ్మని నేను చుట్టూ పరికించి నిర్ధారించుకున్నాను. పెట్టుబడి మీ జీవన విధానంగా గలిగి వుండడం అంటే ఏమిటి? అని సూటిగా అడిగాను.

అతను అతని కథని వినిపించాడు: ముప్పైఏళ్ళ వయస్సులో ఎలా ఆర్థిక స్వాతంత్ర్యం సాధించాడో వివరించాడు. అదంతా సాధించడానికి అతనికి ఆసక్తి ఏమీ కలిసిరాలేదు. కాని అతను ఇదంతా సంప్రదాయేతర పద్ధతియైన, నగదు ప్రవాహంపై దృష్టి సారించి చేసిన పెట్టుబడుల ద్వారా సాధించాడు.

"ఆగండి. అంటే మీరు నిష్క్రియ ఆదాయ పెట్టుబడుల ద్వారా 100% ఆదాయం సృజించడం గురించి మాట్లాడుతున్నారు' నేను సందిగ్ధంగా అడిగాను. "సరే. నాలాంటి స్థితిలో వున్నవాడు ఇలాగే మొదలుపెట్టడానికి ఏమి చేయాలి".

"మీకు నిజంగా ఆసక్తి వుంటే పంచుకోవడానికి నాకు ఎటువంటి అభ్యంతరము లేదు", అతను సమాధానం ఇచ్చాడు. "మీకు ఇంకా ఎంత సమయం వుంది?"

నేను ముందుకు కొనసాగేముందర వెనుకకు తిరిగి చూసుకోవలసిన అవసరం వుంది. మీకు తెలుసుకదా, నేను జస్టిన్‌ని ముప్పైల్లో వుండగా కలిసాను. అంతకు పూర్వం పదేళ్ళపాటు నేను విజయవంతంగా లక్షలకొలది సొమ్ముతో కూడిన వ్యాపారం చేస్తున్నాను. చిన్నప్పుడు నేను, జీతానికి పనిచేసేవాళ్ళ నడుమ పెరిగిన తర్వాత నా కుటుంబంలో కళాశాల విద్య వరకు చేరుకున్న మొదటివాడిని. పట్టభద్రునిగా మారిన తరువాత నేను ఉద్యోగంలో చేరి $42,000 ఏడాదికి సంపాదిస్తూ గడిపి, తరువాత ఆరు అంకెల జీతానికి చేరకున్నాను.

అదే పంథాలో మేము ప్రోగు చేసుకున్న$5,000 తోటి, 500 చదరపు అడుగుల అపార్ట్‌మెంట్‌లో వ్యాపారం ప్రారంభించి $10 మిలియన్‌లు సంవత్సర ఆదాయం వుండేటట్లు నేను, నా భార్య చూసుకున్నాము. నా వ్యాపార నిమిత్తం నేను ఇతరులను నియమించుకున్నాగాని, నేను నా భార్య కూడా ఇంకా కష్టపడుతున్నాము.

ఖచ్చితంగా పరిస్థితిని మేము అదుపులోకి తెచ్చుకోగలిగేము, చాలా స్వేచ్ఛని, ఎక్కువ ఆదాయాన్ని పొందగలిగేము. మాకు మంచి ఆర్థికపరమైన అలవాట్లు, అంటే మా వనరుల ననుసరించి జీవించడంలాంటివి ఖచ్చితంగా వుండటం చేత, మా భవిష్యత్తు కోసం ఆదా చేయడం కొనసాగించాము, దానికోసం కష్టపడ్డాము... అయితే, మేము డబ్బు కోసమే కష్టపడుతున్నాము.

డబ్బు మా కోసం లేదు.

ఇద్దరు మగబిడ్డలు త్వరితంగా ఎదిగి వచ్చేస్తుంటే, నిష్క్రియ ఆదాయాన్ని ఆధారం చేసుకుని 100% మా జీవన అవసరాల కోసం ఖర్చుపెట్టడం - కుటుంబంతో ఎక్కువ సమయం గడపడం, ప్రపంచం చుట్టి రావడం, అలా మరపురాని జ్ఞాపకాలను సృజించుకోవడం - చాలా ఆసక్తికరంగా కనిపించింది.

అది అసాధ్యమని కూడా అనిపించింది. మాలాంటి వారికి ముఖ్యంగా దుస్సాధ్యమని అనిపించింది. కనీసం అప్పుడు మేమున్న పరిస్థితులలో సాధ్యపడదనిపించింది. బహుశ కొన్ని సంవత్సరాలలో, అది కూడా అన్నీ యథావిధిగా సాగుతున్నట్లయితే జరుగవచ్చుననిపించింది.

అయితే జస్టిన్ లోతుగా వివరాలిస్తూ తన కథను, తను ఎలా చేసాడో ఆ వివరాలు పంచుకుంటూ వుంటే, నేను నా మస్తిష్కంలో లెక్కలు వేయడం మొదలుపెట్టి, ఆశ్చర్యకరంగా అది కూడా సాధ్యమేనని అనుకోగలిగిన స్థితికి వచ్చాను. ఇదేమీ ఏళ్ళతరబడి కాచుకుని కూర్చుని చక్రవడ్డీని ఆశిస్తూ, అటువంటి పోర్టుఫోలియో నిర్మాణం కోసం తక్కువ ఖర్చుతో కూడుకున్న ఇండెక్స్ నిధులు వివిధ ఆస్తుల ద్వారా లభించేవి ఉపయోగించుకుని, వేచి వుండడం కాదు. అంతేకాక ఇదేమి ఉన్నవన్నీ తాజా ఐపిఓ మీద ధారపోయడం, లేదా తాజా సాంకేతిక స్టాక్ మీద వెదజల్లడం కాదు. వాస్తవానికి, స్టాక్ మార్కెట్‌లో పెట్టుబడి పెట్టడానికి లేదా సార్వజనిక మూలధన మార్కెట్‌లో పెట్టుబడి పెట్టడంలాంటి దానికీ, దీనికీ ఏ సంబంధం లేదు.

నాకు ఇరవై వయస్సుండగా వున్న 'గోల్డ్‌మాన్ సబ్స్' అనబడే పెట్టుబడి బ్యాంకు కోసం పనిచేసేవారిలా, జస్టిన్ పద్ధతి కూడా సంప్రదాయేతరం పద్ధతి అని చెప్పవచ్చు. అయితే అది పూర్తిగా అర్ధవంతమైనది.

ఆ రోజు భోజనం అయిపోయేటప్పటికి నన్ను ఆశ్చర్యచకితున్ని చేసే ప్రశ్ననొకటి జస్టిన్ వేశారు. ఆయన "మీరు మేలుకొనేలోగా మీ పిల్లలు ఎదిగివస్తారు. ఎందుకు ఆలస్యం, మీరు కోరుకున్న జీవనశైలి ఇప్పుడు మీ అందుబాటులోకి వస్తున్నప్పుడు, ఆస్వాదించకుండా వుండడం ఎందుకు?' అని అడిగారు.

ఆయన ప్రశ్న సరియైనదే.

ఒక క్రొత్త దృష్టికోణం తోటి, ఒక క్రొత్త అర్ధం తోటి, ఇప్పుడే కార్యరంగం లోకి దూకాలనే ఆత్రుత తోటి ఆ సంభాషణని విడిచి వెళ్ళాను. జస్టిన్ డోనాల్డ్ దగ్గర నుండి నేర్చుకోవలసినదంతా నేర్చుకుని ఆ తరువాత కార్యోన్ముఖుని కావాలని నిశ్చయించకున్నాను.

ఆ విందుకి పూర్వం, నేనూ నా భార్య కలిసి కూర్చుని మా అయిదేళ్ళ వార్షిక లక్ష్యాలను ఏర్పరుచుకోవాలని అనుకున్నాము. ఇదే విధంగా మా పెళ్ళి అయిన దగ్గర నుండి ప్రతీ ఏడాది మేము చేస్తున్నాము. మేము ఒక విస్తృత ఆర్థిక లక్ష్యం సరిపడ నిష్క్రియ ఆదాయం సృజించడం కోసం (వ్యాపారానికి అతీతంగా) మా కుటుంబ ఖర్చులు అన్నిటికి సరిపడేటట్లు రాబోయే అయిదేళ్ళ కాలంలో వుండేటట్లు ఒకటి ఏర్పరుచుకున్నాము, మరోమాటలో చెప్పాలంటే అది మాకు పెద్ద లక్ష్యం. "నెరవేరవచ్చు' అనుకునేలాంటి లక్ష్యం. ఖచ్చితంగా మేమిద్దరం కూడా సాధ్యపడుతుందని ఆశించని లక్ష్యం.

మార్చి 2019 లోకి గిరుక్కున మళ్ళితే, జస్టిన్ దగ్గర నుండి నేర్చుకోవాలనుకున్న తరువాత ఆర్నెళ్ళ లోపల కాలంలో మా లక్ష్యం వైపు పరుగుతీసి మేము అనుకున్న అయిదేళ్ళ నిష్క్రియ ఆదాయం 53% సాధించేసాము!

నేను మళ్ళీ చెబుతున్నాను : జస్టిన్ సహాయంతో ఆర్నెళ్ళ కాలపరిమితిలో అయిదేళ్ళలో మేము సాధించాలనుకున్నది సాధించాము.

నేను వేలకొలది డాలర్లు నెలవారిగా నగదు ప్రవాహంలో 100% నిష్క్రియ పెట్టుబడి నుండి సృజించడం గురించి ఉద్ఘాటిస్తున్నాను. (అంతేకాదు, ఇది నిష్క్రియ ఆదాయమని వ్రాయడానికి అత్యంత ఉత్సుకతగా

వుంది. ఏమిటంటే, మా 100% లక్ష్యాన్ని మరో పన్నెండు లేదా పద్నాలుగు నెలల్లో చేరుకుంటామని ఆశిస్తున్నాను) ఇదంతా మేము జస్టిన్ యొక్క నగదు ప్రవాహ పెట్టుబడికి 10 ప్రామాణికాలను అనుసరించడం వలన సాధించాము.

జస్టిన్ ఈ పుస్తకంలో అందించిన సరియైన ఒప్పందాలకు సంసిద్ధత వ్యక్తం చేసి పెట్టుబడి పెట్టగా అలా జరిగింది. జస్టిస్ పంచుకున్నదంతా అక్షరాల పాటిస్తూ, వుండడం వలన జరిగింది.

జస్టిన్ "అదేమంత కష్టం కాదు, మీరు ఊహించకున్నంత వ్యయమూ కాదు" అని అన్నప్పుడు ఆయన సరిగ్గా చెప్పాడు. కాని ఇది సాధించడానికి సరియైన దృష్టికోణం అవసరం. సరియైన ప్రణాళిక అవసరం. అన్నిటికంటే ముఖ్యం సరియైన గురువు అవసరం.

నేను నా వ్యాపకం ద్వారా, జీవితం ద్వారా నేర్చుకునిన ముఖ్యమైన విషయం - ఒకటే 'విజయానికి మూలాధారంగా' నేను చెప్పగలిగేది - ఇదంతా మూడు సాధారణమైన అడుగులు వేయడం ద్వారా సాధ్యమౌతుంది. మీరు మీ జీవితంలోగాని, వ్యాపారంలోగాని అభివృద్ధి సాధించాలనుకుంటే:

మొదటి అడుగు: సరియైన గురువుకోసం వెతకండి. మీరు సాధించాలనుకున్నది సాధించిన వ్యక్తిని ఎన్నుకోండి.

రెండవ అడుగు: ఆ గురువు దగ్గర నుండి నేర్చుకోవడానికి అవసరమైన పెట్టుబడిని పెట్టండి.

మూడవ అడుగు: ఆ గురువుకు వున్న ప్రతిభావంతులైన శిష్యులుగా మారడానికి ప్రయత్నించండి.

అంతే, అదే కావల్సినది.

నాకు సంబంధించినంతవరకూ, ఈ విషయంలో జస్టిన్ డోనాల్డ్ గురువు. ఆయన దగ్గర నుండి నేర్చుకొనిన దానివలన నా కుటుంబ స్థితి మారిపోయింది. దానికై నేను సర్వదా కృతజ్ఞుడిని. చివరగా నేను స్పష్టంగా ఈ విషయాన్ని చెబుతూ ముగిస్తున్నాను. ఈ పుస్తకాన్ని చదవండి. జస్టిన్ పంచుకుంటున్న దానిని అర్థం చేసుకోండి. అన్నిటికంటే ముఖ్యం మీరు చదివినదంతా ఆచరణలో పెట్టండి.

ఇక మరెప్పుడయినా విందుకి వెళ్ళినప్పుడు ఎవరైనా మిమ్మల్ని మీ జీవనోపాధి ఏమిటి? అని ప్రశ్నిస్తే, బహుశ మీరు జీవితాన్ని మార్చివేసిన ఆ

నాలుగు ముక్కలు నేను పెట్టుబడినే జీవన విధానంగా గలవాడిని అని బదులు చెప్పగలుగుతారేమో చూడండి!

– రెయన్ లెవెస్క్

త్రీ టైమ్ ఇంక్ 5000 సి.ఇ.ఓ., ప్రసిద్ధ 'ఆస్క్ ఎండ్ చూజ్' రచయిత, వాల్ స్ట్రీట్ జర్నల్, హార్వార్డ్ బిజినెస్ రెవ్యూ, ఎంటర్‌ప్రెన్యూర్ మరియు ఎన్‌బిసి న్యూస్ ప్రచార సాధనంలో ముఖ్యపాత్ర వహించినవాడు.

మైక్ కోనిగ్స్ ముందుమాట

మీరు కావాలనుకున్నప్పుడు నిద్రలేచి, ఏమి కావాలంటే అది చేస్తూ, మీ బిల్లులు అన్నీ చెల్లించబడ్డాయి అని తెలుసుకున్నట్లయితే ఎలా వుంటుంది? మీకు నచ్చిన ప్రదేశానికి ప్రయాణిస్తూ, అదీ ఎప్పుడు కావాలంటే అప్పుడు పయనిస్తూ అద్భుత మైన జీవనశైలి అవలంబించవచ్చని మీకు తెలిస్తే ఎలా వుంటుంది? మీ పిల్లలని మంచి పాఠశాలలకు పంపించవచ్చు, ఖరీదైన దుస్తులు ధరించవచ్చు, నచ్చిన కారు నడుపవచ్చు, మీ ఇరుగు పొరుగు వారు ఎప్పటికి డబ్బు కొరతని ఎదుర్కో నటువంటి పరిసరాలలో నివసిస్తూవుంటే ఎలా వుంటుంది? ఇదంతా మీరు ఒక నిఖార్సు అయిన ఉద్యోగం చేయకుండానే జరుగుతూ వుంటే ఎలా ఉంటుంది?

మనలో చాలామందికి అది అసాధ్యమనిపిస్తుంది. కాని నిష్క్రియ ఆదాయన్నుండి నగదు ప్రవాహం సృజించగలవాడు, ఆర్థిక స్వాతంత్ర్యం సృజించగలవాడు అయిన జస్టిన్‌ని మీరు కలుసుకోబోతున్నారు.

జస్టిన్ మాటలలో పరిగెడుతూ, మీరు అధ్యాయం పెట్టుబడి ప్రామాణికం 1, 'మొదటగా జీవనశైలి' చదవగానే మీకు ఏదీ సాధ్యమో బోధపడుతుంది, మీరు ఎటువంటి ఆర్థిక పరిస్థితులలో వున్నా సరే! ముఖ్యంగా మీరు ఎలా పెట్టుబడి పెట్టాలో తెలుసుకుంటారు – 'మీ దగ్గర పెట్టుబడికి సరిపడ మదుపు ఉండడం అనే ఆవశ్యకతను గుర్తించకుండానే!

నేను ఫిజి ద్వీపంలో రెండేళ్ళ క్రితం జస్టిన్‌ని కలుసుకున్నాను. వెంటనే ఆకర్షితుడైనాను. నేను ఆయనను ఒక నిపుణుడైన అకౌంటెంట్ లేదా సిపిఏ– లాంటి రకంగా పరిగణించాను. కొంచం దగ్గరగా వెళ్ళిన తరువాత, అతను

ఒక సృజనశీలి, తెలివైనవాడు, నేను కలలు కన్న జీవితాన్ని గడుపుతున్నవాడని గ్రహించాను. అది కూడా అతను స్వల్ప సమయంలో సాధించుకున్నాడని గ్రహించాను. ఇవన్నీ ఒక నిగర్వి, విలువలు కల్గిన వ్యక్తి, క్రమశిక్షణగల వ్యక్తిలో చూశాను.

జస్టిన్‌ని కలుసుకోక మునుపు నేను ఒక నిద్రాణ పెట్టుబడిదారుడిని, అయితే నేను ఆ విషయం గ్రహించలేదు. నాకు కొన్ని స్టాక్స్‌లో, మ్యూటువల్ ఫండ్స్‌లో, కొన్ని స్టార్ట్-అప్‌లలో 20 ఏళ్ళుగా పెట్టుబడి వున్నది. దురదృష్టవశాత్తు అవి అన్నీ కూడా ఈక్విటీ పెట్టుబడులు కావడం చేత అప్పట్లో చెల్లుబాటు అయ్యే అవకాశం లేదు. మరో మాటలో చెప్పాలంటే, నేను కొంతమంది జనాలకి వడ్డీ లేకుండా అప్పులు, అందిస్తూ భవిష్యత్తులో లాభాలు అందుకుంటానన్న గ్యారంటీ కూడా లేకుండా వున్నానన్నమాట. నిద్రాణంగానే వున్నాను. ఇప్పుడు, నేను ఒక వ్యాపారస్తునిగా చాలా ఆస్తులు ప్రోగేసుకుని సుమారు ముప్పైకి పైగా సంవత్సరాలు గడుపుకొస్తూ, ఆ ఆస్తులను ఏమి చేయాలో తెలియక కొట్టుమిట్టాడుతున్నాను.

జస్టిన్, ఇరవై నిముషాలు సాగిన ఒక సాధారణ సంభాషణ అనంతరం ఆయన ఈ పుస్తకంలో వున్న కొన్ని అంశాలకి నన్ను పరిచయం చేసి, నన్ను జీవితాంతం పెట్టుబడి విషయములో పునఃపరిశీలన చేసుకునేటట్లు చేసాడు. దీనిలో భాగంగా నేను నిర్ధిష్టంగా నెలవారీగా, మూడు నెలల కొకసారి నగదు ప్రవాహం పొందేలా చూసుకుంటూ, ఈక్విటీని పొందుతూ, బోనసులు చూసుకుంటూ, ఆయన చెప్పేటువంటి ఎక్కువ రాబడిని అందించే ఒడంబడిక గల్గిన సైడ్‌కార్ ఒప్పందాలు చూసుకుంటూ, అసలు మొత్తాన్ని తక్కువ కాలపరిమితి లోనే పొందగలగడం, ఇంకా ఇప్పుడు వున్న పెట్టుబడులు లేదా భీమా పాలసీలను ఉపయోగించుకుంటూ క్రొత్త పెట్టుబడులకు నిధులు చేకూర్చుకోవడం జరిగింది.

దీనితోబాటు, ఆయన కొన్ని చట్టబద్ధమైన పన్ను రాయితీలు పొందడానికి వీలుపడే సూచనలు చేసారు. చాలామంది పెట్టుబడిదారులు ఊహించని రహస్య ఒప్పందాలు, అవకాశాలను ఎంచుకునే మార్గాలగురించి కూడా పంచుకున్నారు.

నాకు ఒకటే బాధ? జస్టిన్‌ను నేను ఎందుకు ముందుగా కలుసుకోలేదు అని. అయితే ఇప్పుడు నేను పెట్టుబడి పెట్టాలి అని ఆలోచించినప్పుడు డబ్బు

అనేది కొద్ది క్షణాలలోనే లాభదాయకంగా మారిపోయింది అని చెప్పుకుని సంతృప్తిపడవచ్చు.

ఈ పుస్తకంలో, జస్టిన్ ప్రత్యేకమైన ప్రణాళికలు కొన్నిటిని, అది కూడా ఎక్కువ నష్టం వస్తుందనే భయం లేకుండా, అదనపు పెట్టుబడులు పెట్టకుండా డబ్బు సంపాదించి పెట్టేవాటినిగూర్చికూడా చర్చించారు. చాలామంది పెట్టుబడిదారులు గుర్తించకుండా విస్మరించే అద్భుతమైన అవకాశాలను కనిపెట్టే ప్రత్యేకమైన ఆలోచనాసరళిని పెంపొందించుకోవడాన్ని గురించి తనదైన పద్ధతులను విశదీకరించడం ద్వారా వివరిస్తారు. మీరు మీ వనరుల, ఆస్తులు, పరపతి గడించి ఒక ప్రత్యేకమైన పోర్ట్‌ఫోలియో నిర్మించుకుని నెలవారీగా, మూడు నెలలకొకసారి మీకు చెల్లింపులు వచ్చేలా ఈక్విటి పెరిగేలా చేసుకునే మార్గాలు చూపెడతారు. మీకు ఒక గొప్ప పెట్టుబడిదారుని ఆలోచనాసరళికి, ఒక ప్రత్యేకమైన పెట్టుబడిదారుని ఆలోచనాసరళికి గల బేధాన్ని తెలియజేస్తారు.

ఈ పుస్తకంలో సూచించిన ప్రణాళికల ద్వారా కొద్ది ఏళ్ళలోనే లక్షల డాలర్ల మూలధనాన్ని జస్టిన్ ఎలా సమకూర్చుకున్నారో మీరు తెలుసుకుంటారు. మీకు జస్టిన్, ఆయన విధానాలు, ఆయన పేర్కొన్న వ్యక్తులు ఇదంతా వాస్తవమేనా అన్న సందేహం కలిగినట్లయితే ఆయన వెబ్‌సైట్‌కి వెళ్ళి చూచి, చదివి ఆయన పద్ధతుల ద్వారా మేలు పొందినవారి ఉదాహరణలను గమనించండి. మీకు వెంటనే పదేళ్ళకు పైగా కష్టపడకుండా, లక్షలకొలది డాలర్ను వెచ్చించకుండా, తక్కువ సమయంలోనే లబ్ధిపొందడానికి చాలామందికి జస్టిన్ అద్భుతమైన సలహాదారునిగా, గురువుగా నిలబడ్డాడని, అర్థం అవుతుంది.

క్లుప్తంగా చెప్పాలంటే, జస్టిన్ దగ్గర పెట్టుబడి పద్ధతులు ద్వారా సొమ్ము చేసుకోవడం, మీరు పెట్టుబడి పర్వంలో ఏ స్థాయిలో వున్నా సులభం. మీకు ఎప్పుడైనా జస్టిన్‌తో నేరుగా పనిచేసే అవకాశం వస్తే వదలకండి. ఆయన తనతోబాటు పనిచేసేవారితో కలసి విపరీతంగా ఖాళీ లేకుండా పని చేస్తూవుంటారు కాని తన జీవనశైలికి, కుటుంబ సౌఖ్యానికి ఆటంకం రానీయరు.

పెట్టుబడి జీవన విధానంగా గలవారిగా త్వరితంగా మారడానికి, అలా మారిన వారి నుండి నేర్చుకోవడం అవసరం. జస్టిన్ డోనాల్డ్ మీకు మార్గదర్శి.

ఈ పుస్తకాన్ని ఆస్వాదించండి–వెబ్‌సైట్‌లో ఉచిత వీడియోలు, వనరులు కూడా అనుసరించండి.

– మైక్ కొనిగ్స్

సీరియల్ ఎంటర్‌ప్రెన్యూర్, సాన్‌డియాగో, సి.ఏ.

తొలిపలుకు

జీవితంలో నాకు అత్యంత ఇష్టమైనది డబ్బుతో వెలకట్టలేనిది.
మనకున్న అత్యంత విలువైన వనరులలో ముఖ్యమైనది
సమయం మాత్రమే అని తేటతెల్లమైనది.

– స్టీవ్ జాబ్స్

నా ప్రపంచంలోనికి ప్రవేశించడానికి ఇదే ఆహ్వానం! ఈ పుస్తకంలో నేను ఎలా పెట్టుబడి పెడతాననిన ముఖ్యాంశాలు పొందుపరిచాను. అలా చేయడంలోని నా లక్ష్యం సాధారణమైనది. నేను, మీరు కూడా 'పెట్టుబడి మీ జీవన విధానం'గా గలవారిగా రూపొందాలని ఆశిస్తున్నాను. ఈ పుస్తకం మిమ్మల్ని మీ కలల ప్రపంచం వైపుకి, ఆర్థిక స్వాతంత్ర్య వైపుకి పయనమై వెళ్ళేలా చేస్తుంది.

నేను పెట్టుబడి పెట్టడం మొదలుపెట్టినప్పుడు, నేను డబ్బు కోసం సమయాన్ని వెచ్చించడం పట్ల రాజీపడలేక అలసిపోయాను. నా సమయాన్ని వాడుకోకుండా ధనం ఆర్జించే మార్గం ఒకటి వుందని తెలుసుకొని దానిపట్ల ఆసక్తి కనపరిచాను. నేను నా పరిశోధనని కొనసాగించి, మరింత జ్ఞానం సంపాదించిన తరువాత, ఒక వర్గం ప్రజల వారి కిష్టంవచ్చిన జీవితాన్ని పొందగలుగుతున్నారన్న సత్యాన్ని కనుగొన్నాను. నేను, నా కుటుంబ అవసరాలకు తగిన సొమ్ము సంపాదించడానికి ఎన్ని విలువైన గంటలు కష్టపడుతూ గడిపేస్తున్నానో, అని ఆలోచించాను.

ఇటువంటి జీవితాన్నించి నేను స్వేచ్ఛను పొందాలనుకున్నాను. మొట్టమొదటి నుండి నేను నా కుటుంబం మరియు స్నేహితులతో కలసి సమయం గడుపుతూ నాకు నచ్చిన జీవనశైలి అవలంబించడానికి ప్రాముఖ్యతని ఇచ్చాను.

అన్నిటికంటే ముఖ్యంగా, నా సమయం సరిగ్గా వినియోగించడం పట్ల నా ఆలోచనని వినియోగించాను. నేను ప్రేమించేవారితో గడపడంతో సమయం వినియోగించడం, అనుభవించడం (ఎప్పుడో భవిష్యత్తులో కాకుండా), ఆరోగ్యం గురించి శ్రద్ధ వహిస్తూ, సంతృప్తి కలిగినవారిలా జీవితం గడపటం, విరివిగా దానం చేయగలిగేలా జీవించడం నాకు ముఖ్యమైనవిగా కనిపించాయి. నేను పెట్టుబడి జీవన విధానంగా ఎంచుకోవడం వలన వీటినన్నింటిని, మరింత ఎక్కువగానే సాధించగలిగాను.

ఈ పుస్తకం ఆ ఆలోచనలనే ఇచ్చి పుచ్చుకోవడం గురించి ప్రస్తావిస్తుంది. దీనిలో నా అనుభవాలు, జీవిత పాఠాలు మీతో పంచుకొని, అటుపైన మీరు కోరుకున్న జీవనశైలి మీరు పొందగలగేటట్లు చేయడానికి ఉద్దేశించబడినది. తిరిగి ఇచ్చి వేయాలన్న సంకల్పం నాకు వుండడం వలన ఈ పుస్తకం ద్వారా నేను ఆర్జించిన లాభాలన్నిటిని దానధర్మాలకి వినియోగించి తద్వారా ఇతరుల జీవితోద్ధరణకు వుపయోగపడాలని అనుకుంటున్నాను.

'ఎంటర్‌ప్రెన్యూర్' పత్రికలోని ఒక వ్యాసం నన్ను "వారెన్ బఫెట్ ఆఫ్ లైఫ్‌స్టైల్ ఇన్వెస్టింగ్" అని పొగడినప్పుడు నేను ఎంత సమయాన్ని, ధనాన్ని, శక్తిని, కోచ్‌ల కోసం, నిపుణుల కోసం, సమావేశాల కోసం వెచ్చించి శ్రమపడ్డానో నేను గ్రహించగలిగాను. సరిగ్గా అప్పుడే నా దృష్టి ఆర్థిక స్వాతంత్ర్యం కోసం శ్రమపడే వారికి సహాయం చేయడం పైన పడింది.

నా మొదటి అడుగు పెట్టుబడి పెట్టేవారికి, వ్యాపారస్తులకి ఉద్యోగులకి, ప్రత్యేక శిక్షణ నివ్వడం వైపు పడింది. నేను 'లయన్స్ నెటవ్‌వర్క్ ప్రైవేట్ కోచింగ్ గ్రూప్' మొదలుపెట్టడానికి కారణం నేనెప్పుడు ఆర్థిక స్వాతంత్ర్యం గురించిన ఆలోచనని పంచుకొన్నా, వెంటనే 'నాకు అది కూడా కావాలి' అని ఇతరులు అనడం వినిపించేది. ఈ విధంగా, నా కోచింగ్ సేవలు కోసం ఒత్తిడి పెరగగానే, ఎక్కువమందిని ఒకే ఏడాదిలో పొందేటందుకు నేను రెండవ అడుగు 'లైఫ్ స్టైల్ ఇన్వెస్టర్ మాస్టర్‌మైండ్'ని సృజించాను. ఈ బృందం స్థాపన వలన ఒకే దృష్టి కలవారందరూ సమావేశమైనారు. నా

'లయన్స్ నెట్‌వర్క్ ప్రైవేట్ కోచింగ్ ప్రోగ్రాం', 'లైఫ్‌స్టైల్ ఇన్వెస్టర్ మాస్టర్‌మైండ్' ద్వారా నేను నా క్లయింట్లకు ఉపయోగపడే ప్రణాళికలు, అంశాలు, మార్గదర్శకాలు ఒక చోట ప్రోగు చేయగలిగాను.

నేను నా దగ్గరకి వచ్చే ప్రత్యేక క్లయింట్లనుండి నాతో వ్యక్తిగతంగా పని చేయించుకుంటున్నందుకు చెప్పుకోదగిన సొమ్ము వసూలు చేస్తాను. కాని ఎలా పెట్టుబడి మీ జీవన విధానంగా గలవారి లక్ష్యాలుంటాయో యథాతథంగా వాటినెలా ఆచరణలో పెట్టాలో, ప్రామాణికాలను వారి జీవితాలలో తక్కువ సమయంలో ఎలా పొందుపరచుకోవాలో చూపిస్తాను.

వారి శిక్షణ కాలంలో, నేను నా క్లయింట్లకు నేను ఏవైతే ఒప్పందాలు చేసుకున్నానో వాటిని పరిచయం చేస్తాను. నగదు ప్రవాహం లేదా చెలామణి, వెంటనే సృజించుకునేటందుకు అనువైన ఒప్పందాలు, మొత్తంగా లాభసాటిగా వుండేటట్లు ఎలా చేసుకోవాలో బోధిస్తాను. ఇదంతా నష్టం వస్తుందనే భయం తక్కువగా వుండే విధానంలో ఎలా చేయాలో బోధిస్తాను. నేను గడిపినట్లు ఇరవై ఏళ్ళు వీటిని అర్థం చేసుకునేటందకు, తరువాత ఈ సూచనలు, ప్రామాణికాలను రూపొందించే టందుకు తీసుకోకుండా వారికి నేను మార్గం చూపిస్తాను. ఈ పుస్తకంలో అటువంటి ప్రణాళికలే నిండి వున్నాయి.

మీరు పెట్టుబడి జీవన విధానంగా గలిగి వుండడం కోసం

నగదు ప్రవాహ పెట్టుబడి ద్వారా ఆర్థిక స్వాతంత్ర్యానికి మీ మార్గాన్ని మీరు కనుగొనేటందుకు సహాయపడే ఈ పుస్తకం నా యొక్క తరువాత మెట్టు. నా యొక్క పూర్వజ్ఞానము మరియు శిక్షణ యొక్క ఫలితం ఈ పుస్తకం. ఇక్కడ వున్న మార్గదర్శకాలు పాటిస్తే నేను చేసిందే మీరు కూడా చేయవచ్చు. ఈ పుస్తకానికి నేను పెట్టుబడి మీ జీవన విధానం: నిష్క్రియ ఆదాయానికి నగదు ప్రవాహం మరియు ఆర్థిక స్వాతంత్ర్యం అందించే 10 పెట్టుబడి ప్రామాణికాలు' అని పేరు పెట్టి నాకు తెలిసిన ప్రతివారి యొక్క ఉద్దేశ్యాన్ని ప్రతిధ్వనించాను. ప్రతీవారికి తక్కువ సమయంలో జరగాలి. ప్రతివారికి ఆర్థిక స్వాతంత్ర్యం కావాలి.

మీ సమయాన్ని ఆదా చేసుకోవడం ఎలాగంటే తెలివైన శిక్షకుల మీద మీరు వెచ్చించితే వారు ఇరవై ఏళ్ళ జ్ఞానాన్ని అనుభవాన్ని కుదించి, దానిని మూడు, ఆరు లేదా పన్నెండు నెలలకి పరిమితం చేస్తారు. ఈ పుస్తకాన్ని చదవడం మీ ప్రయాణంలో మైలురాయిగా పరిగణించవచ్చు.

మీరు శిక్షణ తీసుకోవాలనే విశాలమైన ఆలోచనలు కలిగి, మీ కుటుంబానికీ మీకూ భవిష్యత్తులో అభివృద్ధిని చవి చూడాలనుకుంటూ వుంటే మీరు సరియైన గురువు సాన్నిధ్యంలో, సరియైన స్థానంలో మరియు సరియైన సమయంలో వున్నారనే చెప్పవచ్చును.

ఈ పుస్తకాన్ని ఎలా ఉపయోగించుకోవచ్చును

ఈ పుస్తకం యొక్క మొదటి భాగంలో నా గురించి కొన్ని వివరాలు, మీరెందుకు పెట్టుబడియే జీవనశైలిగా చేసుకోవాలనుకుంటున్నారో అన్న విషయాలు మీద వివరాలు వుంటాయి. నేను కొన్ని ముఖ్యసూత్రాలు ప్రస్తావించి మీకు పెట్టుబడికి జీవనశైలిగా మార్చుకోవడంమెలాగో చర్చిస్తూ, దానితోబాటు కొన్ని సర్వసాధారణమైన ఆర్థికపరమైన అపోహలు దూరం చేసుకుని మీ ఆలోచనలను మార్చుకోవడానికి సహాయం చేస్తాను. చివరిగా, పెట్టుబడి జీవన విధానంగా గలవారి కోసం మర్పి సూత్రాలు మీరు కనుగొంటారు. మీరు ఈ సూత్రాలను నిర్లక్ష్యం చేయలేరు.

రెండవ భాగంలో పెట్టుబడి జీవనవిధానంగా గలవారికి ఉపయోగపడే 10 పెట్టుబడి ప్రామాణికాలను గూర్చి తెలసుకుంటారు. ప్రతీ ప్రామాణికంతోబాటు నేను నా నిజ జీవితంలో ఒప్పందాలను ఉదహరిస్తూ ముందుకి సాగుతాను. మొదటగా, మీకు ఒక ఒప్పందాన్ని వివరిస్తాను, దాని వలన నేనెందుకు ఆ ఒప్పందం చేసుకున్నానో మీకు అర్థం అయ్యే అవకాశం వుంది. మీకు దాని పూర్వాపరాలు తెలిసి, నేనెందుకు ఆ పెట్టుబడి పెట్టాలనుకున్నానో అర్థం అవుతుంది. మీకు నగదు ప్రవాహ అంశాలు మరింత బోధపడేటందుకు వీలుగా, ప్రతీ ప్రామాణికం వెనుకనే నేను ఆ ఆలోచనాసరళిని, దాని స్వరూపం, పరిమితులు మరియు ఉపయోగించిన విధానం చర్చించాను. చివరగా, నేను ప్రతీ ప్రామాణికం యొక్క సారాంశాన్ని సూత్రంలా అధ్యాయం చివరలో చెప్పి మీ నగదు ప్రవాహ పెట్టుబడికి ఉపయోగపడేలా చూస్తాను.

మూడవ భాగం మీరు మీ ప్రయాణాన్ని ఎలా ప్రారంభించాలో చెబుతుంది - మీ తదుపరి అడుగులు ఏమిటి, అవే అడుగులు ఎందుకు వేయాలి, చివరగా నా ఆలోచనలకు స్వరూపం అక్కడే వుంటుంది.

మొత్తం పుస్తకం అంతా కూడా, పెట్టుబడికి సంబంధించిన, ఆర్థికపరమైన పదాలు వాడబడ్డాయి. ప్రతీ పదం మొట్టమొదటిసారి ఉపయోగించినప్పుడు విశేషించి పెద్ద అక్షరాలలో చెప్పబడింది. నేను చాలావరకు అక్కడికక్కడే వివరించినా, మరింత వివరంగా పుస్తకం చివరలో వున్న పదకోశంలో ఇచ్చాను.

నేను పొందిన కోచింగ్ (శిక్షణ), విద్య మరియు నా పరిశోధనలో ప్రోగు చేసిన జ్ఞానం నుండి రూపొందిన ప్రణాళికలు ఈ పుస్తకంలో చోటుచేసుకున్నాయి. వనరుల విభాగంలో పేరొందిన ఆ మూలముల వివరాలు పొందుపరచబడ్డాయి. ఈ విలువైన పరికరాలను కూడా మీరు ఉపయోగించుకుంటారని ఆశిస్తాను.

మీరు ఈ పుస్తకం చదివేటప్పుడు ముందుకి వెడుతూ, వెనుతిరిగి చూసుకుంటూ అన్ని అంశాలని జీర్ణం చేసుకోవాలన్నది నా సూచన. ఇదంతా నేను నా జీవితకాలంలో సముపార్జించిన జ్ఞానం కాబట్టి దీనిని మీరు ఒకసారి మొదటి నుండి చివరవరకు చదివేసినంత మాత్రాన అన్ని వివరాలు గ్రహించేస్తారని కాదు.

ఆర్థిక స్వాతంత్ర్యం వైపు పయనానికి మీరు సిద్ధంగా వున్నారా?

కృతజ్ఞతలు

ఈ పుస్తకాన్ని అందించడం నేను చేసిన స్ఫూర్తిదాయకమైన, సృజనాత్మకమైన పని అని పేర్కొనవచ్చును. ఇరవై ఏళ్ళ నా వ్యాపార అనుభవానికి, పెట్టుబడి రంగంలో నా స్థానానికి ఇది ప్రతిరూపం. ఈ ప్రస్థానంలో నేర్చుకున్న పాఠాలు ఎన్నో వున్నాయి నేర్పిన గురువులెందరో వున్నారు. వారందరూ ఈ పుస్తకంలోని విషయాలకు చేయి అందించారు. అటువంటి పాత్ర వహించిన అందరికి నా కృతజ్ఞతలు. అటువంటి నిపుణుల బృందం యొక్క సహాయం, వారి ప్రభావం లేకపోయినట్లైతే ఇది సాధ్యపడేది కాదు.

చాలాకాలాంగా, చాలామంది మిత్రులు ఇటువంటి పుస్తకం రచించమని ప్రోత్సహించారు. వారి నిరంతర ప్రయత్నం వలన ఆ ఆలోచన సజీవంగా నా మదిలో నిలిచింది. జాన్ రూఫ్లిన్, జాన్ కౌన్, జాన్ రోమన్, హాల్ ఎల్రాడ్, మీరందరూ అందించిన స్నేహానికి, స్ఫూర్తికి, సహాయానికి కృతజ్ఞతలు. మన స్నేహానికి నేను అత్యంత విలువనిస్తాను. మీ నమ్మకానికి, ప్రోత్సాహానికి నిరంతర ప్రయత్నానికి ధన్యవాదాలు. టిమ్ నికొలాల్, నీ ప్రభావం గురించి యోచిస్తే నేను డబ్బు కొరకై పెట్టుబడి, వ్యాపారం చేసేటప్పుడు అది బాగా ఉపకరించిందని చెప్పవచ్చు. నగదు సృజించడంపట్ల, ఆస్తులు కొనడం ముఖ్యంగా ఆదాయం ఉత్పత్తి చేసేవాటిని కొనుగోలు చేసి సమయాన్ని ఆదా చేసుకోవడం పట్ల నీ ఆలోచనా సరళిని పంచుకున్నందుకు ఎంతైనా కృతజ్ఞుడిని.

బ్రాడ్ జాన్సన్ షాన్ స్పార్క్స్ రెయన్ లెవెస్క్: మీ నిరంతర నమ్మకానికి, సహాయానికి కృతజ్ఞతలు. ఈ పుస్తకం విషయంలోనే కాక, ఈ పుస్తకానికి విషయ జ్ఞానం అందించిన 'లైఫ్‌స్టైల్ ఇన్వెస్టర్ మాస్టర్‌మైండ్ అండ్ ఇన్వెస్ట్‌మెంట్ క్లబ్', సభ్యులుగా మీరు మొదటి నుండి వున్నందుకు

ధన్యవాదాలు. ఈ ఉత్సాహ పూరితమైన కార్యం సాధించడానికి మీరు విలువైన, స్ఫూర్తిదాయకమైన బోర్డుగా వ్యవహరించారు.

తల్లితండ్రులు: నన్ను ప్రేమపూరితమైన గృహ వాతావరణంలో పెంచి, నాకు తగిన స్వేచ్ఛనిచ్చి నన్ను నాకు నచ్చిన విధంగా ఎదగనిచ్చినందుకు కృతజ్ఞుడిని. నేను ఏ పనిని చేపట్టినా నా వెంట మీరున్నారు. అందుకు కూడా కృతజ్ఞుడినే. నాకు అవకాశాలు ఇచ్చి నా తప్పిదాల నుండి నేను నేర్చుకునేటట్లు చేసారు. నా రెక్కల మీద ఆధారపడి నేను ఎగిరేటట్లు చేసారు. నా యీ విజయానికి మీకు ఎంతగానో ఋణపడివున్నారు, నా మీద ఇంత నమ్మకాన్ని పెంచుకున్నందుకు అత్యంత కృతజ్ఞుడిని.

మైక్ కోనిగ్స్, మరీసా బ్రాస్‌ఫీల్డ్: మీ సృజనాత్మకమైన ఆలోచనలకి, మీరిచ్చిన స్ఫూర్తికి ధన్యవాదములు. మీరు నాకు ఒక దృష్టికోణాన్ని, ఉత్సాహపూరితమైన వాతావరణాన్ని సృజించి నా కథని విషయభరితంగా చేయగలిగారు. మీరిద్దరూ నాలో ఏదో ప్రత్యేకతని కనుగొని, ఇంతకు పూర్వం ఎవరూ ప్రయత్నించనటువంటి దానిని బయటకు తీసే ప్రయత్నం చేసారు. మీ ఇరువురితో గడపిన కాలం నాకు చాలా ఆనందదాయకమైన కాలమని విడిగా చెప్పనక్కరలేదు. ఈ ప్రయత్నంలో మీతో గడచిన సంవత్సరకాలంలో కలిసి పనిచేయడం, మీ స్నేహాన్ని చవి చూడడం చాలా సంతోషకరం.

అంబర్ విల్హార్: ఈ పుస్తకం విషయంలోనూ తత్సంబంధిత ఇతర ప్రయత్నాలలోనూ మీరు చూపిన ఉత్సాహానికి, నమ్మకానికి కృతజ్ఞతలు. మీరు నమ్మశక్యంగాని సేవలను, సహాయాన్ని అందించారు. మీరు గొప్ప భాగస్వామిగా చాలా రకాలుగా సహాయం చేశారు. మీరు పనిచేసే విధానం కూడా గణనీయమైనది. మీరు మీ వ్యాపారంలో అందరిని మించి ముందడుగు వేస్తారు. మీతో కలసి పనిచేయడం నిజంగా ఆహ్లాదదాయకం!

కేరి ఓబర్‌బ్రున్నర్, మరియు కర్‌స్టన్ శామ్యూల్, డేవిడ్ శామ్యూల్, బ్రెండా హేరేతో కూడిన ఆయన బృందం: మీ యోచనాత్మక దృష్టికి, సహాయానికి, సునిశిత పరిశీలనకు కృతజ్ఞతలు. మీ విజ్ఞానదాయకమైన, సృజనాత్మకమైన బృందంతో కలిసి పనిచేయడానికి నేను అదృష్టవంతుడిని. మీ సాన్నిధ్యం, ఈ పుస్తకం మీద మీ యొక్క ప్రభావం కూడా ఆనందదాయకమే.

సవానా: నీవు నాకు స్ఫూర్తివి. నేను ఈ పుస్తకంలో వివరించిన విషయాలు భవిష్యత్తులో నీకు ఉపకరించుతాయనీ, ఇక్కడ నేను పంచుకున్న

దానికి కూడా నీవు స్ఫూర్తిదాతవు. ఇప్పటికే నీలోని విద్యార్థిని చూచి, విభిన్న విషయాలపై నీ ఆసక్తిని చూచి నేను సంబరపడుతున్నాను. నా ఆలోచనలన్నిటిని సమగ్రంగా నీ కొరకు వుంచాలనే ఆలోచన లేకపోతే ఈ పుస్తకం సాధ్యపడేది కాదు. నేను నీవు త్వరితంగా ఎదిగి వచ్చి నాతోపాటు పెట్టుబడి పెట్టాలని ప్రేమతో ఎదురుచూస్తున్నాను.

జెన్నిఫర్: నేను ఏ అడుగు వేసినా దానిని ప్రోత్సహిస్తూ, సహాయం చేస్తూ నువ్వు ఎప్పుడూ నా వెంట వున్నావు. నన్ను అభిమానించే వారిలో నీవు మొదటిస్థానాన్ని ఆక్రమించి, నా ప్రపంచమై పోయావు. నా వ్యాపార జీవితంలో అన్ని ఒడుదుడుకులలోనూ, విజయాలలోనూ నా ప్రక్కన నిల్చిన శక్తివంతమైన భాగస్వామివి నువ్వు. నీ సమ్మతం నాకు ఒక వరం. ప్రతీరోజు నీతో ప్రేమను పంచుకుంటున్నందుకు కృతజ్ఞుడిని.

భాగం - 1

సవాలు (ఛాలెంజ్)

నేనెవరిని, మీరెందుకు నా మాట వినాలి?

"మీరు ఆట నియమాలు తెలుసుకుని, అటుపైన మిగతా
అందరికన్నా మిన్నగా ఆడాలి"
– ఆల్బర్ట్ ఐన్‌స్టీన్

పెట్టుబడి కళలో ప్రపంచస్థాయి నిపుణుల దగ్గర నుండి నేర్చుకుంటూ వుండడానికి విలువైన కాలన్ని వెచ్చించడం నేను చేస్తుంటాను. నేను పుస్తకాలు చదువుతుంటాను. పోడ్‌కాస్ట్‌లు (ఇంటర్నెట్ రేడియో) మున్నగు వాటిల్లో చురుకైన పెట్టుబడిదారుల విభిన్న అనుభవాలు, వారికి విజయాన్ని చేకూర్చిన ఆశయాలను గూర్చి వింటాను. జీవనశైలియే పెట్టుబడిదారునిగా వున్న నేను, మా గురువుల ననుసరిస్తూ వారికి మొదటిశ్రేణి విద్యార్థిగా వుండడాన్ని ఎల్లప్పుడు ఆశిస్తాను.

నా విజయం వెనుక రహస్యం విద్య. నేను దాదాపు $1,000,000 ల ధనాన్ని నా విద్యకొరకు, అంటే శిబిరాలలో (బూట్ క్యాంప్) గడుపుతూ, సెమినార్‌లకు హాజరు అవుతూ, కోచ్‌ల దగ్గర నుండి నేర్చుకుంటూ, నా సలహాదారుల నుండి మరియు పరిశ్రమ నిపుణుల నుండి నేర్చుకుంటూ వుండడం కోసం వెచ్చించాను. పెట్టుబడుల స్వర సప్తకం ఆకలింపు చేసుకుందుకు నేను రియల్ ఎస్టేట్ రంగంలోని రకాలు, ప్రైవేట్ ఈక్విటీ, పబ్లిక్ ఈక్విటీ, ఋణం (ముఖ్యంగా పెద్దల నుండి సంక్రమించినది) విలువ తగ్గిన ఆస్తులు, పనిచేస్తున్న కంపెనీలు, ఫ్రాంచైజ్‌లు, ఈ కామర్స్,

సాంకేతికత, సిండికేషన్లు, నిధులు, రియల్టీల, సేకరణలు, క్రిప్టోకరెన్సీలు (ఎలక్ట్రానిక్గా సృష్టించి నిల్వ చేసిన డిజిటల్ కరెన్సీ) ఇంకా ఎన్నో... చదివేను.

క్లుప్తంగా చెప్పాలంటే నేను నిపుణుడిగా, పరిజ్ఞానం కలిగినవాడిగా నిలబడగలిగి, నా ప్రమాణాలని పరీక్షించ గలిగి పెట్టుబడి లావాదేవీలు ఎంచుకునేటప్పుడు నా స్థితి స్థిరంగా వుండాలనేది నా కోరిక.

నేను మొదట పెట్టుబడి పెట్టినప్పుడు, నా ప్రామాణికాలు నాకు తెలియవు. నేను లావాదేవీలను వ్యక్తిగతంగా పరిగణించేవాడిని – 'ఇది అర్థవంతంగా వుంది, ఇది సరియైనది కావచ్చు ఇలా... అయితే చాలాకాలంపాటు నన్ను నేను విద్యావంతున్ని చేసుకున్నాక, నేను ఎంచుకున్న పెట్టుబడులను విశ్లేషించిన తరువాత ఇప్పుడు కనపడుతున్న ప్రామాణికాలు పుట్టుకువచ్చి నాకు తెలియకుండానే, స్థిరమైన నిర్ణయాలు తీసుకునేలా, నా పనిని సులభతరం చేసాయి.

మౌలికమైన విలువలు

నేను మధ్యతరగతి వాతావరణంలో పెరిగాను. నా తల్లితండ్రులు అద్భుతమైన క్రైస్తవులు. కుటుంబంలో వారు విశ్వసనీయత, సమగ్రత మొదలైన విలువలు వుండేటట్లు చూసారు. నా ఎదుగుదల కొన్ని విలువలు మీద ఆధారపడింది.

మా అమ్మ ఫుల్–టైం సెక్రెటరీగా మేము వెడుతూ వుండే ఒక చర్చిలో $27,000 నుండి $30,000 వరకు సంపాదిస్తూ వుండేది. ఒక సంభాషణా చాతుర్యంకల వ్యక్తిగా ఆమె, ముందుగా జనులతో కలిసిపోయేది. ఆవిడ నాకు ఎలా బలమైన సంబంధాలు కలిగి వుండాలో, సమస్యను నేరుగా ఎలా పరిగణించాలో, అలా చేస్తునే మంచి సంబంధబాంధవ్యాలు ఎలా కలిగి వుండాలో నేర్పింది.

నా తండ్రి అమ్మకాలతో నిమగ్నమై, నా చిన్నప్పుడు కార్లు, పరికరాలు అమ్మకం చేస్తుండేవాడు. పనిని గురించి ముఖ్యమైన విలువలు ఆయన దగ్గర నుండి నేర్చుకున్నాను. ఆయన సుదీర్ఘంగా సుమారు ప్రొద్దునే 7 గంటల నుండి రాత్రి 9 గంటల వరకు, వారానికి ఆరు రోజులు పనిచేస్తుండేవాడు. ఏడో రోజు మాత్రం కొద్దిగా తక్కువసేపు పని చేస్తుండేవాడు. నాకు అంతకన్నా ఏదో కొద్దిగా మెరుగైన జీవితం అందించి నేను ఇంత కష్టపడకూడదని ఆయన కోరిక. ఆయన ఉదాహరణే నా విజయానికి బాట వేసింది. ఆయన

పని నియమాలు నేను పనిచేసే శైలికి పునాదిగా నిలిచాయి. లక్ష్యాలను ఏర్పరుచుకోవడం కూడా నా తండ్రి నాకు బోధించారు. నేను ఆయన తన లక్ష్యాలను సాధించడానికి ఎంత కష్టపడేవారో గమనించాను. ఆయన తన నెలవారి లక్ష్యాలను, తను అనుకున్న కోటాని చేరుకునేటందుకు ఉపయోగించుకుని తన బోనస్లను ఆర్జించుకునేవాడు. ఆయన లక్ష్యాలను నాతో పంచుకుని, అవి ఎలా ప్రణాళికలుగా మారి సాధ్యతరంగా మారెవో వివరించేవాడు. ఆయన లక్ష్యాలను ఎలా ఏర్పరుచుకోవాలో, వాటిని ఎలా సాధించాలో నేర్పించారు.

నా కుటుంబంలోని ఇతర వ్యక్తుల యొక్క విలువలు కూడా నాపై ప్రభావం చూపాయి. నా చిన్న సోదరుడు సైన్యంలో చేరి పద్దెమిది ఏళ్ళు మొదలుగా ఏడేళ్ళపాటు విదేశీయానాలు, పని నిమిత్తం చేస్తూ గర్వంగా దేశానికి సేవ చేసాడు. అతని దగ్గర నుండి చాలా నేర్చుకుని ఆలోచనా విధానాన్ని క్రమశిక్షణని, ధైర్యాన్నీ పొందాను.

కార్యాచరణ నీతి

నేను ఏడవ తరగతిలో వుండగా నా తల్లిదండ్రులని డబ్బు అడిగినట్లు గుర్తు. వారి సమాధానం "నీకు ఉద్యోగం అవసరం. నీ ఆదాయానికి మార్గాలు మేము కాకూడదు" అందుకని నేను ఇంటి-ఇంటికి వార్తాపత్రికలు అమ్మడం మొదలు పెట్టాను. నాకు కూడా మా తండ్రికి వున్నట్లే బోనస్ పద్ధతి వుండేది- ఒక పరిధికి మించిన అమ్మకం చేస్తే బోనస్ నాకు వచ్చేది. అక్కడికి చేరుకోవడానికి రోజువారి అమ్మకాలను అధిగమించి, నా లక్ష్యాన్ని చేరుకోవడానికి అధిక శ్రమ పడ్డాను.

మొదట్లో చాలా నిరాదరణని ఎదుర్కొన్నాను. అమ్మకాలలోని వారు ఒక అంగీకారానికి ముందు అనేక నిరాకరణలని ఎదుర్కోవలసి వస్తుంది. క్రమంగా నేను ఈ నిరాకరణని వ్యక్తిగతంగా తీసుకోవడం మానేసాను. నేను హైస్కూల్ చివరికి వచ్చేసరికి, నేను ఒక ఉన్నతమైన అమ్మకం దారునిగా గుర్తింపు పొందాను. కాలాన్ని బట్టి, ప్రతీ సాయంత్రం నాలుగైదు గంటలపాటు, వారంలో మూడు, నాలుగు దినాలు పనిచేస్తూ, $ 250 నుండి $ 500 వరకు గడించేవాడిని. ఖర్చు పెట్టుకునేటందుకు, ప్రయాణాలకి, సరదాలకి,

నా స్నేహితులతో గడిపేటందుకు డబ్బులు కలిగి వుండటం ఆనందంగా వుండేది.

నేను ఎంత డబ్బు సంపాదిస్తున్నానో అనే ఆసక్తి, నా స్నేహితులలో వుండటంచేత వారిలో చాలామందిని నేను నాతోబాటు పనిచేసేటందుకు నియమించుకున్నాను. అతిత్వరలో నేను నా కొరకు చందాలు అమ్మే ఒక చిన్న సమూహానికి నాయకునిగా ఫలితాల రుచిమరిగాను. మొదట్లో అది కష్టంగానే వుండి, అందరికి అమ్మకాలు సాధ్యంకాదన్న సహజమైన సిద్ధాంతాన్ని తెలుసుకున్నాను. కాలక్రమేణ, ఎలా అయితేనేం, నేను తెలివైన, కష్టపడే వ్యక్తులని నియమించుకుని, నా పర్యవేక్షణలో అమ్మకం చేసే జట్టుని ఏర్పరుచుకున్నాను.

నా అమ్మకాల స్థాయి ఎంత విజయవంతంగా ముందుకు సాగిందంటే నా విజయ రహస్యాన్ని వ్రాతపూర్వకముగా ఇతరులతో పంచుకోమని తద్వారా వారికి విజయం లభించేటట్లు చేయమని నా పై అధికారి నన్ను ఆదేశించాడు. అప్పుడు నా మొదటి అమ్మకాల వ్రాతప్రతి, నా జట్టులోని క్రొత్త సభ్యులందరికి అందజేసి శిక్షణ నిచ్చేవాడిని. వాటిలో కొన్ని అంశాలను, అంటే స్కాలర్షిప్పుల ఆర్జించి పెట్టే అమ్మకాల లక్ష్యాలాంటివి, క్లిప్ బోర్డులపై లామినేట్ చేసిపెట్టేవారము. ఒకసారి నా జట్టు నా భాషను వ్రాతప్రతిని ఉపయోగించుకుని అమ్మకాలను పెంచుకున్న తరువాత మా మధ్య పోటీ పెరిగింది. అయినా కూడా, చాలారోజులు వారి నధిగమించే మార్గం నా దగ్గర క్రొత్తగా వుండేది (లైఫ్ స్టైల్ ఇన్వెస్టర్.కామ్/గిఫ్ట్ లో మచ్చుకి ఒక అమ్మకాల వ్రాతప్రతిని చూడవచ్చు).

పోటీ పరుగు

నా పనిలోలాగానే ఖాళీ సమయాలలో చేసే పనులలో కూడా పోటీ తత్వం కొనసాగించేవాడిని. నేను ఇంతకు పూర్వం చేయనిది సాధిస్తున్నాననిన ఆలోచన, ధనం లేదా ఇతర బాహ్యామైన బహుమతులకంటే అదే ప్రేరణగా తోచేది. నా ఆసక్తియే నా శిక్షణకు మూలం. ఒక లక్ష్యాన్ని పెట్టుకుని, సాధించుకుని, నాకు సాధ్యమైనంత నేను సాధించానన్న భావనని నేను ప్రేమిస్తాను.

ఆసక్తి మిమ్మల్ని శిక్షణ వైపు మళ్ళించే ముఖ్యాంశము

నేను ప్రేమించే ఆటలకు ప్రణాళిక ఆధారం. అదృష్టం కాదు. పేకాటలయిన హార్ట్స్, స్పేడ్స్, యుక (euchre) జిన్, రమ్మీ, బ్లాక్ జాక్, పోకర్ మరియు రేస్‌హార్స్ కనస్ట మొదలుగగొని బోర్డు ఆటలయిన క్లూ, రిస్క్ మరియు స్ట్రాటిగో మొదలుగగొనిన వీడియో ఆటలయిన మేజ్ క్రేజ్ ఆన్ అటారీ, జెల్డ, మరియు మారియో బ్రోస్ వరకు నా పోటీ తత్వం నాకు ఉపయోగపడుతుంది.

పోటీ తత్వం గల క్రీడలు అన్నీ నా విజయ కాంక్షని ప్రభావితం చేసి నేను శ్రమించే తత్వం కలిగి వుండేలా తోడ్పడ్డాయి. నాకు ఆరు లేదా ఏడు సంవత్సరాలు వచ్చేటప్పటికి నేను అందుబాటులో వున్న ప్రతీ యువ క్రీడలోను, ముఖ్యంగా బేస్‌బాల్, సాకర్ లాంటి వాటిల్లో పాల్గొని, కొద్దిగా వాలీబాల్ మరియు బాస్కెట్ బాల్ కూడా ఆడేవాడిని. నిష్ణాతుడై వుండడం కాదు ముఖ్యం. నేను రాణించని క్రీడని కృషితోను, విద్యతోను, క్రీడ యొక్క దృక్కోణాలను అర్థం చేసుకుని వుండడంలో అటుపైన సాధన చేసి ఆడడంలోను కృషి చేసి విజయం వైపుకు తీసుకుని వెళ్ళాను.

నాకు జట్టు యొక్క సాంగత్యం ఇష్టం, కాని ఓడిపోవడం అనేది ఇష్టం లేదు. చాలా బాధాకరమైన జ్ఞాపకం నా యౌవ్వనంలోనిది ఏదంటే నేను బేస్ బాల్‌లో ఔటు కావడం జరిగినప్పుడల్లా నేను ఏడ్వడం. నేను కళ్ళలో నీళ్ళతో వెనుతిరిగేవాణ్ణి. మొట్టమొదట, నేనెందుకు ఏడ్చానో ఖచ్చితంగా చెప్పలేకపోయినా, తరువాత అర్థం చేసుకున్నాను నేను నా జట్టు వారికి నష్టం కలిగించినందుకు బాధపడ్డాను. అది నాకెన్నటికి ఇష్టం లేదు.

కుటుంబ నేపథ్యం

నేను ఒక భర్తను, తండ్రిని కూడా. నేను నా భార్య కుటుంబం పెంచుకోదలచినప్పుడు కాలాన్ని వ్యాపార దృష్టితో చూడదలచుకోలేదు. నేను నా కూతురి జీవితంలో ప్రతీ ముఖ్యమైన ఘటన అంటే ప్రతీ ఆట, పాట అన్నిటిలోను భాగస్తునిగా నిలబడదలచు కున్నాను. నా కూతురు కొంచెం ఎదిగిన తరువాత, సంబంధ బాంధ వ్యాలు చెడకుండా పని చేయడాన్ని ఎంచుకున్నాను. నాకు నా కుటుంబానికి జీవనశైలి నెంచుకునే

కష్టించే సమయంలో కష్టపడండి కాని సంబంధ బాంధవ్యాలు పణంగా పెట్టికాదు

స్వేచ్ఛ నిచ్చే జీవితాన్ని నేను అందించదలచుకున్నాను, అదే చేసాను. నా నలభైవ పుట్టినరోజుకి ముందు 21 నెలల కాలంలో, నాకూ, నా భార్యకి ఉద్యోగం వదిలి వేసినా, నిష్క్రియ ఆదాయాన్ని (Passive Income) గడించిపెట్టే పెట్టుబడులు నాకు ఉన్నాయి. నేన సుమారు వంద కంపెనీలతో చర్చలు జరిపి నా ఆదాయాన్ని ఏనిమిది అంకెల స్థాయిలో నిలబెట్టి, రెండేళ్ళలో కుటుంబ ప్రాముఖ్యత ఆధారిత జీవనశైలిని నిర్మించుకోగలిగేను. రెండేళ్ళ తరువాత నా ఆదాయాన్ని రెట్టింపు చేసుకోగలిగేను.

పెట్టుబడియే జీవనశైలిగాగల కార్యక్రమములు

నేను తక్కువ నష్టంతో నగదు చెలామణి అనే పెట్టుబడి నియమాలను క్షుణ్ణంగా అవగాహన చేసుకున్నాను. ఇక నేను నా అనుభవాలను, ప్రణాళికలను ప్రపంచం లోని వ్యాపారవేత్తలు, కార్యనిర్వాహకులతోనూ పంచుకుంటాను. ఈ పుస్తకంలో, నేను నిష్క్రియ ఆదాయాన్ని, చెప్పుకోదగిన ఆస్తిని సృజించుకునే నియమాలను పంచుకుంటూ దైనందిన ఉద్యోగం నుండి స్వేచ్ఛను ఎలా పొందాలో విశదీకరిస్తాను.

నేను చేసాను, చాలామంది నా స్నేహితులు, ఖాతాదారులు చేసారు, మీరు కూడా చేయడానికి దిశానిర్దేశికత్వం చేయగలను. మీరు మీ పెట్టుబడి రంగంలో ఏ స్థాయిలో వున్నా సరే నా పెట్టుబడి పంథా, ఏ అవరోధం లేకుండా నగదు సృజించుకునే మార్గాలు నా కార్యక్రమాల్లో నిండి వుంటాయి. వివరాల కొరకు *Lifestyleinvestor.com/gift* లోకి వెళ్ళండి.

ఆర్థిక స్వాతంత్ర్యానికి మీ బాటను కనుక్కోండి

"మా ఓటమిని నా తండ్రి ప్రోత్సహించాడు... నా దృక్పథాన్ని అది చాలా చిన్న వయస్సులో మార్చి, ఓటమి అంతిమంకాదని, ప్రయత్నించకపోవడమే ఓటమి అని తెలిపింది. ఓడిపోవడానికి భయపడకండి."

– సారా బ్లేక్‌లీ

చాలాకాలంగా నేను మనుష్యుల ఆలోచనా సరళిని చదివాను – వారిలో చలనం ఎలా కలుగుతుంది, వారు జీవితంలో ఆశించినదేమిటి అని. ఆ సందర్భంలో నాకు ఏమి కావాలో అర్థం చేసుకునే స్థాయికి చేరుకున్నాను. అది చాలా అవసరం ఎందుకంటే ఇతరులు ఏం కోరుకుంటారో అది ఖచ్చితంగా నాకు సరిపోకపోవచ్చు. నేను అంతిమంగా కోరుకునేదేమిటో నేను స్పష్టంగా తెలుసుకుని, నేను మార్చుకోలేని వాటిపట్ల నిర్దిష్టంగా వుంటే, నా ఆర్థిక ఒనరులని నిర్వహించుకోవడం ఒక ఆటలా వుంటుంది. ఆడగలిగే స్వేచ్ఛ నా చేతిలో వుంటుంది. ఒకసారి ఆ స్థాయికి చేరుకున్నాక, మీరు కూడా ఆడుకోవచ్చు. పెట్టుబడియే జీవనశైలిగాగలవానిగా మీరు మారాలంటే, విజయవంతమైన నగదు చెలామణి పెట్టుబడిగాగల జీవనశైలిని అభివృద్ధి చేసుకోవాలంటే, జీవనశైలి ఏవిధంగా వుండాలో మీరు నిర్ణయించుకోండి. జీవితంలో మీకు ఏం కావాలి? మీకు అది ఎందుకు కావాలి? మీరు ఈ ప్రశ్నలకు ఎలా సమాధానం ఇస్తారో దాని ఆధారంగా

ఆర్థిక స్వాతంత్ర్యం దిశగా వున్న మూడు దశలను దాటటానికి మిమ్మల్ని అది సన్నద్ధులని చేస్తుంది.

ఆర్థిక స్వాతంత్ర్యం

ఆర్థిక స్వాతంత్ర్యంలో విభిన్న దశలుంటాయి. ప్రతీదశ ముఖ్యమైనదే. మీరు నిజంగా కోరుకునే జీవితానికి బాట వేయడానికి ఉపందించేది.

మొదటి దశ: మీ కనీస అవసరాలకి తగిన ఖర్చులు భరించగలుగుట.
రెండవ దశ: మీ వర్తమాన జీవనశైలి కొనసాగించగలగటం.
మూడవ దశ: మీరు కలలుకన్న జీవితాన్ని జీవించడం.

ఈ దశలను ఎలా దాటతారో మీ యిష్టం. ఈ పుస్తకం ఒక పెట్టుబడియే జీవనశైలిగాగలవానిగా, దానిని ఎలా చేయాలో చెప్పుతుంది. 1 మరియు 2 దశలు అంటే ఒక వ్యక్తి రోజువారి జీవితానికి మౌలికదశలు మూడవ దశ వరకు సాగడానికి, ఎలాగయినా మీరు ఇప్పుడు మీకున్న ఆలోచనా సరళిని ఎదుర్కొనాలి, మార్చుకోవాలి. అలా మార్చకున్న ఆలోచనాశైలి మీరు పెట్టుబడులు దిశగా చూస్తున్నప్పుడు పరిధులు నిలుపుతుంది, డబ్బుకి మీరిచ్చే విలువ మీద కూడా పరిధులు నిలుపుతుంది. పైగా డబ్బు మీ జీవితాన్ని ఎలా ప్రభావితం చేస్తుందో దానిపై కూడా పరిధులు నిలుపుతుంది. మూడవదశలో మీ జీవితాన్ని మీ నెలసరి రాబడి ఆధారంగా చేసుకుని మీకు సానుకూల పద్ధతిలో జీవిస్తారు, సంవత్సర రాబడి మీద ఆధారపడి కాదు. ఆర్థిక స్వాతంత్ర్యం మీ కిష్టం లేని పనుల చేయకుండా, మీ కిష్టమైన పనులకు పూనుకునే స్వాతంత్ర్యాన్ని ఇస్తుంది.

మీ జీవితాన్ని మీకు నచ్చిన రీతిలో తీర్చిదిద్దుకుని, మీకిష్టమైన ప్రామాణికాలతో జీవించవచ్చును. డబ్బు మీకున్న అన్ని సమస్యలు తీర్చకపోయినా ఆర్థికపరమైనవి తీరుస్తుంది.

మీరు ఈ దశకి చేరుకున్నాక పూర్తి మార్పు నమూనాని చవి చూస్తారు. మీ ఆలోచనా సరళి కొరతల నుండి సమృద్ధి వైపు కదులుతుంది. మీరు డబ్బుని దక్కించుకుని, మితంగా వాడు కోవడానికి బదులుగా మీ లక్ష్యాలను

వస్తువుల పట్ల మీ దృష్టి మారితే, మీరు చూస్తున్న వస్తువులు మారిపోతాయి – వేన్ డైయిర్

సాధించిపెట్టే పరికరంగా గ్రహిస్తారు. ఈ దశలో మీకు అర్థమయ్యేదేమిటంటే కొరత మనస్తత్వం కలిగి వుండడం సరియైనదే అయినా సమృద్ధి ఆలోచనా సరళి ఇంకా అర్ధవంతమైనదని.

నగదు ప్రవాహ (చెలామణి) పెట్టుబడి

చాలామంది ప్రజలు వ్యాపారాలలో పెట్టుబడి పెట్టి, ఎవరికో సున్నా శాతం వడ్డీతో అప్పును ఇచ్చి, నిర్థిష్టకాలానికి కాకుండా ప్రభావవంతంగా పెట్టుబడి పెడతారు. ఇలా చేసినప్పుడు, దానికి బదులుగా ఈక్విటీని కొని, ఏదో ఒక రోజున అప్పుగా ఇచ్చిన నగదు తిరిగి వస్తుందని భావిస్తుంటారు. పెట్టుబడి వైపు మళ్ళడం అంటే ఒక విధమైన జూదం లాంటిది అన్న మాట. ఒక వివేకవంతమైన ఒప్పందం లోనికి రావాలంటే దానికి తగిన జ్ఞానం వుంటేనే, అది పెట్టుబడిగా పరిగణింపబడుతుంది. అలా కాకపోతే, పాచిక త్రిప్పుతూ సరియైన సంఖ్య కోసం ఎదురుచూస్తున్నట్లే. మీకు పెట్టుబడి రంగంలోకి ప్రవేశించే అవకాశం వుండి వుండచ్చును. అయితే మీకు ఆర్థిక స్వాతంత్ర్యాన్ని అందించలేని, లేదా వచ్చే ఆదాయం తక్కువగా వున్నట్లయితే లేదా మీకు తిరుగు ఆదాయం మళ్ళీ పది నుండి ఇరవై సంవత్సరాలకి పొందేటట్లు వున్నట్లయితే అది తెలివైన పెట్టుబడి కాదు. నా పుస్తక లక్ష్యం నగదు చెలామణి లేదా ప్రవాహం కాదు. నా పుస్తక లక్ష్యం నగదు చెలామణి లేదా ప్రవాహం సృజించేటందుకు ఉపయోగపడడం. నేను నా పెట్టుబడి యొక్క అసలు మొత్తం తిరిగి పొందాలని ఆశించడమే కాకుండా, దాని నుండి నగదు ఎంత వీలయితే అంత తొందరగా పొందడానికి చూస్తాను.

చాలామందికి డబ్బును గూర్చి ఆలోచనా సరళి సరిగా వుండదు. వారు గందరగోళంగా వుండి, అలా వున్నామని గ్రహిస్తారు, లేదా వారు గందరగోళంలో వున్నామనే విషయాన్నే తెలుసుకొనలేకుండా కూడా వుంటారు.

నగదు ప్రవాహ పెట్టుబడి అనగా నగదు క్రమబద్ధంగా వస్తూ వుంటుంది. అది నెలసరిగా కావచ్చు, మూడు నెలలకొకసారిగా కావచ్చు లేదా ఇంకే విధమైన క్రమబద్ధమైన కాలంలో కావచ్చు. లక్ష్యం ఏమిటంటే అది ఒక ప్రవాహంలా నిలకడగా వస్తూవుంటే మీరు దాని మీద ఆధారపడి

జీవించవచ్చు. నిష్క్రియ ఆదాయం అనగా, మన వృత్తి మీద ఆధారపడి కాకుండా మన ఆస్తుల మీద ఆధారపడి వచ్చే డబ్బు. దానికి మీ సమయం లేదా ఇతరుల సమయం తంచనుగా వెచ్చించనవసరం లేదని చెప్పవచ్చు.

నా లక్ష్యం ఒక నెలలోపున నగదు చెలామణి జరగాలి. కొన్ని పెట్టుబడుల విషయంలో అది సాధ్యపడేది కాదు. మొదటి ఆదాయం వచ్చేసరికి మూడు నెలల కాలం పట్టవచ్చు లేదా ఇంకా ఎక్కువ పట్టవచ్చు. అయితే కొత్త పెట్టుబడుల విషయంలో వెంటనే కొంత నగదు ముట్టేటట్లు చూసుకోవడం సరియైనది.

నా అంతిమ లక్ష్యం, నా ప్రతీ ఒక్క పెట్టుబడి, దానికై తాకట్టు పెట్టిన వస్తువుల మీద ఆధారపడి వుంటుంది – దాని అర్థం ఏమిటంటే పెట్టుబడిగా పెట్టబడిన నా అసలు మొత్తం ఎంత సురక్షితంగా వుంది అన్న దాని మీద ఆధారపడి వుంటుంది. ఇంకా, నేను దానిని పెట్టుబడిగా పెట్టిన కాలంలో దాని మీద ఎంత ఆదాయం పొందుతున్నాను అన్న దానిమీద కూడా ఆధారపడి వుంటుంది. నా ఆదాయం హెచ్చుగా వుంటే, నా అసలు మొత్తాన్ని పెట్టుబడిగా ఉంచేయ్యడంలో నాకు అభ్యంతరం వుండబోదు. ఎందుకంటే దాని మీద మంచి ఆదాయం వస్తోంది గనుక. చాలా సమయం నేను నా అసలు మొత్తం ఎంత వీలయితే అంత త్వరగా తిరిగి పొందడానికి చూస్తాను, ఎందుకంటే నా ఈక్విటీ స్థాయి అలాగే వుంటుంది, నా ప్రారంబ అసలు మొత్తం పొందినా కాని. మిగతా వ్యవహారాల్లో పెట్టుబడిగా పెట్టడానికి నాకు అసలు మొత్తం తిరిగి మళ్ళీ కావాలి.

నాకు సంబంధించినంతవరకు ఒక ఆదర్శవంతమైన సంఘటన ఏమిటంటే నాకు నా అసలు మొత్తం ఒకటి లేదా రెండు ఏళ్ళలో కట్టివేయబడాలి. కొన్ని రియల్ ఎస్టేట్ పెట్టుబడులు ఇంత త్వరితంగా అసలు మొత్తాన్ని తిరిగి యివ్వలేకపోవచ్చు, కాని ఒక మూడేళ్ళకాలంలో అది జరుగవచ్చు. ఆ విధమైన కాల నిబంధన నాకు సమ్మతమేకాని అంతకన్నా ఎక్కువ కాదు. రియల్ఎస్టేట్ మరియు ఋణ పెట్టుబడులు రెండూ నాకిష్టమైనవి. వాటిని గురించి ఇక్కడ ప్రస్తావించి సవిస్తారంగా తరువాత వివరిస్తాను.

రియల్ ఎస్టేట్ పెట్టుబడి

రియల్ ఎస్టేట్ పెట్టుబడి పెట్టేటప్పుడు స్థలం, నిర్మాణాన్ని పరిశీలించడం ముఖ్యం. మంచి పరిసరాల్లో వున్న స్థలం వలన నష్టం తక్కువగా వుంటుంది.

ఉదాహరణకి ఉద్యోగావకాశాలు కల్పించే ఒక్క యజమాని వున్న పట్టణంలో మీరు పెట్టుబడిదారుడుగా వుండడానికి ఇష్టపడరు. ఆ యజమాని వ్యాపారం నుండి వైదొలగినప్పుడు ఆ పట్టణమంతా ఇబ్బందిపడుతుంది. పట్టణమంతా ఇబ్బంది నెదుర్కొన్నప్పుడు రియల్ ఎస్టేట్ తక్కువ విలువగలిగియుండి, అటు అమ్మకానికి కుదరక, వుంచుకోడానికి కుదరక ఇబ్బందిపెడుతుంది.

నేను పెద్ద నగరాలలో ఎక్కువ జనాభ వున్నచోటు, బలమైన ఆర్థికాభివృద్ధి వున్న చోట పెట్టుబడి పెట్టడానికి మొగ్గు చూపుతాను. నేను అక్కడ ఎక్కువమంది నివాసముండడానికి వున్న ముఖ్య సూచనలను గమనిస్తాను అంటే ఉద్యోగావకాశాలిచ్చే యజమానులున్న సంస్థలోగాని, మంచి వైద్య సంస్థలు అందించగలవారుగాని, మంచి విద్యాసంస్థలు, విశ్వవిద్యాలయాలుగాని నెలకొని, అందుబాటులో వుండడం చూస్తాను.

మీరు మీ రియల్ ఎస్టేట్ పెట్టుబడులు నిర్మించుకునే విధానం కూడా చాలా ముఖ్యమైది. రాబడుల కొరకు అవకాశాలెక్కువ వున్న ఒప్పందాన్ని కొరకు చూడండి. ఉదాహరణకి, మీరు 'ఎస్సెట్ క్లాసెస్' కు చెందిన దాంట్లో పెట్టుబడి పెట్టేరనుకోండి అంటే ఒకే విధంగా పనిచేస్తూ ఒకే విధమైన మార్కెట్టు శక్తులకు లోబడి వుండిన పెట్టుబడుల సమూహంలో మీరు పెట్టుబడి పెడితే, అది మీకు ఒక దీర్ఘకాలిక ఈక్విటీని పొందే అవకాశాన్ని ఇస్తూనే నగదు ప్రవాహాన్ని సృజించే అవకాశాన్ని కూడా ఇస్తుంది, ఒక విధమైన 'మొగ్గు చూపే రాబడి' (Preferred return) ని ఇస్తుంది. 'మొగ్గు చూపే రాబడి' (Preferred return) అంటే లాభాల పంపకం సాధారణ భాగస్వాములకు పంచే ముందరే పెట్టుబడిదారులకు చెల్లించేది. సాధారణ భాగస్వాములు దైనందిన కార్యక్రమాల్లో వచ్చిన లాభాలన్నిటిని పొందుతారు. వారికంటే ముందుగా పెట్టుబడిదారులు పొందుతారు కాబట్టి మీకు నగదు ప్రవాహం వెనువెంటనే జరుగుతుంది.

అదీకాక, మీరు అసలు మొత్తం తిరిగి త్వరగా వచ్చే ఆస్తులలో పెట్టుబడి పెట్టాలనుకుంటారు అలా అయితేనే మీరు సరియైన ఈక్విటీ స్థానాన్ని నిలబెట్టుకోగలుగుతారు. ఈ విధంగా అసలు మొత్తం త్వరితంగా తిరిగి వచ్చి, దానితోబాటు నగదు చెలామణి జరుగుతున్నట్లయితే మీరు ఇతర పెట్టుబడులు పెట్టే అవకాశం, ఎక్కువ ఈక్విటీ స్థానాలు చేజిక్కించుకునే అవకాశం మరియు అదనంగా నగదు ప్రవాహ మూలాలు సృజించుకునే అవకాశం కలిగి వుంటారు.

ఋణ పెట్టుబడి

నాకు తాకట్టుతో కూడుకున్న ఋణ పెట్టుబడులంటే చాలా యిష్టం. అవి చాలా ఎక్కువ వడ్డీరేటు కలిగి వుండి నెలసరి నగదు చెలామణి కలిగి వుంటాయి. సాధారణంగా ఇటువంటి పెట్టుబడిలో ఒక 'కిక్కర్'ని వాడుకోవచ్చు. 'కిక్కర్' అనగా ఒక అదనపు ప్రోత్సాహకం; సాధారణంగా ఇది ఒప్పందం ప్రకారం ఉచితంగానే పొందవచ్చు. అదనపు ప్రోత్సాహకాలతో కూడుకున్న కిక్కర్‌ల ఉదాహరణలు:

- ఈక్విటీ: ఒక ఆస్తిలో కొంత శాతం వాటా.
- వారెంట్: భవిష్యత్తులో ఈక్విటీని ముందుగా నిర్ణయించిన ధరకే కొనే వెసులుబాటు.
- రాబడి వాటా: మొత్తం రాబడిలో కొంత శాతం చెల్లించడం.
- లాభాల వడ్డీ: భవిష్యత్తులో కంపెనీ విలువ మీద ఆధారపడిన ఈక్విటీ హక్కు.

చాలా రకాలుగా కిక్కర్‌ని సృష్టించవచ్చు. నేను సృజనాత్మకంగా వుంటూ, అనువైన రీతిలో వుంటూ, నాకూ, నా కుటుంబానికి సరిపోయే ఆలోచనలను యోచిస్తాను. ఈ 'కిక్కర్' లు మొదట్లో చిన్ని ప్రోత్సహకాలుగా కన్పిస్తాయి. కాని వీటిని కాలానుగుణంగా కలుపుకుంటూ పోతే ప్రభావం చాలానే వుంటుంది. మీరు కిక్కర్‌లను ఎంచుకుని వాటిని పరిగణనలోకి తీసుకుంటే ఒక పెట్టుబడిదారునిగా మీరు ఎలా నిలబడుతారంటే మీ ప్రతీ పెట్టుబడి తాలుకు డబ్బు మీకు వచ్చేసి, ఇంకా 'కిక్కర్'లను నిలబెట్టుకుంటూ మీరు కంపెనీ లేదా పెట్టుబడి యొక్క దీర్ఘకాలిక అభివృద్ధిలో భాగస్వాములు కావచ్చును. అన్నిటికంటే ముఖ్యం, మీకు ఆరంభంలో ప్రారంభించినప్పుడు ఈ 'కిక్కర్'లు ఏ ఖరీదు చేయవు.

ఈ అడుగులు మీ బాటను ఆర్థిక స్వాతంత్ర్యం వైపు మళ్లిస్తూ మీ ఆలోచనా సరళిని పరీక్షించుకుని, మీ పెట్టుబడులు తెలివిగా ఎంచుకునేటందుకు ఉపయోగపడతాయి.

పెట్టుబడి మీ జీవన విధానంగా వుండడానికి ప్రాథమిక సూత్రాలు, ప్రామాణికాలు

విజయవంతమైన జీవితానికి నా #1 మార్గదర్శక సూత్రం: సరియైనది చేయండి, సులభమైనది కాదు. ఎన్నుకోవడం జరిగే ప్రతీ క్షణంలోను, సులభమైన దాని ఎన్నుకోవడం కంటే సరియైన దానిని ఎంచుకోండి. ఇక మీరు విజేతలవడం తథ్యం.

–హాల్ ఎల్రాడ్

నేను పెట్టే పెట్టుబడుల వెనుక హాల్ ఎల్రాడ్ నాలుగు ప్రాథమిక సూత్రాలు మార్గదర్శకంగా నిలుస్తాయి. ఈ పుస్తకం రెండవ భాగంలో, నేను ఈ సూత్రాల ఆధారంగా ఏర్పరుచుకున్న 10 నిర్దేశిక సూత్రాలను వివరిస్తూ ఈ ప్రాథమిక సూత్రాలు ప్రతీ నిర్దేశిక సూత్రంతోను ఎలా అనుబంధం కలిగి వున్నాయో మీకు అవగతమయ్యేలా చేస్తాను. ఇక్కడ కేవలం, ప్రాథమిక సూత్రాన్ని, నిర్దేశిక సూత్రాన్ని పరిచయం చేస్తాను.

ప్రాథమిక సూత్రం 1: ఆలోచనాసరళి

మీ ఆలోచనాసరళి నిజమైన పెట్టుబడి. అలాగే మీ వ్యక్తిగత అభివృద్ధి కూడా. ఎవరూ మీ జ్ఞానాన్ని, విద్యని ఎత్తుకుపోలేరు. వారెన్ బఫెట్ నుండి బెంజమెన్

గ్రహెమ్, రేడాలియో, జాన్ టెంపెల్‌టన్, జార్జ్ సొరొస్, జాన్‌బోగ్లే- వీరందరూ ఆలోనాసరళిని పెంపొందించుకుని, భయాలను వీడి, అపురూపమైన వ్యక్తులుగా మార్గదర్శకులుగా మిగిలారు. మీ విషయంలో అదే నిజం కావచ్చు.

నేను నా నిరంతర అభ్యాసాన్ని పెట్టుబడిగా పెట్టాను. నేను సుమారు వంద పుస్తకాలను ఏడాదికాలంలో చదువడానికి యత్నిస్తాను. ఎందుకంటే నా ముఖ్యపత్రాల దొంతర (Portfolio) లో నేను నా ప్రస్తుత విద్య, వ్యక్తిగత అభివృద్ధి గూర్చి తెలియజేస్తాను. నా ఎంపికలు, నేను చదివిన పెట్టబడి మార్గదర్శక పుస్తకాల (Investment guides) మీద ఆధారపడిన నా ఆలోచనా సరళిపైన, ఆధారపడి వుంటుంది.

ప్రాథమిక సూత్రం 2: ఒప్పందం రూపకల్పన (స్ట్రక్చర్)

మీకు పెట్టుబడిపై రాబడి (return on investment) ప్రమాదం (రిస్క్)లేకుండా రెట్టింపు చేసుకునే విధానం ఎలాగో తెలుసుకోవాలనుందా? ఒప్పందం ఎలా ఏర్పాటు చేసుకోవాలో నేర్చుకోండి. రూపకల్పన అంటే ఒక ఒప్పందంలో ప్రత్యేకమైన పెట్టుబడి నిబంధనల మధ్యన వున్న సంబంధం.

నేను 'డీల్ స్ట్రక్చర్స్' (ఒప్పందం ఏర్పాట్లు) కి అలవాటు పడ్డాను. నేను పెట్టుబడి పెట్టే ప్రతీ ఒప్పందం నేను ఊహించగలిగేటంత, పునరావృతం అయ్యే నగదు ప్రవాహం ఉత్పత్తి చేయగలగాలి. అది నగదు ప్రవాహాన్ని (క్యాష్ ఫ్లో)ని ఈక్విటీని ఉత్పత్తి చేసి, దానితోబాటు త్వరితంగా అసలు మొత్తం తిరిగి వచ్చేటట్లు చేస్తుంది. రాబోయే అధ్యాయాలలో నేను 'స్ట్రాటజీ స్టాక్' అని పిలుచుకునే తక్కువ నష్టం వచ్చే భయంతో ఎక్కువ రాబడి పొందే విభిన్నమైన అస్పష్టదారుల యొక్క కలయికని సాధించడం గూర్చి తెలియజేస్తాను.

ప్రాథమిక సూత్రం 3: వడపోత (ఫిల్టర్)

మీరు దేని నుంచి, ఎంత వీలైనంత త్వరగా అయితే అంత త్వరగా వేరుపడాలని నిర్ణయించుకుంటారు? వడపోత! వడపోత అంటే పెట్టుబడి

అవకాశాలని తరచి చూడడం మరియు విడదీయడం. వడపోత పరికరాల నుపయోగించి పెట్టుబడులను పరీక్షించడం వలన అది కాలాన్ని, నైపుణ్యాన్ని కూడా ఆదా చేస్తుంది.

నేను చాలా అధునాతనమైన వడపోత సామాగ్రిని, నిర్ణయపు వృక్షాలను అభివృద్ధి చేసి, ఒక అవకాశం నాకనుగుణంగా వున్నదా, లేదా దానిని అందిపుచ్చుకోవాలా లేదా అన్నది నిర్ణయించుకుంటాను. ఈ వడపోత అందరికి 'కనిపించని లావాదేవీలను' (వీటిని గూర్చి తరువాత సవివరముగా...) కనిపెట్టగలిగేలా చేసి అధికంగా వుండడాన్ని తొలగించుతాయి. నా వడపోత సాధనాలు ఎంత బాగా వుంటే, అంతబాగా నేను మేలైన పెట్టుబడులను మూల్యాంకనం చేయగలను.

ప్రాథమిక సూత్రం 4: చర్చలు (నేగోషియేషన్)

చర్చలు, నా పెట్టుబడి ప్రణాళికలో ముఖ్య భూమిక వహిస్తాయి. అన్ని అవకాశాలు చర్చనీయమైనవే. చర్చలు అంటే ఘర్షణతో కూడుకున్నవో విరోధ భావంతో కూడకున్నవో కావు. కాబట్టి ఒక 'నిబంధనల పత్రం' మాత్రమే చివరి మాట కాదు.

నేను కనీసం 7 మిలియన్ విలువ అదనపు మొత్తం సృజించుకోగలిగాను. కేవలం ప్రత్యేకమైన, ఆసక్తికరమైన నిబంధనలు చర్చల ద్వారా సాధించుకోగలిగాను. నేను అదనపు సరుకు (స్టాక్), వారంట్లు, సలహాలకిచ్చే వాటాలు, ఇంకా ఇతరమైన నిబంధనలు వాటి ద్వారా నా ప్రణాళికలు అందుబాటులో వుంచుకుని తద్వారా ఫీజుని తగ్గించుకోవడం, కనీస పెట్టుబడిని తగ్గించకోవడంలాంటివి చేస్తుంటాను. నేను చర్చలు చేయడంలో లక్ష్యం – రెండువైపుల లాభసాటిగా వుండే నిబంధనలు కలిగి వుండడం. నేను చర్చలు జరిపిన రీతి చూసి, ఇదివరకు నాతో పని చేసిన కంపెనీలు, పెట్టుబడి బృందాలు నా దగ్గరకే ముందుగా వచ్చి వారి భవిష్యత్తులోని పెట్టుబడి అవసరాలను తీర్చుకుంటారు.

పెట్టుబడి జీవన విధానంగా గలవానికి చెప్పుకోదగిన పది పెట్టుబడి ప్రామాణికాలు

చాలా సంవత్సరాలుగా, నా సూత్రాలను, ప్రామాణికాలను, ప్రణాళికలను, పెట్టుబడి రహస్యాలను పంచుకుంటూ ఒక పుస్తకం వ్రాయమని స్నేహితులు కోరుతున్నారు. మొట్టమొదట, అవేమిటో నిజంగా తెలియలేదు, కాని నేను చేసుకున్న ఒప్పందాలు తరచి చూస్తే వాటిల్లో ఒక పద్ధతి, నేను పెట్టుబడి పెట్టడానికి పెట్టుకున్న ప్రామాణికాలను కనిపెట్టగలిగాను. రాబోయే అధ్యాయాలలో. నా పెట్టుబడులను ఉదహరిస్తూ వాటి వెనుక వున్న ప్రామాణికాన్ని తెలియజేస్తూ, మీరు ఎలా మీ పెట్టుబడులను వీటిలో ప్రతి ఒక్కదానిని ఉపయోగించుకుని చేయగలరో, తెలియజేస్తాను.

పెట్టుబడి మీ జీవన విధానంగా గలవానికి చెప్పుకోదగిన...పది పెట్టుబడి ప్రామాణికాలు

ప్రామాణికం 1: జీవనశైలి మొట్టమొదటిది

మీ పెట్టుబడి నిజంగా నిష్క్రియ ఆదాయమే అంతేకాని ఎంతో కొంత సమయం మీరు వ్యాపారం కోసం వెచ్చించడం కాదు. నిష్క్రియ ఆదాయం అనగా మీరు రంగంలో లేనప్పటికీ ఆదాయాన్ని పొందుతూ వుండడం.

ప్రామాణికం 2: నష్టం వచ్చే భయాన్ని తగ్గించుకోవడం

ఒప్పందం ఏర్పాటుని పరీక్షించుకుని, తద్వారా తక్కువ నష్టము వుండి, రాబడి ఎక్కువగా వుండేటట్లు చూసుకోవడం.

ప్రామాణికం 3: కనిపించని ఒప్పందాల కొరకు వెతకండి

నడుస్తున్న మార్కెట్టును, సంప్రదాయేతర పెట్టుబడి అవకాశాలు, వీటిలో క్రొత్తవి, విఘాతం కలిగించే సాంకేతిక పరిజ్ఞానం కలిగినవి లేదా మళ్ళీ మరోసారి అడుగుముందుకు వేస్తున్న కంపెనీలు కూడా వుంటాయి. వాటిని గమనించండి.

ప్రామాణికం 4: అసలు మొత్తం త్వరగా తిరిగి పొందండి

అసలు మొత్తం పెట్టుబడిగా పెట్టినదానిని ఒకటి, రెండు ఏళ్ళలో తిరిగి పొందగలరా? ఎంత త్వరగా అసలు మొత్తం పొందగలిగితే అంత త్వరగా పొంది, మళ్ళీ దానిని పెట్టుబడిగా మార్చితే, మీ పెట్టుబడుల పెరుగుదల ప్రారంభమౌతుంది.

ప్రామాణికం 5: వెంటనే నగదు ప్రవాహాన్ని (చెలామణి) సృజించండి

చర్చల ద్వారా మీరం నగదు చెలామణి నెలసరిగానో, మూడు నెలలకొకసారిగానో సాధించగలరా? ఎంత నగదు ప్రవాహం మీకు వుంటే, అంతగా మీరు మీ జీవనశైలికి తోడ్పడగలరు పైగా అదనపు పెట్టుబడులు కూడా చేయగలరు.

ప్రామాణికం 6: ఆదాయం విస్తరణకుపయోగపడే దానిని కనుగొనండి

మీరు మొగ్గు చూపే నిబంధనలు లేదా సైడ్‌కార్ ఒప్పందాల ద్వారా లాభం విస్తరించేటట్లు చర్చించండి.

ప్రామాణికం 7: ఒప్పందానికి అదనంగా వచ్చేటట్లు చూడండి

ఒప్పందం ద్వారా తక్కువ రిస్క్ (నష్టము) ఎక్కువ రాబడి, దీర్ఘకాలిక విలువ వుండేటట్లు దానికున్న ప్రోత్సాహకాలు, నిబంధనలను తరచి చూడండి.

ప్రామాణికం 8: అదనపు ఖర్చును తగ్గించండి

అనవసరపు ఫీజు తొలగించి అది మధ్యవర్తుల ద్వారాగాని, బ్యాంకుల ద్వారా లేదా ఇతర ఆర్థిక సంస్థల ద్వారా వచ్చినట్లైతే దానిని నివారించండి.

ప్రామాణికం 9: పరపతిని మీకనుగుణంగా వాడుకోండి

'నాన్-రికోర్స్' రుణాలు, పెట్టుబడిదారులను రక్షించడానికి మంచి ప్రణాళిక- ముఖ్యంగా ఆ పెట్టుబడి అంత లాభదాయకంగా లేనప్పుడు. ఒక్కోసారి ఒక ఆర్థిక సంస్థతో పనిచేయడం వలన వచ్చే ఉపయోగాలు, ఫీజుని సైతం అధిగమిస్తాయి.

ప్రామాణికం 10: పెట్టుబడిలోని ప్రతీ డాలరు, రాబడిని తెస్తుంది :

మీకు సహాయం, చేసేటందుకు ఉద్యోగస్తులను నియమించుకుంటే (అంటే చట్టపరమైన 'ట్యాక్స్' పరమైన, మరియు ఆర్థికపరమైన జట్టు; వారిని అవసరమైన ప్రశ్నలు వేస్తూ, మిమ్మల్ని మీరు అభివృద్ధి చేసుకోండి. వారు ఒక పనిని ఎందుకు చేస్తున్నారో, ఎందుకు దానినే మంచి పనిగా భావిస్తూ వున్నారో తెలుసుకోండి. అలా చేయడంలోని లక్ష్యం, మీరు వారిని నియమించుకున్నప్పటికంటే తెలివైనవారుగా నిలబడినారని తెలియజెప్పడం.

ఈ వివరాలను *Lifestyleinvestor.com/gift* నుండి ఉచిత ప్రతిని డౌన్‌లోడ్ చేసుకోండి.

పెట్టుబడులలో విజయవంతంగా నిలబడడానికి ముఖ్యకారణం, ప్రామాణికాలను కలిగి వుండడం - నా 10 ప్రామాణికాలులా - ఇవే మీ పెట్టుబడి నిర్ణయాలకు మార్గదర్శకంగా వుంటాయి. మీ ప్రామాణికాలు మిమ్మల్ని పూర్తిగా ఆలోచనల మీదే ఆధారపడి పెట్టుబడి పెట్టేలాగా, భావోద్వేగాలను లోబడి పెట్టుబడి పెట్టకుండా చేస్తాయి. బాగా ఆలోచించి ప్రామాణికాలను ఏర్పరుచుకొని, వాటిలో ప్రతీ ఒక్క ప్రామాణికానుగుణంగా మీ సంభావ్య పెట్టుబడులున్నట్లయితే, మీరు మంచి శక్తివంతమైన సంభావ్య పెట్టుబడి పెట్టినట్లు సూచన.

మీరు ఈ పుస్తకాన్ని చదవడం కొనసాగిస్తున్నప్పుడు మీకు నేను ఉదహరించిన పెట్టుబడులు నేను చెప్పిన ప్రామాణికాలకనుగుణంగా వున్నట్లు గ్రహిస్తారు. నేను ఈ విషయం ఎత్తి చూపను, కాని మీరు ఒక పెట్టుబడి ఎలా ఈ పది ప్రామాణికల కనుగుణంగా వుంటోందో గమనించడానికి పూనుకోండి.

పెట్టుబడి మీ జీవనశైలి విధానం ఎందుకు సమాధానంగా నిలుస్తుంది

"లక్ష్యం అదనపు డబ్బు పొందడం కాదు.
స్వయం నిబంధనల మీద జీవించడం లక్ష్యం."

– విల్ రోజర్స్

బహుశ మీరు మీ జీవితంలో సమృద్ధిగా వుండడం అన్నది మీ ఆలోచనా సరళి, ప్రవర్తన, క్రమశిక్షణ మరియు దృక్పథంతో ముడిపడి వుంటుందని, ఖచ్చితంగా మీ జేబులో వున్నదానితోనో, బ్యాంకు అకౌంట్ తోనో కాదని తెలుసుకునే స్థాయికి చేరుకుని వుంటారు. నా మౌలిక సూత్రాలైన 'పెట్టుబడియే జీవనశైలిగా గలవానికి పది ప్రామాణికాలు' తెలుసుకున్న తరువాత మీరు తదుపరి స్థాయిపై అడుగువేయవచ్చు.

నిజమైన స్వేచ్ఛ

నిజమైన స్వేచ్ఛను కోరుకుని ఈ పుస్తకాన్ని చదువుతున్నారనుకుంటున్నాను. ఉద్యోగం నుండి స్వేచ్ఛ, డబ్బుకోసం వ్యాపారం చేసే సమయం, జీవితాన్ని మీవైన నిబంధనలపై జీవించాలనుకొంటున్నారనుకుంటాను. ఎక్కువ ఎంపికకు తావు వుండేటట్లు, కోరుకున్నవి చేయగలిగేటట్లు, ఎలా, ఎప్పుడు మీరు చేయాలనుకుంటున్నారో అలా ఏ బంధనం లేకుండా వుండాలనుకుంటున్నారు అని అనుకుంటాను.

ఎప్పుడు కావాలంటే అప్పుడు, ఎంతసేపు కావాలంటే అంతసేపు విరామం తీసుకునే సామర్థ్యాన్ని కోరుకుంటున్నారు. మీరు మీ పిల్లలని మంచి విద్యాలయాలకు పంపి, మంచి నాణ్యతగల వస్తువులు అందించి, సెలవు దినాలలో ప్రపంచంలో ఎక్కడన్నా గడపగలిగి, మీ జీవిత భాగస్వామికి, ప్రేమించినవారికి 'దీని ఖరీదు ఎంత?' అని అడుగకుండా బహుమతుల కొనగలగడాన్ని కోరుకుంటున్నారు. ఇంకా ముఖ్యంగా మీరు ఎన్నటికి ఆర్థిక ఇబ్బందులు ఎదుర్కొని, "ఇది సరిపోదు" అని సరిపెట్టుకునే అనుభవాన్ని కోరుకోవట్లేదు.

మీరు ఒక పారిశ్రామికవేత్తగా మారి, సమయం మీకనుగుణంగా వాడుకునే అవకాశం కోసం, ఎవరి కొరకో కష్టించకుండా వుండడం కోసం, మీ వ్యాపారాన్ని ప్రారంభిస్తే, మీరు అనుకోకుండా మీ వ్యాపారానికీ బానిసయైనట్లు గమనిస్తారు. మీ ఖర్చులకు సరిపడ ఆర్జిస్తూ లేదా మీరు ఇప్పుడు వున్న జీవన శైలికి తోడ్పడుతూ వున్న వ్యాపారానికి బంధి అయిపోవచ్చును. మీరు నిజంగా యజమానియే కావచ్చు, కాని మీ వ్యాపారాన్ని మీరు కలిగి వుండడం ఒక విభిన్నమైన పోటీపరుగులోకి దించుతుంది. అది నిజంగా చెప్పుకోదగిన పోటీపరుగా? ఖచ్చితంగా, కాని అది కూడా పోటీపరుగే కాబట్టి మీ సమయాన్ని తినేస్తుంది. అన్నిటికంటే వినాశకారి ఏమిటంటే మీరు గుర్తించకుండానే మీ సమయాన్ని దోచేస్తుంది.

పెట్టుబడిదారునిగా ఎలా ఎదగాలి: స్పాంజీ లాగా వుండండి. మీకు చేతనైనదంతా నేర్చుకోండి, ఈ రోజు అమలులో పెట్టినదానికంటే, క్రొత్తవైన మరొకదానిని రేపు అమలులో పెట్టండి.

మీరు వేరొకరి వ్యాపారంలో ఉద్యోగిగా వున్నప్పుడు వచ్చే ఇబ్బందులు మీరు స్వయం వ్యాపారిగా మారినప్పుడు కూడా తలెత్తుతాయి. దురదృష్టవశాత్తు చాలామంది వ్యాపారులు దానిని ఆర్థిక స్వాతంత్ర్యానికి దారితీసే జీవనశైలిగా దీర్ఘకాలికమైనదిగా మార్చుకోరు. ఇదిగో శుభవార్త: మీ సమయాన్ని ఆదా చేసి మీ ఖర్చులకు సరితూగే మార్గం వుంది. ఒకసారి మీ ఖర్చుల పూడ్చుకున్నారంటే మీరు వ్యాపారంలో పైకి రాగలరు.

కదలికలనుసరిస్తూ వెళ్ళడం

మీరు వేరొకరి వ్యాపారంలో ఉద్యోగిగా వున్నప్పుడు, మీరు ఉద్యోగం తాలుకు ఒడుదుడుకులు, మీ కిష్టంలేకపోయినా ఎదుర్కొంటూ వుంటారు. ఎందుకంటే జీతం కోసం. ఇదిగో ఇక్కడే మీకొక శుభవార్త. మీ కట్టుబాట్ల పై మీరు జీవిస్తూ, మీకు శక్తిని, ఆసక్తిని, కదలికలని, ప్రాముఖ్యతని అందించే మార్గం ఒకటి వుంది. అప్పుడు మీరు ఇంకా తెల్లారకుండానే అలారం మోత విని లేవనక్కరలేదు, వేరొకరు సంపాదించుకోవడం కోసం మీకు ఏ మాత్రం నచ్చకపోయినా ట్రాఫిక్‌లో పరుగులు తీయనక్కరలేదు.

ప్రతీరోజు మీరు ఇతరులను సంపాదనాపరులుగా తీర్చిదిద్దడానికి మీకు స్వల్ప ప్రయోజమే వున్నా కూడా ఉద్యోగం చేస్తున్నారు. అన్నిటికన్నా చికాకైన పని ఏమిటంటే ఈ అవకాశం ఇచ్చినందుకు మీరు వారి పట్ల కృతజ్ఞతతో వుండాలి అని వారు ఆశిస్తారు. మీరు పన్నులు ఇతర బిల్లులు మొదలైనవి కట్టి మిగిలిన దానితో జీవనం సాగించాలి. నాకు ఇదంతా నా అనుభవంలోనిదే కనుక బాగా తెలుసు. మనలో చాలామంది ఈ విధమైన సంపాదనామార్గానికి వారి స్వభావానుసారంగానో అలవాటుగానో బంధీ అయి పోయారు. ఉద్యోగం, సంపాదన వారి నిబంధనలపైన, మీ నిబంధనల అనుసారంగా కాదు. ఇది ఒక నమూనా. దీని నుండి బయటపడడం మీరు ఊహించినదాని కంటే సులువు.

మీరు ఇష్టపడిన ఉద్యోగం మీకు వున్నట్లయితే, మీ పై అధికారితో మంచి సంబంధం కలిగి వున్నట్లయితే, 401 (K) ప్యాకేజ్ జీతం వున్నట్లయితే, మీకు శుభాభినందనలు, కనీసం ఈ క్షణం వరకూ అయినా అలా అనుకోవచ్చు. మీరు ఒక మోసకారి ఆటలో అసాధారణ భాగస్తులన్నమాట. మీలాంటి వారు తక్కువమంది వుంటారు. అయితే ఆ ఆటే మోసంతో కూడుకున్నది.

మీ ఖర్చులని పూడ్చుకోవడం మీరు ఊహించుకున్నంత కష్టం కాదు.

అంతులేని అవసరాలతో కూడిన జీవితం

నేనూ ఆ ఛిద్రమైన నమూనాలో జీవించేవాడిని. నేను అలారం పెట్టుకుని నా బాధ్యతలు నిర్వర్తించేటందుకు సరియైన సమయంలో లేచేవాడిని

సాధారణంగా ప్రొద్దునే 6 గంటలకు లేదా 7 గంటలకు మొట్టమొదట ఒక కాన్ఫరెన్స్ కాల్ మాట్లాడేవాడిని. అలా కానట్లయితే, నేను ఎవరితో పని జరిపించాలనుకున్నానో వారికి కబురు చేసి అంతా సక్రమంగా జరుగుతోందో, లేదోనని కనుక్కునేవాడిని. అదృష్టవశాత్తు, నేను ప్రతీరోజు కార్యాలయంలో వుండాల్సిన అవసరం లేకపోయేది. సాధారణంగా, నేను ప్రొద్దునే లేచి 'జిమ్' (వ్యాయామశాల) కి వెళ్ళేవాడిని ఎందుకంటే అదే సరియైన విధానం అని నాకు అనిపించేది.

ఆ జీవితం అంతా పరుగులాట, పరుగులాట.. నాకు ఆలోచించుకునే సమయం లేదు. ఒక్కటి తరువాత ఒక్కటి, సమావేశం తరువాత సమావేశం వీటితో మధ్యలో ఎక్కడా ఒత్తిడి తగ్గించుకునే మార్గం వుండేది కాదు. సక్రియాత్మకంగా వుండేటట్లు నేను నా రోజుని చూసుకున్నా కాని, చాలా సమయం సమస్యలకు ప్రతిస్పందిస్తూ, పరిష్కారం వెతుకుతూ కాలం గడిపేవాడిని. నిజానికి, అదే నా ఉద్యోగం కదా?

ఉద్యోగం తరువాత అలసిపోయి ఇల్లు చేరేవాడిని. ఉద్యోగపు ఒత్తిడులు తట్టుకుంటూ రాత్రి భోజనానికి ఇల్లు చేరడం కష్టంగా వుండేది. అయినా కాని నేను రాత్రి భోజనానికి కుటుంబంతో గడపడానికే మొగ్గు చూపేవాడిని అయితే నా మెదడు మీద ఉద్యోగం తాలూకు ఒత్తిడి చాలా వుండేది. నేను శాయశక్తుల ఇతర కార్యక్రమాలలో పాల్గొనేటందుకు ప్రయత్నించేవాడిని. నేను సంపాదన కోసం వాటిని పోగొట్టుకుంటున్నానని, ఇంకా చాలా చేయగల సమర్థుడనని, అనుకున్నంత సాధించలేకపోతున్నానని అనుకునేవాణ్ణి. ఎప్పుడైనా విరామం తీసుకున్నానంటే మర్నాడు పని రెట్టింపు అయ్యేది.

పెద్ద వ్యాపార విభాగం అనగానే అవసరాలు అనంతం – వారంలో, వారాంతంలో ప్రయాణాలు, బోర్డు సమావేశాలు, కాన్ఫరెన్స్‌లు, మూడు నెలల సమావేశాలు, వారంలో కాన్ఫరెన్స్ కాల్స్, జట్టు వేడుకలు, కార్యాలయాల చుట్టూ తిరగడం, ఇలా ఎన్నో తప్పనిసరి పనులు. ఈ అవసరాలు తగ్గుముఖం పట్టడం అనేది లేదు. అప్పుడే వేసవికాలం. నా భార్యకు బోధన నుండి విశ్రాంతి, నా కూతురికి స్కూలు సెలవులు. కాని ఆ సమయంలోనే నాకు తీరికలేనంత ఒత్తిడి. ఎప్పుడైతే నా కుటుంబం అందుబాటులో వుంది అనుకుంటే అప్పుడే నేను రోజుకి 10 గంటలు లేదా ఇంకా ఎక్కువసేపు వారంలో ఆరు రోజులపాటు పనిచేయాల్సి వచ్చేది. ఇంక ఆ చక్రం పరుగులు తీస్తూనే వుండేది.

అంత ఆదర్శవంతమైనవి అని చెప్పలేనుకాని, చాలా సక్రియాత్మకమైనవి ఈ కాలంలో నా జీవితంలో చోటుచేసుకున్నాయి. నేను నాకు దొరికిన అవకాశాలు, అభివృద్ధి, జ్ఞానం, నైపుణ్యం ఇంకా నేను కలుసుకున్న అపూర్వమైన వ్యక్తులు–వీటన్నిటికి ఎంతో కృతజ్ఞుడిని. వీరిలో చాలామంది నేటికిని నా సన్నిహిత స్నేహితులుగా వున్నారు. ఈ ఒత్తిడితో కూడుకున్న కాలం నాకు ఆలోచనలు, ఎంపికలు ఏర్పడడానికి దారితీసింది. అది నా జీవనశైలిని నా విలువలతో జోడించి ముందుకు తీసుకువెళ్ళేటందుకు ప్రోత్సహించింది.

నా జీవితం నా నిబంధనలతో...

ఇప్పుడు పనిలోకి దూరిపోయేముందు జిమ్‌కి వెళ్ళి, నేను కొంత సమయం ఏదో పుస్తకంలోకి తొంగి చూస్తున్నాను. నా విశ్వాసం నాకు ముఖ్యం, కనుక నేను ప్రార్థన, భక్తిలలో కొంతసేపు నిమగ్నమౌతున్నాను, ఎందుకంటే నా జీవితంలో నేను వుండాలనుకున్న పద్ధతికి అవి పునాది వేస్తాయి కాబట్టి.

నా కుటుంబం లేచే సమయానికి వారితో గడపడానికి నేను సిద్ధంగా వుంటాను. మాకు పేకాటకు సమయం, మాట్లాడుకోవడానికి సమయం, వినడానికి ఇంకా మాకు నచ్చిన సంగీతం విని నాట్యం చేయడానికి లేదా కలసి ఒక పుస్తకం చదవడానికి సమయం దొరుకుతోంది. మా కూతురు బడికి వెళ్ళిన తరువాత జిమ్‌కి వెడతాను. కుటుంబంతో కొంత సమయం గడిపిన తరువాత నాకు మానసిక–భద్రత కలుగుతుంది తరువాత శారీరక జాగ్రత్తలు తీసుకుంటాను. ఈ పనుల నా రోజులో ముఖ్యపాత్ర వహిస్తాయి. వాటిని నేను మిగతా పనులు ప్రారంభించకముందే చేసేస్తుంటాను.

నా పూర్తి ఆరోగ్యం నాకు ముఖ్యం. అందువలన నేను క్రొత్త అధ్యయనాలైన ఉపవాసములు, ప్రతీ భోజనంలోను సంపూర్ణ ఆహారం వుండడంలాంటి వాటి పట్ల అవగాహన కలిగి వుంటాను. అలాగే, నేను మసాజ్ చేయించుకుని, తగిన అవసరమైన మార్పులను చిరోప్రాక్టిక్ పద్ధతిలో చేయించుకుంటాను. వారానికి ఒక రోజు ప్రొద్దున్నే అయినా వాలీబాల్ ఆడతాను, వారానికి ఒక రోజు స్పారీ చేస్తాను. మరో రోజు తేలికపాటి బరువు వున్న వస్తువులను ఎత్తుతాను ఇంకా గుండెకు సంబంధించిన వ్యాయామం చేస్తాను.

నా దినచర్య పూర్తయ్యాక, అంటే నేను ఎంత త్వరగా పూర్తి చేసుకుంటే అంతసేపట్లో, నేను నా భార్య, కూతురు కలసి రాత్రి భోజనం చేస్తాము. తరువాత నా కూతురుతో ఎంతసేపు వీలయితే అంతసేపు గడుపుతాను. ఈ విధమైన దినచర్య వలన నేనూ, నా భార్య సన్నిహితమైన సంబంధబాంధవ్యాలను అనుభవిస్తున్నాము. ఒక విధంగా చెప్పాలంటే నా భార్య యొక్క 'విద్యార్థి' నవడం వలన ఆమె మీద దృష్టి నిలపడానికి అవకాశం కలుగుతోంది. ఆ విధంగా మేము జీవిస్తాము.

కాలపరిధిలో స్వేచ్ఛ వుంటుంది, డబ్బు పరిధిలో కాదు.

ఇక వారంలో కార్యక్రమాలు తెలపాలంటే నేను వారం ప్రారంభంలోను, అంతిమంలోనూ ప్రోత్సాహకంగా వుండేలా చూస్తాను. సోమవారాలు ఆలోచన రేకెత్తించే కార్యక్రమాలలో నిమగ్నమౌతాను. శుక్రవారాలు సరదాలతో కూడుకున్న, ప్రయాణాలు, కుటుంబంతో బయటకు వెళ్ళడం, నా భార్యతో గడపడం, స్నేహితులతో కాలం గడపటం వంటి వాటితో నిండి వుంటుంది. మంగళవారాలు, బుధవారాలు, మరియు గురువారాలు నేను నా ప్రాజెక్టులు మీద పని చేస్తూ వుంటాను. నేను గడుపుతున్న వారితో విందులు, కాఫీ కోసమై సమయం కేటాయించుకుంటాను.

నా ఆసక్తిని రేకెత్తించే వ్యక్తులను కలవటంనాకు అలవాటు. నేను ఇదివరకు చెప్పినట్లుగా నా ఆసక్తి నా జ్ఞాన సమూపార్జనకు తోడ్పడుతుంది. ఒకరిద్దరు కొత్తవారిని ప్రతీవారం కలవడం నా లక్ష్యం. అలా చేసినట్లయితే అది నా దృష్టిలో విజయవంతమైన వారం. ఆస్టిన్, టెక్సాస్‌లో వుండడం వల్ల నేను, సృజనాత్మకమైన వ్యాపారవేత్తలు, పెట్టుబడిదారులు, సాంకేతిక నిపుణులు, ఇతరమైన నైపుణ్యం కలిగిన ఉద్యోగస్తులు, జట్టులు కంపెనీల నుండి చాలా నేర్చుకునే అవకాశం వుంది. నేను ప్రేరణ, క్రొత్తవి నేర్చుకునే అవకాశాలు మరియు ఇతర పెట్టుబడిదారుల గూర్చి వెతుకుతుంటాను, ఎందుకంటే అలా ఒకరి నుండి ఒకరు నేర్చుకోవచ్చును కనుక.

ప్రస్తుతం నేను ప్రయాణం చేసేటప్పుడు నా కుటుంబం కూడా వెంటవుండే టట్లు చూసుకుంటున్నాను ఎందుకంటే అందులో కొంత ఆనందం సాహసం మిళితం అయి వుంటుంది కనుక. అది ఒక పరిశుద్ధమైన, ఆరోగ్యకరమైన ఉత్సాహకరమైన వాతావరణం సృజిస్తుంది కనుక. నేను, నా

భార్య మూడు నెలలకొకసారి ఎక్కువ సమయం పనిచేసి, ఏడాదికొకసారి ఒక వారంపాటు ఇష్టమైన ప్రదేశాలకు పయనమై మా మధ్యన పొరపొచ్చలు రాకుండా వుండేటట్లు, సంతోషం వెల్లివిరిసేటట్లు చూసుకుంటూ వుంటాము. కుటుంబ సమేతంగా ప్రయాణం చేయడం అనేది ఏడాది మొత్తం మీద చాలాసార్లు వుండేటట్లు చూసుకుంటాము. మాకు వీలుగా వున్నప్పుడు వేరే కుటుంబంతో కలసి, కొంతమంది స్నేహితులతో కలసి వుండేటట్లు చూసుకుంటాము.

నేను, నా భార్య కూడా వ్యక్తిగతమైన ప్రయాణాలు చేయడంలో విశ్వసిస్తాము. అంటే ఆమె ఏడాదికొకసారి మహిళల బృందంతో కలసి ఒక యాత్రకు వెడుతుంది. అలాగే నేను పురుషులతో కలసి వెడతాను. ఈ విధంగా మేము మా కుటుంబంతో, సన్నిహితులతో మంచి సంబంధాలు కలిగి వుండేటట్లు చూసుకుంటూ వుంటాము.

ఒక వ్యాపారస్తునిగా, వారానికి రెండు గంటలపాటు సాంకేతికత నుండి విరామం తీసుకుని ఆలోచనాసరళిని కొనసాగించడానికి ప్రయత్నిస్తాను, ఆవిధంగా నేను అనుకున్న జీవితం వ్యక్తిగతంగాను, కుటుంబపరంగాను పొందగలుగు తున్నాను. వీటన్నిటి నడుమ నేను నా ఆధ్యాత్మిక, మానసిక మరియు శారీరిక ఆరోగ్యాన్ని నిర్లక్ష్యం లేకుండా పరిగణనలోకి తీసుకుంటూ వుంటాను. నా దైనందిన సాధనలు నా కుటుంబానికి, స్నేహితులకి, వ్యాపార భాగస్వాములకి, సాటివారికి సరిపడ పనిచేసే శక్తినిస్తాయి. అవన్నీ మూకుమ్మడి ప్రభావం చూపిస్తాయి అనడం సబబేమో. నిత్యం అలవాట్లు సృజించుకుని, అవలంబిస్తూ పోవడం వలన స్పష్టత, జ్ఞానం కలగడమే కాకుండా కొంత జీవన ప్రక్రియ జరగడానికి సమయం కూడా అందిస్తూ ఉంటుంది.

నేను ఎవరితో పనిచేస్తున్నానో, ఎప్పుడు ఆ ప్రాజెక్టులను చేపట్టనున్నానో అది నా ఎంపిక మీదే ఆధారపడి వున్నది కనుక నేను నా పనిని ప్రేమిస్తాను. నాకు ఒకరినుంచి నేర్చుకుని వేరొకరికి బోధించడం వలన ఒకరకమైన సంతృప్తి లభిస్తోంది. నా జీవనశైలి నా జీవనాన్ని స్వీయ నియమనిబంధనలపై నడపడానికి ఉపయోగపడుతోంది. అయితే, అది కొంత శ్రమ చేయడం వలన లభిస్తుంది కాని ఆ శ్రమ ఎంతో ఆనందిస్తున్నది.

అన్నిటికంటే ముఖ్యం నేను ఎలా నా రోజులని గడపాలని ఎంచుకుంటాను అనే విషయం. నేను నా కుటుంబంతో గడిపే సమయానికి

ఎక్కువ ప్రాధాన్యత ఇస్తాను. నేను పనిని ముందుగా ఎంచుకుని తరువాత అన్నిటిని దానికనుగుణంగా మార్చుకుంటూ పోను. పని చేయడానికి ఏమి కావాలో చూసుకుని తరువాత మిగిలిన వాటిని అంటే కుటుంబంతో గడిపే సమయాన్ని, విరామ సమయాన్ని దానిలో ఇమిడేటట్లు చేసుకుంటే అది నాకు సరిపడలేదు. అది నాకు సృజనాత్మక జీవితాన్ని ప్రసాదించలేదు. అందుకే ఇప్పుడు కుటుంబం ముందస్తుగా నిలుచుంటే దాని తరువాత నా శారీరక ఆరోగ్యం, స్వీయరక్షణ రెండవ స్థానం ఆక్రమించుకుంటుంది. ఇదివరకు, నేను ఒక యంత్రంలా పనిచేసేవాడిని. అదంతా మానసికంగాను, శారీరికంగాను, ఆరోగ్యపరంగాను నన్ను, నా కుటుంబాన్ని మొత్తం మీద నా జీవితాన్ని దెబ్బతీసింది. ఇకపై అది సాగదు.

మీ స్వీయ నియమనిబంధనలపై మీ జీవితం.

మీ జీవితం మీ నిబంధనలతో...

కొంతమంది తాము బందీలమని గుర్తించరు, కాని ఇదంతా సమయం మీద ఆధారపడి వుంటుంది. క్రొత్త ఉద్యోగం క్రొత్తదనం వున్నంత సేపూ బాగున్నట్లు అనిపిస్తుంది. తరువాత గొలుసులతో బంధించినట్లే అనిపిస్తుంది. ఒక ఉద్యోగం సంపాదించుకున్నందుకు కృతజ్ఞతతో మెలగడం మంచిదే కాని కాస్త చురుకుగా అంతకన్నా మంచి అవకాశాన్ని వెతుక్కుని జీవితాన్ని మీ స్వీయనిబంధనలపై జీవించడం ముఖ్యం.

ఇదిగో, ఇక్కడ దానిని మరో దృక్కోణంలోంచి చూద్దాం. మీ జీవనశైలి కొనసాగించుట కొరకు ఎక్కువ ఆదాయం కలిగిన ఉద్యోగం వుండనవసరంలేదు. అలాగే మీరు ఆర్జించే ఆదాయంకన్నా ఎక్కువ మొత్తం ఆశించే జీవనశైలి మీకవసరం లేదు. అటువంటి ఆలోచనా సరళి మిమ్మల్ని మానసిక వికలాంగులుగా చేసి, మిమ్మల్ని మీ వ్యాపారానికి బానిసగా చేసి, మీ సంపాదనకు దాసోహం అనేలా చేస్తుంది. మీరు ఏమి పని చేయాలనుకుంటున్నారు, మీ సమయాన్ని ఎలా వినియోగించాలను కుంటున్నారు, ఎంత సంపాదించాలనుకుంటున్నారు, మీరు గడపాలనుకున్న జీవితానికి ఎంత సంపాదన అవసరం ఇలాంటి వాటి గురించి ఎంత తెలుసుకుంటే అంత స్పష్టంగా మీరు నిర్ణయాలు తీసుకోగలుగుతారు.

అంతేకాని మీరు చేసే రోజువారీ ఉద్యోగానికి లేదా వ్యాపారానికి బందీ అయిపోకండి.

మీరు మీ సమయాన్ని ఎలా ఆదా చేసుకుని ఉద్దేశపూర్వకంగా ఎలా, ఎక్కడ, ఎవరితో ఆ సమయం గడపాలనుకుంటారో తెలుసుకునేలా చేయడమే నా లక్ష్యం. మీ జీవితం మీ స్వీయ నిబంధనలపై నడవాలన్నది నా కోర్కె.

ఎవరైనా ఈ మార్పు చేసుకోవచ్చును అన్నది నా నమ్మకం. మీ సమయాన్ని ఆదా చేసే లక్ష్యంతో అది మొదలౌతుంది. మొదట్లో అది కేవలం మానసికమైన మార్పుగానే కనపడుతుంది. కాని ఒకసారి మానసికమైన మార్పు ప్రారంభమైయ్యాక, మీ ప్రవర్తన మారుతుంది. మీరు సృజించుకుందా మనుకున్న జీవితం వైపు మార్గాన్ని సృష్టించుకునే ప్రయత్నాలు మీరు చేయడం మొదలుపెడతారు.

పెట్టుబడి మీ జీవన విధానంగా మార్చుకోవాలి అంతే గాని పెట్టుబడి దారుని జీవితంలా కాదు

నేను జీవితాన్ని విభిన్నంగా గడపాలనుకునేవారి కోసం, వారి స్వీయ నియమనిబంధనలపై ఎంపికలు చేసుకునేవారి కోసం చూస్తున్నాను.

మీరు స్వేచ్ఛ ననుభవించుతూ మీ కలల జీవితం అందించే భావాలు కలిగియుండాలని నా కోర్కె. మీరు ఆదర్శవంతమైన జీవనవిధానాన్ని పదవీవిరమణ చేసిన తరువాత కాకుండా ఇప్పుడే అవలంబించాలనినది నా ఆశ పదవీవిరమణ, సాంఘిక భద్రత, పెట్టుబడులు, ప్రత్యేక పెట్టుబడులు (nesteggs) మరియు మీ ఆరోగ్యం ఏదీ నిర్ధారితంగా వుండవు.

మీరు చెప్పుకోదగినంత కాలం ఆర్థిక స్వాతంత్ర్యం ఆర్జించడం కోసం మీ కుటుంబాన్ని నిర్లక్ష్యం చేసివుంటారు. మీరు చివరకు అది సాధించేసరికి, మీ కుటుంబంలో మృతువు కారణంగానో, విడాకుల కారణంగానో లేదా ఇతరత్రా ఏ కారణంగానో మీ ప్రక్కన లేకుండా పోయే అవకాశం వుంది. మీరు వీని వెంటే పరుగులు తీస్తుంటే, అదే కారణంగా మీ కుటుంబం మీకు దూరమౌతుంది. మీ కలల జీవితం ఇప్పుడే చేతికి వచ్చి, సంతృప్తితో నిండిన జీవితాన్ని, పదవీ విరమణ చేసే అవకాశాన్ని అందిస్తుంటే వేచి వుండడం ఎందుకు?

నా జీవితంలో జరిగిన మార్పును, మీరు ఈ పుస్తకం ద్వారా తెలుసుకుని, దానికి సంబంధించినవి, ఆచరణలో పెట్టినట్లైతే మీకు కూడా అది సాధ్యమౌతుంది. అది ఒక సంవత్సరం పట్టవచ్చును, అయిదేళ్ళు పట్టవచ్చును లేదా పదేళ్ళు కూడా పట్టవచ్చును, కాని ఎక్కడో అక్కడ, మీరు ఈ పిండిమర జీవితం నుండి తప్పించుకుని విజయాన్ని మీ స్వీయ నిబంధనలపై సాధించుకుంటారు. ఇప్పుడే మీరు యౌవ్వనంలో వుండగానే ఒక ఆర్థికరంగ క్రీడాకారునిగా అవతరించి విజయవంతమైన జీవనశైలిని ఎందుకు ఆనందంగా అనుభవించకూడదు?

నిజమే ఆర్థిక స్వాతంత్ర్యం సాధించడానికి ఎన్నో అడ్డంకులను ఎదుర్కోవాలి, కాని అందుకు మంచి శిక్షణ అవసరం 'నా విషయానికొస్తే, నా పెట్టుబడి నుండి వచ్చే ఆదాయం, నేను జీతంగా తీసుకునే ఆదాయం స్థానంలో రావడం జరిగిన తర్వాతే నాకు ఆర్థిక స్వాతంత్ర్యం వచ్చినది; అప్పుడే నేను జీవితంలో దేనిని పొంది ఆనందించగలనో అని నేను యోచించుకునే అవకాశం, సమయం నాకు వచ్చింది. నేను ఆదా చేసుకున్న సమయం, నా శక్తిసామర్థ్యాలను దారి మళ్ళించి, మరింత ఆదాయాన్ని పొందేవైపు తీసుకువెళ్ళింది. ఇదంతా నా వ్యక్తిగత జీవితాన్ని ఆహ్లాదంగా గడుపుతూ వుండగానే జరిగేటట్లు చేసింది. ఈ రోజున నేను తప్పని సరిగా పనిచేయాల్సిన పనిలేదు. నా అంతట నేను పనికి పూనుకుంటాను. నేను ఎలా సంపాదన చేయగల్గుతున్నానా అని ఆశ్చర్యపడకుండా ఉదయాన్నే లేస్తాను. నేను దృష్టిపెట్టిన పని ఆదాయాన్ని సృజించనక్కరలేదు ఎందుకంటే నా జీవనశైలి సరిపడేదానికంటే ఎక్కువ ఆదాయం, నా నిష్క్రియ ఆదాయం నుండి వస్తోంది.

మీ భవిష్యత్తుని మీ అదుపులో పెట్టుకోండి

నా ఇంటర్వ్యూ విన్న ఓ పెద్దమనిషి నాకు ఫోన్ చేసి నన్ను తనకి శిక్షణ నివ్వమని అడిగాడు. ఆయన "నా జీవితంలోని చాలా కోణాలలో నేను విజయం చవి చూసాను, వ్యాపార రంగంలో చాలామంది ఆశించేటట్లు సంపాదన, హోదా సంపాదించుకున్నాను. కాని నాకు నీ జీవనశైలి లేదు." నేను ఆయనకి ఏమి చెప్పానో ఈ పాటికే మీరు ఊహించివుంటారు.

కష్టసాధ్యమైనదిగా కనిపించినా మీ జీవనశైలిని అభివృద్ధి చేయడం సాధ్యమయ్యే విషయమే. మీరు తీసుకునే నిర్ణయాలు, చేసే పనుల మీద ఆధారపడి మీ భవిష్యత్తు వుంటుంది. ఈ పుస్తకంలో మీరు ఒక విభిన్నమైన పెట్టుబడి విధానాన్ని అవలంబించి జీవించడం చూస్తారు. అది మీరు ఆలోచించినంత కష్టం కాదు, అలాగే అది మీరు ఊహించుకున్నంత డబ్బు ఖర్చుతో కూడుకున్నది కాదు.

నెస్ట్ ఎగ్ విధానం (ప్రత్యేకంగా పెట్టుబడుల కోసం దాచడం) లో లక్షల డాలర్‌లు కూడబెట్టడం కాదు. దానికి బదులుగా ఒక్కొక్కటిగా నిష్క్రియ ఆదాయాన్ని సంపాదించే ఆస్తులపై పెట్టుబడి పెట్టి, మీ జీవనశైలికి తోడ్పడేలాగ చేయాలి. ఇలా నేరుగా మీ అంతట మీరే చేయవచ్చు, లేదా భాగస్వాములుగా అంటే ఒక లిమిటెడ్ పార్ట్‌నర్ (ఎల్‌పి) లా మంచి అనుభవం కలిగిన జట్టుతో, అంటే ఇటువంటి ఆస్తులను చూసుకోగలవారితో కూడి చేయవచ్చును.

ఈ క్షణంలో మీ జీవనశైలిలో జీవించడానికి ఎంత ఖర్చు అవుతుందో దానికి సరిపడ సొమ్ము, బహుశ దాని నిమిత్తం మీరు ఊహించుకున్న దానికంటే తక్కువే కావచ్చు. నిజానికి ఇలా లెక్కవేయడం ఒక కనువిప్పుగా పనిచేసి, మీ జీవనశైలికి అయ్యే ఖర్చులను నిజంగా తెలుసుకోవడం మీకు ఉత్తేజితంగా, ప్రేరణగా పనిచేసి ఈ రోజువారీ పోటీ పరుగు నుండి నిష్క్రమించేటందుకు తోడ్పడుతుంది. ఆలస్యం దేనికి ఇప్పుడే ఆ పరిగణన ప్రారంభించండి!

పెట్టుబడిని గురించిన సర్వసాధారణ అపోహలు తొలగించుట

"నష్టం మీరేమి చేస్తున్నారో తెలుసుకోకపోవడం వలన వస్తుంది'

– వారెన్ బఫెట్

ధనాన్ని గురించి నేను నమ్మినది, ఇప్పుడు నేను తెలుసుకున్నది రెండు విభిన్న విషయాలు. మనం ముందుకు అడుగువేసే ముందు దీని పట్ల శ్రద్ధ వహించండి: ప్రజా సముహాన్ని అనుసరించకండి. వీరిలో చాలామంది ఋణాల్లో వున్నారు, ధన సమూపార్జన చేయుట లేదు. మీ ప్రస్తుత ఆర్థిక స్థితి ఏ విధంగా వున్నా, మిమ్మల్ని పెట్టుబడియే జీవనశైలిగలవారిగా ఎలా మార్చాలో చెప్పడం ఈ పుస్తకంలో నా వుద్దేశ్యం, లక్ష్యం.

మీరు గనుక ఏదో ఒకదానిలో పెట్టుబడి పెట్టి, పది లేదా అంతకన్నా ఎక్కువ ఏళ్ళు ఆదాయం కోసం వేచి వుండే వారైతే, మీకు తగిన వ్యక్తిని నేను కాను. నేను వెంటనే ఫలితాలు వచ్చి, ధన సమూపార్జన ఎంత వేగంగా వీలయితే అంత వేగంగా వుండడం పట్ల దృష్టి కేంద్రీకరిస్తాను. నేను అత్యంత సృజనాత్మకమైన మార్గాల ననుసరించి, ప్రత్యేకమైన అనుకూలమైన నిబంధనలు గలిగిన ఒప్పందాలు కనిపెట్టి, వాటి ద్వారా నగదు ప్రవాహాన్ని (చెలామణి) సంవత్సరాలకి బదులుగా నెలలో సాధించి దీర్ఘకాలిక ఈక్విటీ సృజించే విధంగా వుండేటట్లు చూస్తాను. ఇదంతా ఏ పరిస్థితుల్లోనూ నష్టం వాటిల్లకుండా వుండేటట్లు చూసి నడుస్తుంది. ఈ దృష్టికోణానికి, నేను నా

'స్ట్రాటజీ స్టాక్' అని పేరు పెట్టి, తద్వారా నా మూలధనం పెరిగేటట్లు, నేను శిక్షణ నిచ్చేవారి మూలధనం పెరిగేటట్లు చూస్తాను.

నేనేం చేస్తాను, మిగతావారిని ఏం చేయమని సలహా ఇస్తాను, అన్నది మీరు వినే సంప్రదాయ ఆర్థిక సలహాకు భిన్నంగా వుంటుంది. పెట్టుబడిని గూర్చి సాధారణంగా ప్రజలకు వుండే ఆరు అపోహలను గూర్చి చర్చించుకోవలసిన అవసరం ఇక్కడ వుంది.

అపోహ 1: ధనార్జనకు మంచి మార్గం ఏదంటే మీ 401(కె) ప్యాకేజ్ అందుకోవడం, వెనువెంటనే సంప్రదాయ పెట్టుబడి సలహాని అనుసరించడం లేదా స్టాక్ మార్కెట్‌లో మదుపు పెట్టడం

ఈ రకంగా ధనసమూపార్జన తరువాత పదవీవిరమణ, లోపాలతో కూడుకున్నది, పాతకాలం పద్ధతి. చాలా ఏళ్ళుగా మీకు బోధిస్తున్నదంతా చెత్త. దానిని విసరి వేయండి. ఇవి లోపాలతో కూడుకున్నవి. సాంఘిక రక్షణ లేకుండా పోవచ్చు. వైద్య సదుపాయం అందుబాటులో లేకపోవచ్చు. ఏదన్నా జరిగి ఆర్థిక స్థితిగతులు మీరు పదవీ విరమణ చేసినప్పుడే దిగజారిపోతే ఏం చేస్తారు? మీ పదవీ విరమణతో వచ్చే ఆదాయం ఓ సగం కొట్టుకుపోతే ఏం చేస్తారు? తిరిగి మీ ఆర్థిక స్థితి మెరుగుపరచుకొనే సమయం మీ దగ్గర వుండదు, ప్రత్యేక మదుపు (nest egg) గా పెట్టుకున్నది జారిపోయి మీ పదవీ విరమణ కాలాన్ని భరింపలేనిదిగా చేయవచ్చు.

సరే ఇప్పుడిలా ఆలోచించండి. మీకు ప్రభుత్వం పన్ను మినహాయింపులు ఇప్పుడెందుకు ఇస్తోంది? ఎందుకంటే వారి ఆదాయాన్ని మీ పొదుపు సొమ్ము మీద పొందుతారు, మీరు పదవీ విరమణ చేసినప్పుడు మీ డబ్బులో ఎక్కువభాగం వారు తీసేసుకుంటారు. చాలామంది ఈ ప్రత్యేక మదపు (nest egg) ప్రోగు అవుతోందని ఆశిస్తారు. దానిలో ఇంచుమించు సగభాగం ప్రభుత్వానికే పోతుందన్న విషయం గ్రహించుకోరు. పన్ను విధానం వారికి పనికి వస్తుంది, మీకు కాదు.

దేనికేనా ప్రభుత్వం "మనము దీనిని పన్ను లేకుండా ఎదగనిచ్చి తరువాత మీరు దీనిపై పన్ను చెల్లించగలరు' అని అంటుంది. మీరు ప్రోగుచేసే

సొమ్ముపై హద్దు వుంటుంది. (ఉదాహరణకి రోథ్ ఐఆర్ఏ లో వున్నట్లయితే $6,000 లేదా 401 (కె) లో అయితే $7,000 (2020లో). మీకు పరిధి విధించినది దేనికంటే, ప్రభుత్వానికి మీ ఎదుగదలలో భాగం కావాలి - ఇక వారు అందులో భాగం పొందుతారు. ఓహ్, ఇంకా పైగా ప్రభుత్వం ఏ సమయంలోనైనా నియమాలు మార్చవచ్చు. వారికి త్వరగా డబ్బు కావాలంటే వారు త్వరగా డబ్బు తీసుకుంటారు. పదవీ విరమణ కాలాన్ని వెనక్కి నెట్టవచ్చునని వారి కనిపిస్తే వారు ఆ పని చేయగలరు. అంతా వారి అదుపులో వుంది. పెట్టుబడియే జీవనశైలిగా గలవారిగా వుండాలంటే మీ ఆలోచనా సరళి మారాలి. మీరు విభిన్నంగా పెట్టుబడి పెట్టేటందుకు సిద్ధపడాలి. మీరు మీ స్వీయ నిబంధనలపై జీవనం సాగించాలంటే దానికి ఒక విభిన్నమైన విధానం అవలంబించాలి.

ఎప్పుడైతే ఒకరి జీతం, దానిని అర్థం చేసుకోకపోవడం మీద ఆధారపడివుందో, అప్పుడు అతనికి అర్థమయ్యేలా చేయడం చాలా కష్టం.

నిజమైన రాబడి రేటుని లెక్కించండి

ఇదివరకు నా పెట్టుబడి పర్వంలో, నాకు మూడు నెలలకొకసారి మరియు ఏడాదికి ఒకసారి నా ఆర్థిక సలహాదారుని నుండి స్టేట్‌మెంట్లు వచ్చేవి. నేను ఎవరి ద్వారా అయితే పెట్టుబడి పెడుతున్నానో ఆ ఆర్థిక సంస్థలు చాలా శక్తివంతమైన 'సగటు రాబడి రేటు' (average rate of return) అంటే సుమారు 7–10% వరకు వస్తున్నట్లు తెలిపేవారు. చాలా ఏళ్ళు దీనిని గురించి నేను ఏమీ ప్రశ్నించకుండా, నేను ఎంతో వెనుక వేస్తున్నాననుకొని సంతోషపడిపోయేవాడిని. అయితే, ఒక రోజున 'సగటు రాబడి రేటు' ఇంత ఎక్కువగా వున్నప్పుడు నా దగ్గర ఎక్కువ ధనం లేకపోవడం చూసి ఆశ్చర్యపోయి లెఖ్ఖల్లోకి వెళ్ళడం మొదలుపెట్టాను.

అదృష్టవశాత్తు, నేను మొదట్లో ఎంత పెట్టుబడి పెట్టానో, నా దగ్గర ప్రారంభంలోని స్టేట్‌మెంట్, అంతిమ స్టేట్‌మెంట్‌ల రికార్డు వుంది. దానితో నేను నిజంగా ఎంత ఆర్జిస్తున్నానో, నా స్టేట్‌మెంట్ చెప్పినట్లుగా కాకుండా, దాని విషయంలో నిర్ధారణకు రాగలిగాను. నేను నా 'నిజమైన రాబడి రేటు' (actual rate of return) ని లెక్కించవలసి వచ్చినది. నా 'సగటు రాబడి

రేటు' ని (average rate of return) కాదు. నాకు నిజంగా వచ్చిన రాబడి ఎక్కడా వ్రాతపూర్వకముగా లేదు. నా లెఖ్ఖలు నేనే వేసుకోవలసి వచ్చినది.

నాకు ఆశ్చర్యం కలిగించేలాగా, నా నిజమైన రాబడి, ఈ సంస్థలు నమ్మపలికిన దానికంటే నిజానికి చాలా తక్కువగా వుంది. వాస్తవానికి, నా పెట్టుబడులను నేనే లెక్కవేసుకున్నప్పుడు, నేను స్టాక్ మార్కెట్లలో కొంత డబ్బుని పోగొట్టుకున్నానని తెలుసుకున్నాను- అయితే నా స్టేట్‌మెంట్లు ఇంకా నాకు సక్రియాత్మకమైన 'సగటు రాబడి రేటు' ను (average rate of return) మొగ్గు వైపే చూపిస్తున్నాయి.

ఈ ఆర్థిక సంస్థలు వారి రిపోర్టులలో నాకు తెలిపేదంతా మోసపూరితంగా వుంది. వారు ఒక మంచుతెరలాంటిది. కప్పివేసి నన్ను దారి మళ్ళించి నేను ఆర్జించుతున్నది సరియైనదే అన్న భ్రాంతిలో వుంచేసారు. నేను నిజానికి ఒకవైపు డబ్బు పోగొట్టుకుంటూ వుంటే, ఇవి మరొకవైపు సక్రియాత్మకమైన సగటు రాబడి రేటును చూపిస్తూ, నేను డబ్బును సంపాదిస్తున్నట్లు భ్రాంతిని కలుగజేస్తున్నాయి.

'సగటు రాబడి రేటు' (average rate of return) ఒక్కటే, ఆర్థిక ప్రణాళిక నిపుణులు చర్చించే విషయాలలో, వేసే లేఖ్ఖలతో ముఖ్యంగా చెప్పుకొచ్చేది. ఎందుకంటే మీరు వారి ద్వారా డబ్బు చేసుకుంటున్నారనే భావన మీకు వున్నట్లయితేనే మీరు మీ డబ్బును వారి వద్ద వుంచుతారు, మరియు వారు అంచనా వేసినట్లుగా దానికి కొంత కలుపుతారు. కాని ఈ విధమైన వంటకం నాకు రుచించలేదు. పెట్టుబడి ప్రామాణికం 7: "ఒప్పందానికి కూడిక చేయండి", పెట్టుబడి ప్రామాణికం 8: "క్రొవ్వును తొలగించండి", అనేవి. దీనిలోని లోపాలను విశదీకరించి, అంటే సగటు రాబడి రేటును మీద ఆధారపడడం అనే తప్పిదంలోని లోపాలు అన్నమాట. వాటి గురించి తెలిపి అటుపైన మీ పెట్టుబడితో ఏం జరుగుతోందో సవివరముగా తెలుపుతాయి

మీకు తెలుసని నాకు కూడా తెలుసు, అయినా ఓసారి ఇక్కడ చర్చిద్దాము: ఆర్థిక ప్రణాళిక నిపుణులు మీరు డబ్బు పోగొట్టుకున్నా కాని ఆర్థికంగా వారు లాభం పొందుతారు. ఎస్పిఐవిఏ (ఎస్ & పి ఇండిసిస్ వర్సెస్. ఆక్టివ్) 2019 సంవత్సరాంత రిపోర్ట్ ప్రకారం గత పదిహేనేళ్ళల్లో, మీరు మీ పెట్టుబడి నిర్వహణకు కట్టేవి సుమారు 95% కాలాన్ని వ్యర్థం

చేస్తాయి. వాటికంటే మీరు మీ అంతట మీరు 'ఇండెక్స్ ఫండ్'లో పెట్టుబడి పెడితే మేలు. వేరొక విధంగా చెప్పాలంటే, మీ డబ్బును నిర్వహించినందుకు మీరు జీతం చెల్లించుతున్నట్లు అనుకోవచ్చు. దానికి బదులుగా మీరు తెలివిగా ఎస్ &పి 500 ఇండెక్స్‌లో పెట్టుబడి పెట్టినట్లయితే వారి నుంచి పొందేదానికంటే ఎక్కువగా పొందవచ్చు. కారణం? భవిష్యత్తును ఎవరూ ఊహించలేరు, కాబట్టి మీరు ఆర్థిక నిపుణులకు మీ పెట్టుబడుల నిర్వహణకై చెల్లిస్తారు అయితే గణాంకాలు తెలిపేదేమిటంటే కేవలం 5% మాత్రమే వారు మార్కెటు ఇండెక్స్‌లను అధిగమిస్తారు. ఆ రేటు సర్వసాధారణం!

ఇండెక్స్‌లను మీరు క్రొత్తగా సాధారణమైనవిగా పరిగణించి, స్టాక్ మార్కెట్టులో పెట్టుబడి పెట్టేటందుకు తక్కువ సొమ్ము చెల్లించండి.

401(కె) తప్పిదాలు

పింఛను కార్యక్రమం ఏ మాత్రం పనిచేయదని తెలిసి చాలా కంపెనీలు ఆ కార్యక్రమాన్ని నిలిపివేసాయి. వారు దానికి బదులుగా 401 (కె) ప్రణాళికలను ఎంచుకుంటున్నారు. అయితే త్వరలో ప్రజలు 401 (కె) ప్రణాళికలు కూడా వారు అనుకున్నట్లు పనిచేయవని గ్రహిస్తారు. పదవీ విరమణ కాలంలో వారి ఆదాయం చేతికందే సమయానికి, ప్రభుత్వానికి మూడవ వంతు లేదా ఇంకా ఎక్కువ, సుమారు 40% లేదా ఇంకా ఎక్కువ (పన్ను రేటుపై ఆధారపడి వుంటుంది) అంతమొత్తం వెళ్ళిపోతుంది. ఆ రకంగా అయినప్పుడు వారు దాచివుంచిన ప్రత్యేకమైన మదుపు (nest egg) నుండి వారు ఎంత పొందినట్లు అనుకోవచ్చు?

మీకు గనుక 401 (కె) వున్నట్లయితే, మీరు ఈ పెట్టుబడికై ఎక్కువ మొత్తం ఫీజు చెల్లించాల్సిన అవసరం ఏర్పడుతుంది గనుక ఫీజు ఎక్కువ మొత్తం లేకుండా సాధారణంగా వుండేటట్లు చూసుకోండి. మొదట్లో తక్కువ శాతం ఫీజులున్నప్పుడు పెద్దగా లెఖ్ఖకు రాకపోవచ్చు, కాని కాలం గడచిన కొలది మీరు ఆర్జించిన దానిపై ఆధారపడి ప్రతీ శాతం కొన్ని మిలియన్ల డాలర్లుగా తేలుతోందని గ్రహిస్తారు. ఇక మ్యూట్యువల్ ఫండ్ కూడా దీనికన్నా, మేలైనవి కావు, సాధారణంగా ఇవి కూడా ఎక్కువ ఫీజులనే వసూలు చేస్తాయి. అదే ప్రజలు పొగొట్టుకుంటున్న అసలైన సొమ్ము.

మీ ప్రత్యేక మదుపు (nest egg) లోని ఎక్కువ భాగం పన్నుల

రూపంలో హరించుకుపోగా, దీనికి అదనంగా మీరు గుర్తుపెట్టుకోవలసినది మీరు పదవీ విరమణ చేసాక, సొమ్మును డ్రా చేసాక, మీరు మూడు రకాలైన పన్ను మినహాయింపులు కోల్పోతారు- ఆధారపడిన వారు (dependents), మార్టగేజ్ వడ్డీ (mortagage interest) మరియు వ్యాపార ఖర్చులు. ఈ మినహాయింపులకు మీరు అలవాటుపడి వుంటారు గనుక, వీటిని కోల్పోయి అదే జీవనశైలి కొనసాగించడం కష్టతరం అవుతుంది. పైగా, ఆదాయపు పన్నురేటు అప్పుడు, ఇప్పటికంటే ఎక్కువగా వుండే అవకాశం వుంది ఎందుకంటే యు.ఎస్. చాలా ఎక్కువ మొత్తం ఋణాన్ని మూట కట్టుకుంది.

సాంఘిక భద్రత (social security) భద్రత కాదు

అన్నికంటే మించి సాంఘిక భద్రత, ఇది భవిష్యత్తులో కరువైపోవచ్చు. మీరు ఏ వ్యవస్థ అయితే నిలచి వుండదో దానికి చెల్లించుతున్నారు. ప్రస్తుతం సాంఘిక భద్రతను గురించి చెల్లించేవారి కన్నా, దానిని వసూలు చేసుకునే వారి సంఖ్య ఎక్కువగా వుంది. ఇది ఇంకా పెరుగుతుంది. 'సోషల్ సెక్యూరిటీ అడ్మినిస్ట్రేషన్' విడుదల చేసిన ప్రస్తుత 'ఫెనాన్సియల్స్' తెలియచేసేది ఏమిటంటే 2035 నాటికి సాంఘిక భద్రత (social security) పరిసమాప్తమౌతుంది. ఇది అభిప్రాయం మాత్రమే కాదు. ఈ ప్రభుత్వ సంస్థలో పనిచేసేవారు, దీని ఆర్థిక నిర్వహణ జాతీయ బడ్జెట్ చూసేవారు కూడా ఇది అంతరించిపోతుందని, నిర్వహణ నిలకడగా సాధ్యం కానిదని చెప్పేస్తున్నారు.

ప్రస్తుత ఆర్థిక సంక్షోభం కారణంగా, 2020లో 'సోషల్ సెక్యూరిటీ అడ్మినిస్ట్రేషన్' విడుదల చేసిన "ఫైనాన్సియల్స్" తెలియజేసేది ఏమిటంటే సోషల్ సెక్యూరిటీ వెల్లడి చేసిన కాలపరిధి కంటే ముందుగానే అంతరించుతుందని తెలియజేసింది. ఈ పుస్తకం వ్రాసే వేళకి, వెల్లడి చేసిన అంచనాల ప్రకారం సుమారు 2029 లోపలే అంతరించిపోతుంది. వాస్తవం ఏమిటంటే సోషల్ సెక్యూరిటీ అంటేనే ఒక 'పోంజీ పథకం (ponzi scheme). 'పోంజీ పథకం' అంటే క్రొత్తగా డబ్బుని సేకరించి వేరే ఎవరికో చెల్లించాల్సిన సొమ్ముని ఈ డబ్బుతో చెల్లించడం. ఈ పథకం అనుకున్న విధంగా పనిచేయదు. అది కేవలం కొద్దికాలం మాత్రమే పనిచేస్తుంది.

మన ఆర్థిక వ్యవస్థ, విద్య నుండి ఆర్థిక విజ్ఞానం వరకు అంతా పురాతనమైనది, చెల్లాచెదురుగా కనపడుతున్నది. దురదృష్టవశాత్తు అది అందరూ చూసినదే నువ్వూ చేయమన్నట్లు, (గుడ్డి ఎద్దు చేలల్లో పడ్డట్లు వుండమని ప్రజలకు బోధిస్తోంది. అయితే, అందరూ సక్రమంగా పనిచేస్తే, ధనం పక్షపాతంగా, అవకతవకగా కొందరి దగ్గరకే చేరిపోదు. మన జనాభాలో ఒకటే శాతంగా నిలబడ్డ ధనిక వర్గం, 401 (కె) ల లోను, స్టాక్ మార్కెట్ లలోనూ, నిర్దిష్టంగా చెప్పబడుతున్న ప్రణాళికలలోనూ పెట్టుబడి పెట్టద్దని నేనంటే మీరు నన్ను విశ్వసించాలి. కొద్దిమంది అసాధారణమైన వ్యక్తులు మాత్రం ఇలా చేయగలుగు తున్నారు. తక్కినవారు ఎవరైతే స్వేచ్ఛగా వారి ఇష్టం వచ్చిన జీవిత గడుపుతున్నారో వారు 401 (కె) సొమ్ములు సంపాదించడం కోసం కష్టపడి పోవట్లేదు.

పెట్టుబడి మీ జీవన విధానంగా గలవారిగా మీరు మారడం మరీ చిన్నవయస్సులోనూ జరగదు, వయసు ముదిరిపోయిన తరువాత జరగదు.

ప్రత్యేక మదుపుతో చేయు స్టాక్ పెట్టుబడులలోని లోపాలు

ప్రత్యేకంగా దాచిన మదుపు స్టాక్‌లలో పెట్టుబడిగా పెట్టాలనుకోవడమే తప్పుడు ఆలోచన. ఎందుకంటే చాలామందికి వారి సొమ్ము ప్రాథమికంగాను, లేదా ప్రత్యేకంగాను నిల్వ వుంచే మార్గం అది ఒక్కటే అనిపిస్తుంది. ఎప్పుడైతే స్టాక్ మార్కెట్టులో ఒడుదుడుకులు వస్తాయో, వారు పెద్దమొత్తంలో నగదు కోల్పోతారు. అది ఎక్కువగా నష్టభయాన్ని (రిస్క్) సృజిస్తుంది. చాలామంది నిపుణుల సలహాల ననుసరించి నష్టభయాన్ని తగ్గించుకుంటున్నామని అనుకుంటున్నారు కాని నిజానికి వారి డబ్బునంతా స్టాక్ మార్కెట్టులో పెట్టడం, చేతిలో వున్న గ్రుడ్లు అన్నిటిని ఒకే బుట్టలో పెట్టడంలాంటిది – ది యూ.ఎస్. ఎకానమీ అండ్ యూ.ఎస్.కంపెనీస్ (లేదా వారి సంబంధిత దేశాలు).

ద్రవ్యోల్బణం సమయంలో, డాలర్ పెద్దగా విలువ కలదిగా లేదు. పరిమాణాత్మక సడలింపు, నిరంతర ఉద్దీపన ప్యాకేజ్‌ల ద్వారా, ప్రభుత్వం 'ఫియట్ కరెన్సీ' పెంచి మన ఆర్థిక వ్యవస్థలోనికి చొచ్చుకొనిపోయేలా చేస్తోంది. 'ఫియట్ కరెన్సీ' అంటే బంగారంవంటి భౌతిక వస్తువు యొక్క

మద్దత్తులేని నగదు. కాని అది ప్రభుత్వంచే గుర్తించబడినది (అంటే యూ. ఎస్. డాలర్ లాంటిది). ఇలా ముద్రించబడిన నగదు డాలర్ విలువని తగ్గించి, డబ్బుని నిల్వ చేసుకున్నవారికి వారి డబ్బు విలువ తగ్గించి భారీ శిక్ష వేస్తుంది. చాలామందికి ద్రవ్యోల్బణంతో బాటుగా అదే పరిమాణంలో వారి జీతం పెరగట్లేదు. కాబట్టి కొనుగోలు శక్తి, మొత్తం మీద మూలధనం కూడా తగ్గిపోతున్నాయి.

కాబట్టి ద్రవ్యోల్బణం సమయంలో, సాధారణ సమయాలలో కూడా మదుపు పెట్టడానికి అనువైన స్థానాలేమిటంటే నగదు ప్రవాహం వున్న ఆస్తులు. డాలర్ విలువ తగ్గినా కూడా, ఆస్తుల విలువ, ముఖ్యంగా నగదు ప్రవాహం వున్న ఆస్తుల విలువ పెరుగుతుంది. ఎందుకంటే వాటి విలువ కలసికట్టుగా మన ఆర్థిక వ్యవస్థలోకి డబ్బు సరఫరా జరగడం వలన పెరుగుతుంది. మీరు నగదు ప్రవాహం వున్న ఆస్తుల విలువ పెంచి, తద్వారా లాభాన్ని పొందుతూ వుంటే అవి ద్వివిధాలుగా పెరుగుతాయి. కాబట్టి ద్రవ్యోల్బణం తట్టుకునే నగదు ప్రవాహం రావడంతోబాటు మీ ఆస్తి విలువ పెరగడమే కాకుండా, డాలర్ విలువ పడిపోయినా, ఒక భౌతికమైన ఆస్తిని కలిగి వుండటం వలన, ఒక కంచెలాగా అది మిమ్మల్ని రక్షిస్తుంది. మరో విధంగా చెప్పాలంటే, నగదు సరఫరా పెరిగినప్పుడు, మీ ఆస్తి కూడా విస్తరించినట్లౌతుంది.

యూ.ఎస్. గొప్ప శక్తివంతమైన దేశంగా నిలచిపోతుందని హామీ ఏమి లేదు. అందుచేత పెద్దమొత్తంలో ఇవ్వబడుతున్న ఉద్దీపన ప్యాకేజీలు (స్టిములస్ ప్యాకేజీలు) కొనసాగుతాయి అనడానికి, ఎక్కడో ఒక చోటు దెబ్బతీయకుండా వుంటాయి అని అనడానికి ఆస్కారం లేదు. మీరు పదవీ విరమణ చేసే కాలానికి ఆర్థిక స్థితి శక్తివంతంగా వుంటుంది అని ఖచ్చితముగా చెప్పలేము. ఒకవేళ మీరు దెబ్బతిన్నట్లయితే కోలుకునే అవకాశం దొరుకుతుందన్న హామీ లేదు.

మీ అభివృద్ధిని ఆటంకపరుస్తూ, మీ పెట్టుబడి పెరగకుండా చేస్తూ మిమ్మల్ని ఈడ్చుకుని పోయే వలలను చూడండి – ద్రవ్యోల్బణం, పన్నులు, అస్థిరత, ప్రతీదానికి ఫీజులు మొదలైనవి. మీ ఆర్థిక విజ్ఞానానికి పెంపొందించుకోకుండా, మీ విషయంలో నిర్ణయాలను ఇతరులపై వదిలివేస్తే, చాలావరకు, వారు వారికి ఏది మంచిదో అది చేస్తారు, మీకు ఏవి మంచిదో అది కాదు.

ఇదిగో ఇక్కడ మొదటి అపోహగా నేను ఏమి చెప్పానో దాని సారాంశాన్ని గురించి ప్రస్తావిస్తున్నాను.

సంప్రదాయ ఆర్థిక విజ్ఞానం డబ్బుని పన్నులు రాయితీలు గల పథకాలలో ఆదా చేసి, స్టాక్ మార్కెటులో దానిని పెట్టుబడిగా పెట్టమని చెప్పి, అది అక్కరకు వస్తుందని అంటుంది. అదంతా రాబడి రేటు, వస్తువు మీద ఆధారపడినది 'దీనివలన ఈ వస్తువు వస్తుంది లేదా ఆ వస్తువు సమకూరుతుంది' అని మాత్రమే చెప్పుతుంది. మీ ప్రణాళికలు ఇంకా సంపూర్ణంగా వుండాల్సిన అవసరం వుంది. ఆ లక్ష్యాన్ని చేరుకోవడానికి అనేక మార్గాలున్నాయి. ఒక్కటే ఉత్పత్తి-ఆధారిత వ్యూహం కలిగివుండి, దానిని మీకు అమ్మజూపితే వారి నుండి దూరం జరగండి.

అలాగే సగటు రాబడి రేటు అందిస్తున్న ప్రణాళిక నుండి కూడా దూరం జరగండి, ఎందుకంటే సగటు రాబడి రేటు పెద్దగా లెఖ్ఖ లోకి రాదు. సగటు రాబడి రేటు ఒక మాయ మాట లాంటిది, ఆ ముసుగులో ప్రజలు నగదు ప్రోగు చేసుకుంటున్నామని అనుకుంటూ, ఏమీ జమచేసుకోకుండా అదే మంచిదని భావిస్తుంటారు. ఏది లెఖ్ఖలోకి వస్తుందంటే అసలైన రాబడి రేటు (యాక్చువల్ రేట్ ఆఫ్ రిటర్న్), అసలైన డాలర్‌లు రాబడిగా రావడం, ఎందుకంటే అది నిజమైన డబ్బు గనుక.

అపోహ 2: మీరు ప్రస్తుతం స్వేచ్ఛగా ఖర్చు చేస్తూ, సంపదని అదే సమయంలో పెంపొందించుకోరు

డబ్బు మరియు సంపద రెండూ కూడా ప్రత్యేక మదుపు కూడబెట్టడం (nest egg approach) అనే పంథా నుంచి ఆవిర్భవించవు. ఎందుకంటే కొన్ని మిలియన్ల డాలర్లు ప్రత్యేకంగా కూడబెట్టి, మీరు పదవీ విరమణ చేసినప్పుడు వాటిని వాడుకుని ఆనందంగా గడుపుతారు. ఈ ప్రణాళిక అంతా అంతులేని ఆశ మీద ఆధారపడి వుంది. అంటే మీరు పెద్ద మొత్తంలో కూడబెట్టడం అనేది ఒక ఆశ. మీరు అలా కూడ బెడుతున్నంత సేపు స్టాక్ మార్కెట్టు పరిస్థితి ఆశాజనకంగా వుండడం మరొక ఆశ. అదే విధంగా దేశంలో ఆర్థిక పరిస్థితులు ఆశాజనకంగా వున్నప్పుడే మీరు పదవీ విరమణ చేస్తారనేది యింకొక పేరాశ, ఇక ఈ ఆశలన్నీ నెరవేరితే, మీరు ఆరోగ్యంగా వుండి పదవీ విరమణ సుఖాన్ని అనుభవించడం కూడా ఒక పెద్ద ఆశే.

ఒక సగటు మనిషి చేసిన పెట్టుబడులకు ఎన్ని ప్రశ్నార్థకమైన సందిగ్ధాలు వున్నాయో గుర్తించండి. వాస్తవానికి మీరు కూడబెట్టిన ప్రత్యేక మదుపు (nest egg) నుండి పంచుతున్నప్పుడు, అలా చేయడం వలన మీ అసలు మొత్తం (principal) తరిగిపోతుంది ఎప్పుడో అప్పుడు, అలాగే మీ ప్రత్యేక మదుపు కూడా సున్నాని చేరుకుంటుంది.

ప్రత్యేక మదుపుని అభివృద్ధి చేసుకోవడం లక్ష్యమైనప్పుడు అసలు మొత్తాన్ని (principal) ని ఎప్పుడూ ముట్టుకోకుండా, కేవలం వడ్డీని వాడుకోండి. అయితే ఈ లక్ష్యం మీకు నిరంతరం సరిపడ వడ్డీని రాబట్టే పెట్టుబడులు వున్నాయి అనిన నమ్మకానికి ముడిపడి వుంది – అయితే ఈ వాస్తవం ఏ క్షణంలోనైనా మారిపోవచ్చు. మీ రాబడి మారవచ్చు, మార్కెట్టు మారవచ్చు, జీవన వ్యయం మారవచ్చు.

మీ నెలసరి జీవన వ్యయం ఎంత వుందో లెక్కించండి

మీ సంవత్సరాదాయంలో నుండి కాక మీ నెలసరి నగదు ప్రవాహంలో నుండి ఎంత వ్యయం అవుతున్నది అన్న విషయం పరిగణించడం విజ్ఞత అని చెప్పవచ్చును. సంవత్సర వ్యయం లెక్కించి, తరువాత నెలసరి ఖర్చుల ఎదుర్కొనడానికి గడించాలి. ఇది నిజమైన సంఖ్యల మీద ఆధారపడిన వాస్తవ ప్రణాళిక. అంతేకాక భవిష్యత్తు మీరు గడించబోయే ఆదాయం మీద ఆధారపడినది కాదు.

ఇక్కడ మిమ్మల్ని మీరు ప్రశ్నించుకోవలసిన కొన్ని ముఖ్య ప్రశ్నలు ప్రస్తావిస్తాను:

- నేను మనుగడ సాగించడానికి, నెలసరి ఖర్చుల భరించడానికి కావాల్సిన కనీస రొక్కము ఎంత? (మార్టగేజ్/అద్దె, ఆహారం, అవసరాలు, రవాణా etc.)?
- నా ప్రస్తుత జీవనశైలికి అయ్యే ఖర్చు ఎంత?
- నేను ఆశించే జీవనశైలికి కావల్సిన రొక్కం ఎంత?
- నేను నా సమయాన్ని వెచ్చించకుండా నేను ఆశించే జీవనశైలికి తగిన ఆదాయాన్ని ఎలా సృజించుకోగలను?
- ముఖ్యంగా, నేను నిష్క్రియ ఆదాయమే ఆధారంగా నా మనుగడ సాగిస్తూ నెలసరి ఖర్చుల నెదుర్కొంటూ ఎలా గడుపుకోగలను?

ఈ ప్రశ్నలకు సమాధానాల వలన మీకు కొంత స్పష్టత ఏర్పడి, మీరు ఆశించిన జీవనశైలికి తగిన తదుపరి అడుగులు వేయగలరు. అది మీ ఉద్యోగం నుండి వచ్చే ఆదాయం మీద ఆధారపడి లేదని తెలుసుకుంటారు.

ఒకసారి మీ ఖర్చులు ఎదుర్కొన్న తరువాత రెండిటిలో ఒకటి జరుగుతుంది. మీరు మీ జీవనశైలిని అభివృద్ధి దిశగా నడిపించవచ్చు. మీరు దానిని ఎంచుకున్నట్లయితే, మీ ఆదాయాన్ని పెంచుకోవాలన్న కోరిక వస్తుంది. ఆదర్శవంతంగా, మీరు ఆ పనిని, మీరు ఆర్జించిన ధనంతో కాక నిష్క్రియ ఆదాయం మరియు ఆస్తుల ద్వారా చేయవచ్చు. ఇక ఒకసారి ఖర్చులని ఎదుర్కొన్న తరువాత జరిగేది ఏమిటంటే మీకు అదనంగా వున్న నగదు ప్రవాహాన్ని (మీ ఖర్చులు పోయాక మిగిలినది) అదనపు పెట్టుబడులు అంటే రాబడి ఆర్జించే పెట్టుబడులలోకి మళ్ళించవచ్చు.

కేంద్రీకరణం అనే నష్టం వల్ల భయం (రిస్క్)

మీరు మీ నిష్క్రియ ఆదాయం (passive income) సృజించుకోవడం మొదలుపెట్టడం జరిగాక, మీ నగదు ప్రవాహాన్ని (చెలామణిని) వివిద ఆస్తులపైకి, విభాగాలపైకి, పరిశ్రమల వైపుకి మొహరించేటట్లు చేసుకోండి. అలా చేయడం వలన ఏదైన చెడు ప్రభావం వున్నా ఒకదానిపైననే వుంటుంది కనుక, మిగిలిన వాటికి ఢోకా వుండదు కనుక, మీ నగదు ప్రవాహం ఒక్కచోటే లేదు గనుక, నష్టం అంతగా వుండదు. ఈ ప్రణాళిక 'కేంద్రీకృత నష్టభయాన్ని' తగ్గించుతుంది. అంటే చాలా పెట్టుబడులు ఒక విధమైన ఆర్థిక శక్తులపై ఆధారపడడం అనేటువంటి నష్టభయం అన్నమాట.

నా ఆర్థిక స్వాతంత్ర్య ప్రయాణంలో, నేను నా కుటుంబ ఖర్చులు చాలా రోజులపాటు పెరగకుండా ఒకే విధంగా వుండేటట్లు కష్టపడ్డాను. అందువలన నా ఆదాయం పెరిగినా, నా జీవనశైలి అదనంగా వచ్చిన నగదుని హరించలేదు. ఖచ్చితంగా నియమానుసరంగా నేను నా జీవన వ్యయానికి మించిన ఆదాయాన్ని వివిధ నగదు ప్రవాహాన్ని సృజించే క్రొత్తవైన పథకాలలోకి, పెట్టుబడులలోకి మళ్ళించాను.

మొదట్లో, నేనూ సంప్రదాయబద్ధంగా నా పెట్టబడులను పెట్టాను. నేను నగదు ప్రవాహాన్ని సృజించే పెట్టుబడులపైననే దృష్టి కేంద్రీకరించాను. ఒకసారి నా ఖర్చులు రాబట్టుకున్నాక, నేను పెట్టుబడుల విషయంలో కొంత

స్వేచ్ఛగా వ్యవహరించాను. ఈ ప్రణాళిక ఒక గొప్ప జీవనశైలికి మార్గం చూపింది, పైగా నా ఆదాయంతోటి నేను కొంత ఉదార స్వభావం ప్రదర్శించేలా దోహదపడింది.

ఖర్చులు సమకూరిన తరువాత నేను కొంచెం వెసులుబాటుగా ఆలోచించి ఇంతవరకు నేను సాహసించని పెట్టుబడుల గురించి ఆలోచించడం మొదలుపెట్టాను. నేను ఇతర నిపుణులను కలుసుకుని, వారి నుండి అదనపు ప్రణాళికలను ముఖ్యంగా రాబడి కలిగినవాటి గురించి, నష్టభయం లేనివాటి గురించి, నా ఆస్తులను పెంచుకునే దిశగా నేను అడుగులు వేసాను.

నష్టంవల్ల భయాన్ని తట్టుకునే శక్తి నాకు వచ్చింది. ఆర్థిక స్వాతంత్ర్యం నాకు పెట్టుబడి అవకాశాలను పెంచింది. ఉదాహరణకి, నేను స్టాక్ మార్కెట్ పెట్టుబడి, ఈక్విటీ పెట్టుబడి (ముఖ్యంగా 'ఏంజిల్' పెట్టుబడి తరువాత అధ్యాయాలలో వివరించబడినది)ని, నా జీవనశైలికి సరిపడ వ్యయానికంటే హెచ్చుగా నగదు ప్రవాహం నాకు కలిగే వరకు ప్రక్కకు నెట్టాను. ఆ పెట్టుబడులను పరిశీలించగా వాటికంటే రియల్ఎస్టేట్ అద్దెలు (నేరుగా లేదా ఫండ్ ద్వారా) లేదా సీనియర్ సెక్యూర్డ్ క్రెడిట్ ఫండ్‌లు నగదు ప్రవాహాన్ని ఉత్పత్తి చేయగలవని తేలింది.

నేను ఈ దశలో అధికంగా వచ్చిన నగదు ప్రవాహాన్ని, అంటే నా జీవనశైలి ఖర్చులని అధిగమించిన ప్రవాహాన్ని, ఈక్విటీ పెట్టుబడులలోగాని స్టాక్‌మార్కెట్ సూచికలోగాని నాకు నచ్చిన ఇతర స్టాకులలోగాని, ఇతర అవకాశాలలో ముఖ్యంగా ఏవైతే శక్తివంతమైన నగదు ప్రవాహాన్ని కలిగి వుంటాయో అటువంటి ఆస్తులకంటే నష్టభయం కొంచెం ఎక్కువగా వున్న వాటిల్లో పెట్టుబడి పెట్టదలచుకున్నాను. ఆ అవకాశాలలో, నడుస్తున్న కంపెనీలలో పెట్టుబడి పెట్టడం, ప్రత్యేకమైన నిబంధనలు పెట్టడం, నిర్మాణాలు మరియు ఒకేసారి చేసుకునే ఒప్పందాలు (one-off deals) కూడా వుంటాయి. ఇవే నేను ఈ మధ్యకాలంలో ఎక్కువగా చేస్తున్నాను.

ఒకసారి నిష్క్రియ ఆదాయంతో జీవనశైలి తాలుకు వ్యయం సరితూగగలిగితే, మీరు విభిన్న పెట్టుబడి అవకాశాలు వెదుకవచ్చును. మిమ్మల్ని మీరు అడుగవలసిన గొప్ప ప్రశ్నలు ఏమిటంటే:

- ఏది నాకు తక్కువ నష్టభయంతో అధిక రాబడి నిస్తుంది?
- గతకాలంలో లేనివి, ఇప్పుడు నేను పరిగణనలోనికి తీసుకోవలసిన క్రొత్తగా ఉద్భవించిన మార్కెట్లు ఏమిటి?
- నగదు ప్రవాహ అవకాశాలున్నా కూడా నేను నా పెట్టుబడులను విభిన్న రంగాలలోనికి ఎలా మళ్ళించగలను?

నా పెట్టుబడి పద్ధతి, మీరు గమనించినట్లుగానే, చాలామందికంటే భిన్నంగా వుంటుంది. నేను ఇక్కడ క్లుప్తంగా తెలియజేస్తాను. మొట్టమొదట మీ ఖర్చులకు తోడ్పడడానికి నిష్క్రియ ఆదాయం వైపు దృష్టిని సారించండి. తరువాత కేవలం ఒక ఆస్తి నుండి ఆదాయం కొరకు ఎదురుచూడకుండా మీ నిష్క్రియ ఆదాయాన్ని విభిన్న ఆదాయ మార్గాల వైపు మళ్ళించండి. తర్వాత, తక్కువ ఫీజుతో వుండే స్టాక్‌మార్కెట్ సూచిక వైపు దృష్టిని సారించండి. స్టాక్‌మార్కెట్‌లో ధీర్ఘకాలిక మార్గంలో పెట్టుబడి పెట్టండి ఎందుకంటే భావోద్వేగాలకు లోనయ్యే పద్ధతిలో పెట్టుబడి పెడితే అది కొంతకాలానికి నష్టాలకు దారితీస్తుంది. అటుపైన అవకాశం తక్కువగా వున్నప్పుడు కొనడం, అమ్మడం లాంటివి చేయకండి, ఎలా అంటే మార్కెట్టు ధరలు ఊపందుకున్నప్పుడు కొనడం, ధరలు పడిపోయినప్పుడు అమ్మడం లాంటివి మీ ఖజానాకు నష్టం కలుగజేస్తాయి.

నడుస్తున్న కంపెనీలలో పెట్టుబడి పెట్టడం, ప్రత్యేక ఒడంబడికలలోనికి వెళ్ళడంలాంటి వాటివలన నగదు ప్రవాహం పొందడమే కాకుండా ఎదుగుదలలో భాగం పంచుకోవడం కూడా శక్తివంతమైన పెట్టుబడి అవకాశమని, దానిని మీ ఖర్చులకు సరితూగగలిగే ముందూ, వెనుక కూడా మీ నిష్క్రియ ఆదాయ ప్రణాళికలో భాగంగా చేసుకోండి. నేరుగా ఈక్విటీ పెట్టబడులను మీ ఖర్చులన్నిటికి సరితూగగలిగేటంత వరకు ప్రక్కకు పెట్టుకోండి ఎందుకంటే అన్ని పెట్టుబడులకంటే అది నష్టభయంతో కూడుకున్నది. 'సీడ్ రౌండ్ ఇన్వెష్ట్‌మెంట్స్' అంటే స్టార్ట్‌అప్‌లకి ప్రారంభ దశ మూలధనం. ఇవి అన్నిటికంటె రిస్క్ (నష్ట భయం)తో కూడుకున్నవి. నేను అటువంటి వాటి కొరకు నా పెట్టుబడులలో కొద్ది భాగాన్ని మాత్రమే వినియోగిస్తాను. అవి చాలా లాభసాటిగా కనిపించవచ్చు, కాని ఒత్తిడితో కూడుకున్నవి, ముఖ్యంగా అది పెద్దమొత్తంలో లాభసాటిగా కనిపించినప్పుడు అది పది సంవత్సరాలపాటు అలాగే దీర్ఘకాలికంగా కొనసాగదు.

ఎప్పుడైతే మీరు రిస్కుతో కూడుకున్న 'సీడ్ రౌండ్ ఇన్వెస్టింగ్' లో పాలుపంచుకున్నారో, మీ మూలధనం, నిష్క్రియ ఆదాయం నుంచి వచ్చిన నగదు ప్రవాహానికి చెందినదిగా చూసుకోండి - అది కూడా మీ జీవన శైలికి తగిన వ్యయానికి మినహాయించుకున్న తరువాత చేయండి. ఆ పెట్టుబడి లాభసాటిగా లేకపోతే మీరు కేవలం మీ నిష్క్రియ ఆదాయాన్ని అందించే ఆస్తి నుండి వచ్చే నగదు ప్రవాహాన్ని ఒకసారి కోల్పోతారు. అంతేకాని మీకు నగదు ప్రవాహాన్ని అందించే మూలధనాన్ని కాదు.

నా పెట్టుబడి ప్రణాళికలో ఈ పరంపర చాలా ముఖ్యమైన పాత్ర వహించినదని చెప్పవచ్చు. ప్రతీ పెట్టుబడి రకాన్ని రాబోయే పేజీలలో వివరిస్తాను.

అపోహ 3: సరియైన పెట్టుబడులంటే ఒకసారి చవి చూసినవి, మీరు ఇతరుల నుండి విన్న అవకాశాలు

పదిహేను సంవత్సరాల క్రితం ఒక కుటుంబానికి ఇల్లు అద్దెకు ఇవ్వడాన్ని ఆస్తి క్రింద పరిగణించి, అంతకుమించినది లేదని అనుకునేవారు సంయుక్త రాష్ట్రాలలో (యు.ఎస్) పన్నెండేళ్ళ క్రితం అదే ఆస్తి అని, దానిని విపరీతంగా వ్యాప్తి చెందేలా చూసారు.

గంజాయి, కేంద్రీకృత వ్యాపార జిల్లాలు (సిబిడి) (central business district) మరియు జనపనార' పరిశ్రమ ఇప్పుడు ఊపునందు కున్నాయి. ఇప్పుడు యు.ఎస్‌లో బాగా వ్యాప్తి చెందుతున్న పరిశ్రమలలో అది ఒకటి.

ఈ రోజుల్లో సంగీత పరిశ్రమలో పెట్టుబడిదారులకు అనువుగా రాయల్టీ అవకాశాలు ఎక్కువగా వున్నాయి. ఇవి ఎప్పుడూ వున్నాయి, కాని ఇప్పుడు వాటిని క్రొత్తమార్గాలలో ప్రభావవంతముగా ఆర్థికముగా ముడిపెట్టి ఆ రాయల్టీల జాడ తెలుసుకునే అవకాశం వుంది. ముఖ్యముగా ఇప్పుడు జరుగుతున్న అభివృద్ధిలో కళాకారుని వైపు నుండి, పెట్టుబడిదారుని వైపు నుండి కూడా ఏది ప్రారంభదశలో తక్కువ సంఖ్యగా పరిగణించవచ్చునో తెలియజేస్తోంది.

ఇప్పుడు దృశ్యమాధ్యమంలో అంటే 'థింక్ షో'లు, చలనచిత్రాలు, సంగీతం మొదలైన వాటిలో పెట్టుబడి అవకాశాలు ఎక్కువగా వున్నాయి.

పదేళ్ళక్రితం ఇప్పుడు అభివృద్ధి చెందుతున్న ఈ రంగం, హెచ్.బి.ఓ (HBO) ఇంకా కొందరు నిర్మాతల వరకే పరిమితమై వుండేది. ఇప్పుడు పెట్టుబడి అవకాశాలు కల్పిస్తూ అనేక కంపెనీలు వచ్చేసాయి, వాటిలో ప్రవేశానికి అడ్డంకులు కూడా పెద్దగా లేవు.

ఇక అంతర్జాతీయ మార్కెట్లలో చాలా అవకాశాలు ఈ రోజుల్లో వున్నాయి. చాలామంది వారు వున్న ప్రదేశంలోనే వెతుక్కుంటారు, కాని మన దేశం సరిహద్దులు దాటితే వుండే అవకాశాలని వారు పరిగణించరు. మీరు విద్యావంతులుగా మారడం, లేదా వాటిని గురించి తెలిసినవారిని పరిచయం చేసుకోవడం వలన అవకాశాలు గురించి అవగాహన కలుగుతుంది.

సాంకేతికత (technology) కూడా పెట్టుబడి అవకాశాలున్న రంగం. అక్కడ అవకాశాలు అభివృద్ధి తోడ్పడవచ్చును లేదా కుంటుపడేలా చేయవచ్చును, కాని ఎప్పుడు క్రొత్తవి, పరిశోధనాత్మకమైనవి, మనం శ్రద్ధ పట్టవలసినవి. ఆర్థిక సాంకేతికత (financial technology) లేదా ఫిన్‌టెక్, ఊపు అందుకుంది. 'సాఫ్ట్‌వేర్ ఏజ్ ఎ సర్వీస్' (సాస్) కూడా విజృంబించింది. క్రౌడ్‌సోర్సింగ్ మరియు క్రౌడ్‌ఫండింగ్ చాలా ప్రాచుర్యంలోకి వచ్చాయి. ఈ-కామర్స్, జనుల వ్యాపార సరళిలోను, కొనే విధానంలోనూ మార్పులు తెచ్చింది. ఇక దుకాణాల వైఖరి అంటే ఎక్కడి నుండి అయితే ప్రజలు కొనుగోలు చేస్తారో, అవి కూడా మార్పు చెందాయి.

ఆరోగ్య పరిరక్షణ మరియు వయోవృద్ధుల జీవనం అనే రెండు రంగాలలో కూడా మితిమీరిన అవకాశాలున్నాయని చెప్పవచ్చు. హోటల్స్‌ని నివాసయోగ్యమైన 'కాండో'ల లాగా అపార్ట్‌మెంట్ల లాగా మార్పు చేయడం ఇప్పుడు బాగా నడుస్తోంది. పరిశ్రమ వితరణ కేంద్రాలు (industrial distribution centres), వేర్‌హౌజ్‌లు విపరీతంగా పెరుగుతున్నాయి. దీనికి ఈ-కామర్స్ వృద్ధి చెందడమే కారణం.

ఈ పట్టిక పెరుగుతూనే వుంది, అదే నేను చెప్పే అంశం. ఈ క్రొత్తగా, అభివృద్ధి చెందుతున్న, ఆవిర్భవిస్తున్న మార్కెట్లలో అవకాశాలు చాలా వున్నా, చాలామంది వాటివలన లాభం పొందకుండా, వాటిపట్ల విశ్వాసం లేకుండా వున్నారు.

అపోహ 4: మీరు లాభాన్ని త్యజించకుండా జీవనశైలిని పెంపొందించు కోలేరు

జీవన విధానంలో ద్రవ్యోల్బణం దీర్ఘకాలిక ఆర్థిక స్వాతంత్ర్యానికి పెనుముప్పు. దీనినే మరో విధంగా చెప్పుకుందాం. ఏదీ అమర్చి పెట్టినది కాదు. పెట్టుబడియే జీవనశైలిగాగలవారిగా మీరు నడుచుకుంటున్నారంటే మీ ఆదాయం పెరుగుతున్నట్లుగానే, వరుస క్రమంలో మీ జీవనశైలి పెరగదు. నేను శిక్షణనిచ్చినవారు ఈ నియమాన్ని అర్థం చేసుకుంటారు. మీ ప్రస్తుత జీవన విధానంలో మీరు మళ్ళీ మళ్ళీ పెట్టుబడుల వైపు మీ మదుపును మళ్ళించనిదే మీరు ఆశించిన జీవనవిధానం నాటకీయంగా మీకు లభించదు. ఒకటి గుర్తుపెట్టుకోండి, పెట్టుబడియే జీవనశైలిగా గలవారిగా వుండాలంటే పెట్టుబడిదారునిగా జీవించడం అనే ఆలోచనని అధిగమించాలి.

నాకు అధిక ఆదాయం వచ్చినప్పుడు నేను నా జీవనశైలిని అభివృద్ధి చేసుకోవాలో లేక మానుకోవాలో అనే స్వేచ్ఛ, నా దగ్గరే వుంటుంది ఎందుకంటే నేను అప్పటికే నాకు ఆదాయాన్ని చేకూర్చే ఆస్తిని కొనుగోలు చేసి, ఆ ఖర్చులను ఎదుర్కొనేటందుకు సిద్ధంగా వున్నాను. ఉదాహరణకి, నాకు ఒక క్రొత్త కారు కావాలంటే, నేను ఒక పద్ధతి ప్రకారం ముందుకు సాగుతాను. నేను డబ్బు ఖర్చు పెట్టి కారు కొనేకంటే, తెలివైన పని ఏమిటంటే ఆ కారు ఖర్చులకు పనికి వచ్చే డబ్బు సంపాదించి పెట్టే మరొక ఆస్తిని కొనాలి. తర్వాత కారుని కొనాలి. కేవలం కారు కొనేస్తే, నేను అసలు మొత్తంలో కొంత భాగాన్ని ఏ నగదు ప్రవాహం సృజించకుండా కోల్పోతాను.

కారుని సాధారణంగా ఒక ఆస్తిగా పరిగణించరాదు. అది ఒక ఖర్చు. నగదు ప్రవాహాన్ని సృజించి కారు ఖర్చులని ఎదుర్కొనేటందుకు తోడ్పడే ఆస్తిని కొనడంలో అసలు మొత్తాన్ని వినియోగించడం అర్థవంతంగా కనిపిస్తుంది. ఈ విధమైన వ్యవహారశైలి అవలంబించినందుకు కారు గురించిన అప్పులు కట్టేసిన తరువాత నేను కారు నిమిత్తం ఖర్చు లెక్కకి రాకుండా, అసలు మొత్తం మీద నగదు ప్రవాహం జరిగేటట్లు చూసినట్లు అయ్యింది. క్లయింట్లకు ఈ ప్రణాళికను తెలుపగానే వారు పొంగిపోతారు. 'అలా చేయవచ్చు' 'నేనెప్పుడూ అలా ఆలోచించలేదు' 'కాని ఎలా చేయాలి?' 'నాకైతే ఇది తెలివైన మార్గంలా కనిపిస్తోంది'. ఇంటిలో మార్పులు కూడా

ఇటువంటి ఉదాహరణలాగానే వుంటుంది. మీరు రాబడిని కలిగించే ఒక ఆస్తిని కొనుగోలు చేసి ఇంటిలో మార్పులకు సంబంధించిన ఖర్చుల నెదుర్కోవచ్చును. మీకు అదనంగా వచ్చే ఆదాయంతో క్రొత్త ఫర్నిచరుకొనడం ఇంటి మార్పులు చేయడం లేదా మీరు ప్రస్తుతం నివసిస్తున్న ఇంటికన్నా ఖరీదైన నివాసాన్ని పొందవచ్చు.

నేను ఇప్పుడు వుంటున్న నివాసం మా పాత గృహం కంటే అనువైన ప్రదేశంలో వుంది. ఈ ఇల్లు పాతదానికంటే రెట్టింపు విలువ కలది, కాని నేను ఈ ఇల్లు కొనుగోలు చేసే ముందర ఒక ఆస్తిని, ముఖ్యంగా దీని తనఖా (మార్టగేజ్) ఖర్చులకు రెట్టింపు ఆదాయం ఇచ్చేదానిని కొనుగోలు చేసాను. మా రియల్‌ఎస్టేట్ ఒప్పందాల స్థాయిని పెంచేవరకు, అవి మా క్రొత్త తనఖా ఖర్చులు, మా యింటి స్థాయిని పెంచేటందుకు అయ్యే ఖర్చులకి సరిపడ ఆదాయాన్ని ఇచ్చేవరకు మా యింటిని అభివృద్ధి చేయలేదు. అలా చేయడం వలన ఈ క్రొత్త యిల్లు సురక్షితమైన, తెలివైన పెట్టుబడిగా మిగిలింది.

ఎప్పుడైన నా కుటుంబం జీవనశైలిని అభివృద్ధి చేసుకోవాలంటే, లేదా క్రొత్తదేదైనా కొనాలంటే, ఇంటిని అభివృద్ధి చేయాలంటే, ఏదైనా మార్పులు గృహంలో చేయాలంటే, లేదా ఇంకేవైనా చేయాలంటే, నాకు ఒక ఆదాయాన్నిచ్చే ఆస్తి, క్రొత్త ఖర్చులను ఎదుర్కొనేంటందుకు రాబడి నిచ్చే ఆస్తి కావాలి. ఇదే ప్రణాళిక ప్రయాణాలకు కూడా వర్తిస్తుంది. మేము ప్రపంచం చుట్టూ అనేక యాత్రలు చేపట్టి, దారిలో అనేక దేశాలను చూసి, ఆ ఖర్చులని నగదు ప్రవాహ పెట్టుబడులు చేయడం ద్వారా ఎదుర్కొన్నాము. ఈ మధ్య కాలంలోనే ఐరోపా దర్శనార్థం వెళ్ళి ఆరు వారాలపాటు మధ్యధరా దేశాలనెన్నిటినో చూసి వివిధ తీరప్రాంతాలు సందర్శించాము. ఆ ఖర్చులు మొత్తము మేము కొనుగోలు చేసిన నగదు ప్రవాహ పెట్టుబడినందించే ఆస్తి ద్వారా ఎదుర్కొన్నాము.

భవిష్యత్తులో ఆదుకునే ఆస్తిని కొనుగోలు చేయండి క్రియాశీలకంగా వుండండి.

మరియొక సూచన: మీకు సరియైన పన్ను ప్రణాళిక నందించే నిపుణులు మీ జట్టులో వున్నట్లయితే, సెలవులలో ప్రయాణాలను బోర్డు సమావేశాలుగా మార్చుకోవచ్చు. అయితే ఎప్పటికప్పుడు 'మినిట్స్' రాసుకుంటూ ఆదాయపు పన్ను నియమాలను అనుసరిస్తూ, మీరు చేస్తున్నది సరియైనదే

అనిపించుకునలేలా వుండాలి. దీనిని గురించి సవివరముగా నా పొడ్ కాస్ట్ లైఫ్‌స్టైల్ ఇన్వెస్టర్.కామ్/పాడ్‌కాస్ట్‌లో విని తెలుసుకోవచ్చు.

ఈ ప్రణాళికను ఉపయోగించుకునే మార్గం ఏమిటంటే ఎప్పుడప్పుడైతే వ్యాపార స్థాయి పెరుగుతూ వుంటుందో అప్పుడు నగదు ప్రవాహాన్ని సృజించుకుంటూ అభివృద్ధి అవకాశాలను వదులుకోకుండా ఉపయోగించు కోవాలి. నేను చాలా వ్యాపారాలలో ఈ పనిని చేసాను. ఇదిగో ఈ క్రింది విధంగానే నేను చేసాను ఉదాహరణకి మీ వ్యాపారాన్ని పెంపొందించుకునే నిమిత్తం అదనపు సిబ్బందిని నియమించాలనుకుని, లేదా మార్కెటింగ్ పరిధి పెంచాలనుకుని, ప్రత్యేక పరికరాలను కొనుగోలు చేయాలనుకుని, లేదా కార్యాలయం విస్తీర్ణాన్ని పెంచుకోవాలనుకున్నప్పుడు అదనపు పెట్టుబడి అవసరమౌతుంది. మీ వ్యాపారంలో లాభాలు వస్తున్నట్లయితే, ఈ అదనపు ఖర్చుని వాటితో చెల్లించవచ్చును. మీ వ్యాపారంలో లాభాలు, ఈ పెరిగిన ఖర్చులని తట్టుకునేలాగా లేకపోతే ‘లోను’ (ఋణం) తీసుకోవచ్చును.

ఇక్కడే ఒక మెళకువ దాగివున్నది. మీ నుండి మీరే ఋణం పొందితే ఎలా వుంటుంది? వ్యక్తిగతంగా మీరు నగదు ప్రవాహాన్నందించే ఆస్తులపై పెట్టుబడి పెట్టి, కంపెనీకి చెందిన ఈ అదనపు ఖర్చులని ఎదుర్కొని, తర్వాత ఋణం వడ్డీతో సహా చెల్లించవచ్చును. ఇది నిజంగా మీకూ, మీ కంపెనీకి కూడా విజయపథం వైపు దారి చూపుతుంది. దీనికి తోడు, మీరు దీనిని సాధించడానికి ముందు నగదు ప్రవాహానికి తోడ్పడే ఆస్తులని కొనుగోలు చేసియుంటారు.

అపోహ 5: చాలావరకు పెట్టుబడి సలహాల నిచ్చే నిపుణులు మంచి సలహాలనిస్తారు

ఆర్థిక సేవల నందించే పరిశ్రమలో చాలామంది విశ్వసనీయత అనే బాధ్యతను తలపై వేసుకుని పని చేయారని మీకు తెలుసా? ‘ఫిడుషియర్ (విశ్వసనీయత) అనే బాధ్యత అంటే మీ పెట్టుబడులను పర్యవేక్షించే వ్యక్తి మీకు ఏది సమంజసమైనదో అని యోచించడం. ఎందుకంటే చాలామంది ఆర్థిక ప్రణాళికలు వేసేవారు వారి క్లయింట్లకు మంచిది అన్నదానికంటే స్వయంగా వారికి అధికంగా ఉపయోగపడేదానిని సూచిస్తారు.

మరొక విషయం, ఏమిటంటే ఇటువంటి సలహాదారులు ఇచ్చే సలహా

పక్షపాత వైఖరిలో, వారు అందుకునే ప్రోత్సాహకాల మీద ఆధారపడి వుండి, మీకు అనుకూలంగా వుండకపోవచ్చు. అందుచేత వారు వారికి అదనపు బోనస్‌ని సంపాదించి పెట్టే, లేకపోతే కమీషన్లు మొదలైనవి ఎక్కువగా సంపాదించి పెట్టే ఉత్పత్తులలో పెట్టుబడి పెడతారు. దురదృష్టవశాత్తు, ఈ రకమైన వైఖరి ఆర్థిక సేవల పరిశ్రమలో సర్వసాధారణంగా వుంటుంది. లెఖ్ఖలేనన్ని క్రొత్త వార్తలు, ప్రచురణలు ఈ వైఖరిని గురించి చాలా ఏళ్ళుగా వెల్లడి చేసాయి.

నేను మళ్ళీ చెప్పదలచుకున్నాను. 'ఆర్థిక స్వాతంత్ర్యం ఐఆర్ఏల రూపంలోనూ, నిర్దిష్టమైన ప్రణాళికల నుండి రాదు'. ఆర్థిక స్వాతంత్ర్యం, దానిని గురించి ప్రచారం చేసే ఏ పుస్తకాల రూపంలోనూ రాదు. దానంతట అదే రావడం కూడా సాధ్యం కాదు.

కష్టపడి డబ్బు ప్రోగేసుకుని ఆర్థిక స్వాతంత్ర్యాన్ని సాధించిన నిపుణులు చెప్పేదాని నుండి నేర్చుకోవడం అవసరం. మీరు ఒక విషయం గ్రహించాలి. అది ఏమిటంటే కొంతమంది వారు అవలంబించిన అమ్మకాలు, మరియు బోధనలు ద్వారా మాత్రమే ఆర్థిక స్వాతంత్ర్యం సాధించి వుండరు. ఎక్కడ నుండి వారి సంపద వచ్చినదో పరిగణించడం మంచిది. అంతేకానివారు సంపన్నుల కాబట్టి, సంపద విషయంలో వారు చెప్పినది సరియైదని అనుకోవడం పొరపాటు. మీరు, ఎవరైతే ఆర్థిక స్వాతంత్ర్యాన్ని వారు అవలంబించిన పద్ధతులు తెలుపుతూ బోధించుతున్నారో వారిని అనుసరించడానికి ప్రయత్నించండి.

డేవ్ రామ్‌సే లాంటి నిపుణులు, ప్రజలు ఋణాల నుండి ఎలా బయటపడాలో ఆచరణీయ పద్ధతులలో చెప్పారు. అయితే వారు ఎలా సంపద సృజించాలో లేదా అటువంటి ఆలోచనా సరళి కలిగి వుండడం గురించి బోధించలేదు'. బహుశ అది వారి లక్ష్యం కాదు. కాబట్టి మీకు సంపదను సృష్టించుకోవాలంటే 'లేమి మనస్తత్వం' నుండి బయటపడాలి. 'లేమి మనస్తత్వం' అంటే ఇలా వుంటుంది: 'ఆ లాటే' (లాట్) కళకి చెందిన వస్తువును కొనవద్దు. అది నేడు \$5 ల విలువ కలిగి వుంది, రాబోవు ఏభై సంవత్సరాలలో నిజంగా అది ఆ సొమ్ము విలువకి

> **'లేమి ధృక్పథం' తో జీవించకండి. నా జీవితం బాగున్నదని మీరు భావిస్తే, మీకు కూడా ఎక్కువ అవకాశాలు వస్తాయనే భావించవచ్చు.**

చేరుకోవచ్చు, కాబట్టి ఇప్పుడు దానికై పెట్టే డబ్బుని పొదుపు చేసుకోవచ్చును'. మీకు ఆ లాటే సొంతం చేసుకునే స్థాయికి రావాలని వుందా? అలా అయితే, మీ ఆర్థిక లక్ష్యాలను చేరుకుంటూ కూడా ఎలా ఆ లాటే (లాట్)ని సొంతం చేసుకోగలరు?

పెట్టుబడియే జీవనశైలిగా గలవారిగా వుండాలనుకుంటే, ఈ క్రిందన వున్న నియమంపై దృష్టిపెట్టకండి. ఎందుకంటే మీరు సామాన్యమైన దాని వెనుక వెళ్ళట్లేదు. సగటు మనిషికి తన ఆర్థిక వనరులతోటి ఏమి చేస్తున్నాడో తెలియకపోవచ్చు. చాలామంది ఏం చేస్తున్నారో గమనించాక, మీరు వారికి వ్యతిరేక మార్గంలో పయనించండి, ఎందుకంటే వారిది నిర్ధిష్ఠ మార్గం కాదు గనుక. ఎందుకు సరిగ్గా లేనిదానిని అనుసరించడం?

ఎవరైతే నిర్ధిష్టమార్గంలో పయనించి మీరు ఆశించిన జీవిత విధానాన్ని పొంది వున్నారో వారిని అనుకరించండి. మీరు గొప్ప అని భావించే వాటిని సాధించినవారిని అనుకరించి, వారు చెప్పినదానిని అనుసరించండి. మార్కెట్టు తీరుని ఎదుర్కొనే టందుకు వారు ఏమి చేసారో గ్రహించండి. ఒక ఆర్థికపరమైన గురువుని, ముఖ్యంగా పారదర్శకంగా వుండేవారిని, మీరు సాధించాలనుకునే దానిని, ఇటీవల కాలంలో సాధించిన వారిని గుర్తించి, అనుసరించండి.

అపోహ 6: నగదు ప్రవాహ పెట్టుబడికై మీకు చాలా డబ్బు కావాలి

ఈ పుస్తకంలో నేను వివిధ రకాల పెట్టుబడులను గురించి మీతో వివరాల పంచుకుంటాను. మీరు తెలుసుకోవలసిన ముఖ్య విషయం ఏమిటంటే 'మీరు పెట్టుబడిగా ఏది పెట్టదలచుకున్నా ఈ ప్రణాళికలన్నీ పనిచేస్తాయని' మీరు ఏ విధంగా ముందుకు సాగుతారన్నది మీ పరిజ్ఞానం, నష్టభయం (రిస్క్) పట్ల ఓరిమి, మరియు పెట్టుబడిగా పెట్టే మదుపు మీద ఆధారపడి వుంటుంది. శుభవార్త ఏమి టంటే, నా దగ్గర ఆరంభంలో అవలంబించాల్సిన ప్రణాళికలు అనేకం వున్నాయి.

మీరు గుర్తింపు పొందిన పెట్టుబడిదారులు (accredited investor) అవునా, కాదా అన్నది కూడా కొన్ని పెట్టుబడులలో పరిగణనలోకి వస్తుంది. గుర్తింపు పొందిన పెట్టుబడిదారుడు అనగా ఒక వ్యక్తి లేదా వ్యాపార సంస్థ

వారికి వున్న ఆదాయం, లేదా మదుపు విలువ లేదా నైపుణ్యం వీటిల్లో ఏదో ఒకటి ఆధారంగా పెట్టుబడి అవకాశానికి అర్హత పొందడం. ఒక వ్యక్తికి అలా గుర్తింపు పొందడానికి, వారి దగ్గర $1,000,000 ల మదుపు సొమ్ము వుండాలి లేదా సంవత్సర ఆదాయం కనీసం $200,000 చొప్పున అప్పటికి ఖండించిన రెండు గత రెండు ఏళ్ళుగా వుండాలి లేదా ($300,000 సంవత్సర ఆదాయం జంటగా అంటే పెళ్ళి అయిన వారైతే దంపతులిరువురూ కలిగి వుండాలి).

'సెక్యూరిటీస్ ఎండ్ ఎక్స్చేంజ్ కమిషన్ (ఎస్ఈసి) ఈ అవశ్యకతలను తెలియజేసి అధునాతనమైన పెట్టుబడిదారులను గుర్తిస్తూ రెగ్యులేటరీ డిస్క్లోజర్లను కాపాడే అవసరం వుండకుండా వుండేటందుకు రూపొందించింది. మౌలికంగా, ఎస్ఈసి విద్యారహితులైన పెట్టుబడిదారులను మోసపూరితమైన పెట్టుబడి పద్ధతులనుండి కాపాడడానికి ప్రయత్నం చేస్తుంది.

అయితే చాలామంది గ్రహింపుకు రానిది ఏది అంటే గుర్తింపు పొందిన పెట్టుబడిదారునిగా కాకుండా (accredited investor) కూడా చాలారకాలుగా పెట్టుబడి పెట్టే మార్గాలు అనేకం వున్నాయి. పెట్టుబడికి ఆవశ్యకతలు, అవి ఏ రంగానికి చెందినవో, అవి ఏ రకమైనవో, వాటి మీద ఆధారపడి వుంటాయి. ఉదాహరణకి, చాలావరకూ రియల్ ఎస్టేట్ పెట్టుబడులకు గుర్తింపు పొందిన పెట్టుబడిదారునిగా వుండవలసిన ఆవశక్యకత లేదు.

మీరు ముఖ్యంగా నిర్ణయించుకోవలసిన దేమిటంటే మీరు సూటిగా, లేదా నేరుగా పెట్టుబడి పెడతారా, లేక పెట్టుబడులను ప్రోగు చేసే ఒక నిధిలో మదుపు పెడతారా అన్న విషయం. ఒకవేళ ఆ పెట్టుబడి శక్తివంతమైన అవకాశమయితే నేరుగా ప్రయత్నం చేయడమే అర్ధవంతంగా వుంటుంది. కొన్నిసార్లు, కొంత నష్టభయాన్ని తగ్గించుకోవాలంటే విభిన్న పెట్టుబడులలోకి మళ్ళించడం శ్రేయస్కరం. ఆ రకంగా ఒక దిక్కు నుండి విపత్తు ఏర్పడినా, మరొక వైపు నుండి బాగా పురోగమిస్తున్న దాని నుండి దన్ను లభిస్తుంది. (ఈ విషయం గురించి వివరంగా రాబోవు అధ్యాయాలలో నేను వివరిస్తాను).

ఇంకొక విషయంలో మీరు సరియైన నిర్ణయం తీసుకోవలసి వుంటుంది. అది ఏమిటంటే మీరు ఏ వేదిక నుపయోగించుకుంటున్నారు అన్న విషయం. చాలా వేదికలు, అంటే క్రౌడ్స్ట్రీట్, పియర్స్ట్రీట్, మరియు ఫండ్రైజ్ లాంటివి, ఇంకా ఇతరమైనవి, 'క్రౌడ్ఫండింగ్' (సామూహిక నిధి) ఆధారితమైనవి. గుర్తింపు పొందని, మరియు గుర్తింపు పొందిన పెట్టుబడిదారులు

పాల్గొనవచ్చు. ఈ వేదికలు చాలా అవకాశాలునిచ్చి, తక్కువ మదుపు అంటే సుమారు $1,000 కన్నా తక్కువ పెట్టుబడులు పెట్టే వారికి సానుకూలంగా వుంటున్నాయి. మీరు పరిశోధన చేసి వారి వద్ద అవకాశం కోసం చూస్తే మంచి ఒప్పందాలకు సావకాశం వుంది. అయితే ఈ వేదికల ద్వారా అందించే అన్ని పెట్టుబడి అవకాశాలు గొప్పవి కావు, కాని మీరు అంచనా వేయగలిగితే చాలావరకు మంచి ఒప్పందాలకు అవకాశం వుంది. నేను వ్యక్తిగతంగా ఈ వేదికల ద్వారా పెట్టుబడి పెట్టాను, కాబట్టి వీటిలో మంచి ఒప్పందం జరిగే అవకాశం వుందని నమ్ముతున్నాను.

సామూహిక నిధి (crowd funding) వేదికలు కాక, 'సిండికేషన్' (syndication) అనే పద్ధతి అనగా ఇతరత్రా వారికి సాధ్యం కాని ఆస్తిని కొనుగోలు చేయుటకై చాలామంది పెట్టుబడిదారులు నైపుణ్యం, పనులు మరియు మూలధనం విషయాలలో ఏకీకృతం కావడం. మీరు అటువంటి పెట్టుబడి అంటే ఎక్కడైతే క్రియాశీలక జట్టు ఆధ్వర్యంలో జరుగుతుందో అటువంటి పెట్టుబడిలో చేరాలనుకుంటే ఆ జట్టుకు ఎంత అనుభవం వుందో పరిశీలించండి. వారు ఫీజు ఎంత వసూలు చేస్తారో ఆరా తీయండి. కొంతమందికి 'ప్రేవేట్ ప్లేస్‌మెంట్ మెమోరాండం' (private placement memorandum) లో ఫీజు గోప్యంగా చెప్పబడుతుందన్న విషయం తెలియదు. కాబట్టి అన్ని వివరాలు క్షుణ్ణంగా పరిశీలించాలి. 'సిండికేషన్' గురించిన వివరాలు నేను మున్ముందు తెలియజేస్తాను.

మీకు $50,000 లేదా అంతకన్నా తక్కువ పెట్టుబడి సొమ్ము కలిగి వుంటే...

'ఇండెక్స్ ఫండు'లలో పెట్టుబడి పెట్టడం కాక రియల్ ఎస్టేట్‌లో పెట్టడం ఒక పద్ధతి. నాకు సాధారణంగా రియల్ ఎస్టేట్ ఇష్టం ఎందుకంటే దానికి అంతర్గత విలువ వుండడం చేత ఎన్నటికి 'స్టాక్స్' లాగా శూన్యమైపోదు. రియల్ ఎస్టేట్‌కి విలువ వుండడం చేత, కొనుగోలు నిమిత్తం తాకట్టు పెట్టి బ్యాంకు ఋణం తీసుకోవడానికి అది అక్కరకు వస్తుంది. ఈ ఆస్తి అప్పు పుట్టించడానికి ఇతర వ్యాపారాల కంటే ఎక్కువగా తాకట్టుకి ఉపయోగపడుతుంది.

రియల్ ఎస్టేట్ అద్దెలకు ఆకర్షితులై చాలామంది పెట్టుబడి పెట్టడానికి

ముందుకు వస్తారు. ఎందుచేతనంటే అక్కడ నగదు ప్రవాహం వెనువెంటనే వుంటుంది కనుక. ఈ పరిగణనలోకి చిన్న కుటుంబానికి సరిపడ యిళ్ళు, మొబైల్ హోమ్ పార్క్‌లు, అపార్ట్‌మెంట్ కాంప్లెక్స్‌లు, పరిశ్రమ పంపిణీ కేంద్రాలు, వేర్‌హౌస్‌లు, స్వీయ నిల్వ యూనిట్లు మొదలగు రియల్ ఎస్టేట్ ఎంపికలు వస్తాయి. మీకు సరియైన ఒప్పందం కుదిరినప్పుడు అది నగదు ప్రవాహాన్ని ఒక రోజు సృజిస్తుంది. మీరు క్రొత్త పెట్టుబడిదారుడైతే కొంత నష్టం భయం వుంది, ఎందుకంటే కొన్ని చోట్లలో రియల్ ఎస్టేట్, నగదు ప్రవాహాన్ని కలిగి వుండదు. కాబట్టి జాగ్రత్తగా నగదు ప్రవాహం వున్నచోటనే ముందుకు అడుగువేయండి.

సీనియర్ క్రెడిట్ ఫండ్‌లు మరియొక ఆసక్తికరమైన ఎంపిక. మీకు రియల్ ఎస్టేట్ మీద కాని వేరే ఏదయినా తనఖా మీద కాని మొదటి లీను హక్కు (first-lien position) లేదా తాత్కలికస్వామ్యము కలిగివుండవచ్చు కాబట్టి ఇతర పెట్టుబడులకంటే దానిలో నష్టభయము తక్కువ. ఈ ఫండ్లు (నిధులు) నిరంతరం అంచనా వేయగలిగినంత నగదు ప్రవాహాన్ని నెలవారీగా అందిస్తాయి.

మీ దగ్గర $50,000 లేదా అంతకన్నా తక్కువ కనుక వున్నట్లయితే, మొట్టమొదటిసారిగా పెట్టుబడి పెట్టడానికి ఇంకా చాలామార్గాలు వున్నాయి. కాని నేను ఖచ్చితంగా పనికి వస్తాయన్న వాటిని మాత్రమే పేర్కొన్నాను.

మీ దగ్గర $50,000 కన్నా ఎక్కువ పెట్టుబడి వున్నట్లయితే...

నేను నా మొదటి పెట్టుబడి సుమారు $50,000 పెట్టినప్పుడు, నాకు ఇంకా గుర్తుంది. నేను నిద్ర లేని రాత్రులు గడిపాను. దేవుడా, ఇది కనుక నష్టపోతే ఎలా? అన్న ఆలోచన వచ్చేది. నేన ఈ తరహా పొదుపు నమ్మకాల నుండి బయటపడదలచుకున్నాను. అందుకని, నేను ఇలా ఆలోచించడం మొదలుపెట్టాను 'నేను ఏదయినా నేర్చుకోవాలంటే డబ్బుని రంగంలోకి దింపి ఒప్పందంలోకి అడుగిడినప్పుడే' అని అనుకున్నాను. ఆ ఒప్పందం తర్వాత రెండవ ఒప్పందం చేసేటప్పుడు నా మీద నాకు విశ్వాసం పెరిగి నిద్రని కోల్పోలేదు. ఆ ప్రక్రియనంతటిని బాగా అర్థం చేసుకుని ఏం జరిగినదో ఆ పరిజ్ఞానం కలిగి వున్నాను నిజంగా 'అనుభవం' అన్నది చెప్పుకోదగినదే.

మీకు కూడా ఇటువంటి భావనలు కలిగినట్లయితే నా సలహా ఏమిటంటే మొదలుపెట్టినప్పుడు ఎవరికైనా అలాగే వుంటుందని గుర్తుపెట్టుకోండి. మీకు మిమ్మల్ని మీరు పరిజ్ఞానవంతులుగా మార్చుకునే అవకాశం వచ్చినది అన్నమాట. మీ పని ఏమిటంటే మీకు ఒప్పందంలోకి ఒడంబడే సమయానికి ముందు అవతల వారి యొక్క ఆర్థిక వివరాలలోకి 'డ్యూ డిలిజెన్స్' (కష్టపడి ఆర్థిక వివరాలు సేకరించడం) తోటి ముందుకి సాగడం. మీకు ఖచ్చితంగా తెలియనప్పుడు అది మంచి ఒప్పందమే అయినా, మంచి సలహాదారులని ఉపయోగించుకోండి.

మీరు నేర్చుకునేకాలంలో మీ ప్రణాళికలో భాగంగా 'డైవర్సిఫికేషన్' 'వివిధీకరణం' ని వుంచుకోండి. అంటే ఉదాహరణకి మీకు $250,000 పెట్టుబడి పెట్టాలనుకుంటే, మీకు $50,000 చొప్పున చిన్నచిన్న ఒప్పందాల లోకి వెళ్ళండి. ఈ విధమైన 'వివిధీకరణం' ఒక మంచి ఆలోచన ముఖ్యంగా మీకు ఒక ఆస్తిపట్ల పరిజ్ఞానం సంపూర్ణంగా లేనప్పుడు. అది, మీ దగ్గర వున్న కోడిగ్రుడ్లు మొత్తంగా కలిపి ఒకే బుట్టలో వేయడాన్ని నివారిస్తుంది.

మీ దగ్గర ఎక్కువ డబ్బు వున్నంత కొలది మీకు అవకాశాలు మెండుగా లభిస్తాయి. ఉదాహరణకి, నేను కనీస పెట్టుబడి విలువ (ఉదాహరణకి $250,000 లేక ఒక మిలియన్) కలిగిన శక్తివంతమైన పెట్టుబడులను కూడా చూసాను. అయితే కనీస పెట్టుబడి ఎక్కువగా వుంది కనుక అంతకన్నా తక్కువవి మంచి ఒప్పందాలు కావేమో అని అనుకోకూడదు. మరొక కోణంలో ఆలోచిస్తే వీటితో అనుబంధంగా వచ్చే అదనపు ఒప్పందాలు, సౌకర్యాలు ఈ హెచ్చైన సంఖ్యలతోబాటు వుంటాయి.

మొదలుపెట్టినప్పుడు ఈ సంఖ్యలు హెచ్చుగా అసాధ్యమైన వాటిలాగా కన్పిస్తాయి. కాని సాధనతోటి, పరిజ్ఞానంతోటి అవి సులభంగా గోచరించి, అలవాటుగా మారిపోతాయి. నా అనుభవం, జ్ఞానం నా శక్తిని అధిగమించి పెట్టుబడి పెట్టేలా తోడ్పడ్డాయి.

ఒకసారి మీరు నేర్చుకుంటూ పెట్టుబడి పెడుతూ వుంటే, అది అలవాటుగా మారి సులభంగా గోచరిస్తుంది. మీరు భావోద్వేగాలను అధిగమించి ముందుసాగే ప్రయత్నం చేస్తారు.

పెట్టుబడి మీ జీవన విధానంగా గలవారికి మర్ఫీ సూత్రాలు

'నేను ఇతరులు తప్పిదాల నుండి ఎంత వీలయితే అంత నేర్చుకోవడం అనేదానిని నిజంగా నమ్ముతాను'

– వారెన్ బఫెట్

ప్రతీ పెట్టుబడిదారుడు ఏదో ఒక చోట తప్పిదం చేసి, మదుపును పోగొట్టుకుంటాడు. ఎలా అయితేనేం, ఒక ఘోరమైన తప్పిదం మీరు చేయకుండా నేను ఆపగలిగినట్లయితే – నేను మీతో పంచుకోబోతున్న తప్పిదం లాంటిది ఆపగలిగినట్లయితే నేను మీ లక్షల సొమ్ము లేదా కోట్ల కొలది డాలర్లు కాపాడుగలుగుతాను. అంతకన్నా ముఖ్యం నేను మీ సమయం వృధాకానీయకుండా చూడగలుగుతాను. ఈ పుస్తకమే మీరు పెట్టుబడిని జీవనశైలినిగా చేసుకోవడం గురించి చెప్పుతుంది.

సైన్యంలో, చాలామంది సైనికులు వారు మౌలికమైన శిక్షణని పొందుతున్నప్పుడు మర్ఫీ సూత్రాలలో కొన్ని మార్పులు గమనిస్తారు. నేను ఈ వివరాలు 'రెడిట్ పోస్ట్'లో సేకరించాను. సైన్యంలో వుండి వచ్చిన వ్యక్తులు, మహిళలు రాసిన కామెంట్లలో, ఈ సూత్రాలలో ఒకటో, రెండో సూత్రాలు, అస్త్రాలతో పోరాడుతున్నప్పుడు వారి జీవితాలను కాపాడాయని వారు అన్నారు. ఆన్‌లైన్‌లో మీకు ఈ సూత్రాలు వందలకొలది కనిపించవచ్చును. కాని నేను నా కిష్టమైన ఇరవై సూత్రాల నెంచుకున్నాను.

మర్ఫీ–యుద్ధ సూత్రాలు

1. స్నేహపూర్వక అగ్ని - కాకూడదు. (స్నేహపూర్వక అగ్ని అంటే మన వలన మనకే హాని జరగడం)
2. యుద్ధ అనుభవం అనేది నీకు అవసరమైనప్పుడే తప్పితే సరిగ్గా నీకు లభించదు.
3. నీవు ఏ దిక్కున నడచి వెళ్ళినా అది ఆరోహణమే.
4. ప్రత్యేకమైన వస్తువులు నిప్పు నాకర్షిస్తాయి. నీవూ ప్రత్యేకమైనవాడివే.
5. అది పనికిరానిదే అయినా అక్కరకు వచ్చినప్పుడు దానిని పనికిమాలినది అనరాదు.
6. ప్రాముఖ్యరహితంగా కనిపించండి, శత్రువు దగ్గర తక్కువ మందు సామాగ్రి వుంది - వుండవచ్చు కాబట్టి మీపై బుల్లెట్ వృధా చేయాలని కోరుకోడు.
7. కందకం (దాగుకొను స్థలం) లాంటివి ఎప్పుడూ మీకన్నా ధైర్యస్తుల తోటి పంచుకోకండి.
8. మీ అస్త్రం చేసినది, తక్కువ వేలంపాట పాడినవాడని ఎప్పటికీ మరువకండి.
9. పరిపూర్ణమైన ప్రణాళిక అనేది ఏది వుండదు.
10. అయిదు క్షణాల వ్యూజులు మూడు క్షణాలలోనే కాలిపోతాయి.
11. ముఖ్యమైనవి అన్ని చాలా సామాన్యమైనవి; సామాన్యమైనవి అన్నీ కష్టతరమైనవే.
12. దూసుకుని వచ్చే మంట ఎప్పుడూ దారి వెంబడే వుంటుంది.
13. పోరాటానికి సిద్ధపడే జట్టు ఎప్పుడూ పరిశీలనలో సరియైనది అనిపించుకోలేదు.
14. పరిశీలనలో 'భేష్' అనిపించుకున్న జట్టు పోరాటంలో 'ఔన'ని పించుకోలేదు.
15. శత్రువు పోరాటపరిధిలో వున్నప్పుడు, నీవు కూడా అంతే.
16. శత్రుకూటమి నుండి వచ్చిన నిప్పు కంటే, స్నేహవర్గం నుండి వచ్చిన నిప్పు సూటిగా దూసుకువస్తుంది.
17. ఒకేసారి పంపించవలసిన వస్తు సామగ్రి పంపించబడదు.

18. ఒకేసారి పనిచేస్తూ వెళ్ళవలసినవి అదే విధంగా పనిచేస్తూ రంగంలోకి దిగవు.
19. మీరేది చేసినా లేదా చేయకపోయినా అది మృత్యువు వైపు ఈడ్చుకుని వెడుతుంది.
20. నిపుణులైన సైనికుల తీరు పసికట్టవచ్చును, కాని లోకం మొత్తం ప్రమాదకరమైన నూతన సైనికులతో నిండి వుంది.

మీరు సైన్యంలో వున్నా, లేకపోయినా, ఈ సూత్రాలలోని జ్ఞానాన్ని గ్రహించగలరు. వీటిని లెక్కచేయకపోవడం ప్రాణాంతకమౌతుంది. వాటిని అనుకరిస్తూ నేను కొన్ని సూత్రాలు అభివృద్ధి చేసి వాటిని 'పెట్టుబడియే జీవనశైలిగా గలవారి కోసం మర్ఫీ సూత్రాలు' అని పిలుస్తున్నాను.

ఈ సూత్రాలను విస్మరించినందువలన వచ్చే ప్రమాదం

నేను ఇక్కడ ఒక పెద్ద పొరపాటు పెట్టుబడి విషయంలో జరిగేది, నేను చేసినది, మీరూ చేయకుండా వుండేటందుకు వివరిస్తున్నాను. బెర్ని మడోఫ్, 2008 చివరలో కనుగొన్న 'పొంజీ స్కీమ్' మీకు గుర్తుందా? నేను ఒక మిలియన్ డాలర్లు ఖరీదు చేసే 'పొంజీ స్కీమ్'లో ఇరుక్కున్నాను.

కొన్ని సంవత్సరాల క్రితం నేను ఒక అద్భుతమైన అవకాశం గురించి విన్నాను. నేను ఎప్పుడూ ఆన్‌లైన్ రియల్ ఎస్టేట్ గురించి ఆసక్తిని కలిగివున్నాను. నేను, నిష్క్రియ ఆదాయాన్ని వివిధ మార్గాలు అంటే విజ్ఞాపన ద్వారా రాబడి, తత్సంబంధిత వాటి ద్వారా రాబడి, ఈ-కామర్స్ ద్వారా రాబడి, గడించే వెబ్‌సైట్ నిర్మించే కంపెనీని ఒకదానిని కనుగొన్నాను. అది ప్రేక్షకుల పట్టిక నొకదానికి తయారుచేస్తుందని చెప్పుకునేవారు. పైగా నేను అమ్మకం చేయగలిగిన ఆస్తి నొకదానిని ఇస్తూ, ఆదాయాన్ని కూడా అందిస్తుందని అన్నారు. చాలా అద్భుతమైన ఒప్పందం లాగా కనిపించింది ఎందుకంటే నా డబ్బుపై 20% ప్రతీ సంవత్సరం అందించేలాగా వుంది. ఇదికాక, సైటు (స్థలం) అమ్మినప్పుడు, కంపెనీతో 50-50 వాటాల చొప్పున వచ్చిన సొమ్ములో వాటా వస్తుంది.

ఈ పెట్టుబడికి నా వైపు నుండి ఏ ప్రయత్నము అక్కర లేదు కేవలం మూలధనం మాత్రమే. నా స్నేహితులలోనే ఒక్కరు 2013 లోను, 2014లో

మరొకరు, ఈ కంపెనీలో పెట్టుబడి పెట్టారు. కంపెనీ ఎన్నడూ వారికి చెల్లింపులు ఎగవేయలేదు. అన్ని కోణాల నుండి, అది ఖచ్చితంగా కనిపించింది.

ముందుగా మీకు దుర్వార్తని తెలియజేయనివ్వండి. నేను $3000,000 ల పెట్టుబడి ముగించి, మొదటి ఏడాది అనుకున్నట్లుగానే $60,000 సొమ్ము చేసుకున్నాను. ఆ వ్యాపారస్తులు ఒక్క చెల్లింపు కూడా ఎగవేయలేదు. సైటు అమ్మకం జరిగినప్పుడు నా లాభం $20,000. నేను ఆ సొమ్ముతో బాటు $100,000 సొమ్ముని అదనంగా పెట్టే పెట్టుబడిని పెడదామనుకున్నాను. ఆ సమయంలో నేను $600,000 (నా మొట్టమొదటి పెట్టుబడి $300,000 + $200,000 (అమ్మకం వలన వచ్చినవి + అదనంగా $100,000) తో బరిలో వున్నాను.

నాకు మొత్తం $200,000 చెల్లింపు జరిగి ఇంకా ఒకటిన్నర సంవత్సరం రాబడి రావల్సి వుంది. అప్పటివరకూ అంతా చక్కగా జరిగింది కనుక నేను ఇంకొక $200,000 పెట్టుబడి పెట్టి – మొత్తం $ 800,000 చేసాను.

నాకు క్షుణ్ణమైన 'డ్యూ డిలిజెన్స్' (నిశితమైన పరిశీలన) చెక్‌లిస్ట్ నా జట్టు, నా న్యాయవాదితో కూడుకున్నది, వుంటుంది. నేను ఎప్పుడు పెట్టుబడి పెట్టినా సరే. నేను నా లాయర్‌తో ఈ పెట్టుబడిని గుర్చి వివరాలు పంచుకొనినప్పుడు, అతను వెంటనే దీనిలోనికి జొరపడవద్దని వారించాడు. అతను 'అది వాస్తవ విరుద్ధంగా, అతి మంచిగా' వుందని అన్నాడు. దురదృష్టవశాత్తు నేను ముందుకి అడుగేశాను.

అందుచేతనే నా 'పెట్టుబడియే జీవనశైలిగా గలవారికి మర్ఫీ సూత్రాలు: అతిక్రమించరాని చెక్‌లిస్ట్' మొదలైనది.

పెట్టుబడియే జీవనశైలిగా గలవారికి మర్ఫీ సూత్రాలు: అతిక్రమించకూడని చెక్ లిస్ట్

1. వాస్తవవిరుద్ధంగా అతిమంచిగా ఏదైనా కనపడితే, అది బహుశ అలాగే వుంటుంది.
2. ఏదైనా అనుమానాస్పదంగాను, తెలియని భయాన్ని కలుగుజేస్తుంటే, అది బహుశ నిజమే అయి వుంటుంది.
3. పేరు ప్రఖ్యాతలున్నవారి పేర్లను వాడుకునే ప్రమాదం వుంది, జాగ్రత్తగా వుండండి.
4. ముఖ్యమైనవి ఎప్పుడూ సాధారణంగానే వుంటాయి, సాధారణంగా వున్నవెప్పుడూ కష్టంగా కూడా వుంటాయి.
5. సందేహంగా వున్నప్పుడు, ఈ సూత్రాలని, పది పెట్టుబడి ప్రామాణికాలని పునశ్చరణ చేసుకోండి.
6. వాస్తవంగా మీరు ఎంత ఆశించినప్పటికీ, అసాధారణంగా ఎక్కువ మొత్తం రాబడి వస్తే జాగ్రత్తగా వుండండి.
7. మూతపడుతున్న పరిశ్రమల పట్ల జాగ్రత్తగా వ్యవహరించండి.
8. మూతపడుతున్న మార్కెట్లు, వెనుకపడుతున్న నగరాల పట్ల మొళకువగా వ్యవహరించండి.
9. ఒక నగరంలో కాని పట్టణంలో కాని ఒక్కరే ఉపాధి కల్పన చేస్తూ వుంటే, అటువంటి దానిలో పెట్టుబడి పెట్టడం నష్టభయంతో కూడుకున్నది. ఆ ఒప్పందం ఎంత లాభదాయకంగా కనిపించినా సరే!
10. మీ స్నేహితులు చేసేరని, పరిశోధన లేకుండా మీకు కూడా పెట్టుబడి పెట్టడం తెలివైన పనికాదు.
11. ఏవైనా సొంతం చేసుకోవడానికి, నడిపించడానికి ఎంత ఖర్చు అవుతుందో తెలుసుకోండి దేనిలోనూ పెట్టుబడి పెట్టద్దు.
12. మీ లెక్కలు మీరు వేయండి! వారు యిచ్చే సంఖ్యలను నమ్మవద్దు. వారు అమ్మకం చేసేవారని మరచిపోకండి. మీరు ప్రోగు చేసిన వివరాలు ఇతర పెట్టుబడిదారులతో పోల్చి చూసుకోండి, ఎందుకంటే మీకు నమ్మకమైన వివరాలు సేకరించారన్న నమ్మకం కోసం.
13. ఆన్‌లైన్‌లో కొనుగోలుదారుల అభిప్రాయాలను పరిశోధించండి.

14. భాగస్వాములు, అమ్మకందారుల పూర్వాపరాలను వాకబు చేయండి.
15. న్యాయ సంబంధిత సలహాలు తీసుకోండి. మీరు చూడలేని కోణాలు వారు పరిశీలించగలరు.
16. ఇతర నిపుణులు ఈ పెట్టుబడిని అంగీకరిస్తారేమోననిన విషయం ఖచ్చితంగా తెలుసుకోండి.
17. చాలాకాలంగా అందులో పెట్టుబడిదారులుగా వున్నవారిని వాకబు చేయండి.
18. చాలాకాలంగా పెట్టుబడిదారులుగా వున్నవారు కనపడకపోతే ఆలోచించండి.
19. యుద్ధభూమిలో పోరాడుతున్న వ్యక్తిని కలుసుకునే ప్రయత్నం చేయకండి అంటే మీరు యుద్ధరంగంలోకి ఒక అటార్నీ (న్యాయవాది) తో సహా అడుగెట్టకండి. అలా చేస్తే మీ శక్తి, ఆర్థికశక్తి రెండూ పీల్చివేయబడతాయి.
20. ఎవరి దగ్గర నుండి మీరు కొనుగోలు చేస్తున్నారో, వారి దగ్గర కొంచెం ఒద్దికగా తక్కువ పోకడతో కనిపించండి. మీ అహాన్ని ప్రక్కన పెట్టండి, అతి తెలివిగా ప్రవర్తించకండి.
21. ఏ కాంట్రాక్టు ఒప్పందాన్ని పూర్తిగా చదవకుండా, తరువాత మీ లాయరు అంగీకరించకుండా సంతకం పెట్టకండి.
22. మీరు ఒప్పుకున్న కాంట్రాక్టు పైననే మీరు సంతకం చేస్తున్నారని వూహించుకోకండి, చివరి క్షణంలో మోసపూరితమైన వ్యాక్యాలు జోడించే అవకాశం ఉంది.
23. నిపుణులైనవారిచే రూపొందించబడిన ఒప్పందాలు. ఊహకు అందుతాయి. క్రొత్తవారిచే రూపొందించబడినవి ప్రమాద కరమైనవి. మీరు ఎవరితో ఒప్పందం కుదుర్చుకోబోతున్నారో మీకు తెలియాలి.
24. చట్టబద్ధముగా వున్నంత సేపూ బ్యాంకు, డబ్బు ఎక్కడి నుండి వస్తున్నదో పట్టించుకోదు.
25. ఒక్కోసారి మీరు పెట్టుబడి పెట్టకపోవడమే ఉత్తమమైనదిగా తోచవచ్చు.

"లైఫ్‌స్టైల్ ఇన్వెస్టర్.కామ్/గిఫ్ట్ (Lifestyleinvestor.com/gift) నుండి మర్ఫీ సూత్రాలను ఉచితంగా పిడిఎఫ్ డౌన్‌లోడ్ చేసుకోండి."

ఖాళీలను పూరించేటందుకు మీకు కొన్ని ఖచ్చితమైన వివరాలు ఇవ్వనివ్వండి. మా లాయర్ చెప్పారు, "ఇది వాస్తవానికి దూరంగా వుంది. ఇది ఒక పౌంజీ స్కీమ్‌లా కనిపిస్తోంది".

ఈ తప్పిదంలో ఒక బహుమతి దాగుంది. నగదు నష్టపోవడం వలన మూర్ఖుడినే. అయితే దాని నుండి పాఠం నేర్చుకోపోతే నేను ఇంకా మూర్ఖుడిని.

ఆ ఒప్పందాన్ని, ఆ కంపెనీ యొక్క లాయర్లు తయారుచేసిన విధానాన్ని చూసి ఆయన వైదొలిగాడు.

చివరికి ఒప్పందం బయటపడ్డాక, ఆడిటింగ్ మొదలైనది, నేను ఈ వాస్తవాలు చూడగలిగాను:

- మూడవ పార్టీ ఆడిటింగ్, అది కూడా ఒక ప్రఖ్యాత సంస్థ చేత జరుపబడుతుందని ఆ కంపెనీ అసత్యాలు వెలువరించింది.
- చాలాకాలంగా, Inc 5000 వేగవంతంగా విస్తరిస్తున్న కంపెనీ, వారు ఆ స్థానాన్ని మోసపూరితమైన ఆర్థిక వనరుల తోటి కొనసాగిస్తూ వస్తున్నారు.
- దాని వ్యవస్థాపకుడు చాలామంది ఆన్‌లైన్‌లో ప్రసిద్ధమైనవారి పేర్లు వినియోగించుకుని వారిని పెట్టుబడిదారులుగా, సలహాదారులుగా పేర్కొంటూ మరింత విశ్వసనీయత జోడించే ప్రయత్నం చేసాడు.
- చివరికి, కంపెనీ ఒక చెల్లింపు చేయలేకపోయేసరికి, ఆ యజమాని పెట్టుబడిదారులకు తనకు క్రొత్తగా వస్తున్నటువంటి పెట్టుబడుల నుండి జమకట్టడం మొదలుపెట్టి, అదంతా ఒక పౌంజీ స్కీమ్ తరహాకి మార్చివేసాడు.

దురదృష్టవశాత్తు, ఆ యజమానికి ఎవరో చెడు సలహా ఇచ్చారు. నేనూ మరియు అందరు పెట్టుబడిదారులూ సంతకం పెట్టిన చట్టపరమైన ఒప్పందం ఏమని తెలిపినదంటే పెట్టుబడిదారుల నగదుని వినియోగించడం కంపెనీ యొక్క విచక్షణ మీద ఆధారపడి వుంటుందని – అందులో ఒక భాగం హామీ ఇచ్చిన రాబడిగా ఇవ్వడానికి వినియోగిస్తే, మరొక భాగం కంపెనీ యొక్క ఇతర ఖర్చులకు వినియోగించబడుతుందని తెలిపింది. అయితే వారి ఖర్చులలో భాగంగా పాత పెట్టుబడిదారులకు చెల్లింపులు కూడా

చేర్చబడ్డాయి. పాత పెట్టుబడిదారులకు క్రొత్త పెట్టుబడుల సొమ్ము చెల్లించడం నేరంగా పరిగణించబడుతుందన్న విషయం తనకు తెలియదని ఆ యజమాని చెప్పుకుంటూ వచ్చాడు. నేనూ, నా లాయరూ లోతుల్లోకి వెళ్ళగా, ఆ కంపెనీ ఉపయోగించుకుంటున్న బ్యాంకులకి ఈ విషయం తెలుసునని తేలింది. ఎందుకంటే వారి హెచ్చరికలు అడుగడుగునా కనిపించాయి.

చివరికి ఆ యజమాని ఎక్కువ ద్రవ్యాన్ని వాడేసుకోవడం ద్వారా తన రంగుని త్వరగా బయటపెట్టినట్లే అనుకోవాలి. అర్థవంతమైన మార్పులకోసం అతను చాలా ఆలస్యంగా సిఎఫ్ఓని, సిఈఓని ప్రవేశపెట్టాడు. అది మొత్తం మీద 27 ఏళ్ళు నడచిన వ్యాపారం–చివరికి మూతపడింది.

ఈ తరుణంలో నేను పరిధులను మించకుండా చెప్పగలిగింది ఏమిటంటే ఆ యజమాని కటకటాల వెనుక చాలాకాలం వుండిపోవచ్చును. వ్యాపారంలో ఒక పొంజీ స్కీముకు సగటున ఎనిమిది నుండి పన్నెండు ఏళ్ళు (నా ఆన్‌లైన్ పరిశోధనలో తేలినది) శిక్ష వుండవచ్చును. ఇంతకుమించిన వివరాలు నేను అందించలేను. ఎందుకంటే ఈ రచన జరిగే సమయంలో ఆ నేర పరిశోధన జరుగుతోంది.

ఈ కథ యొక్క నీతి ఇక్కడ చెప్పబడుతోంది. మీ అహంకారం, డబ్బుని కోల్పోతామనిన భయంతో చట్టవిరుద్ధమైన పనులు చేపట్టి, జైలులో అడుగిడి సంబంధబాంధవ్యాలు కోల్పోయి, మాన మర్యాదలు పోగొట్టుకొని, చివరికి వివాహబంధం కూడా చెడగొట్టుకోవద్దు. పోయిన ద్రవ్యాన్ని మీరు తిరిగి పొందవచ్చు. కాని క్షణాల్లో గౌరవమర్యాదలు గాలిలో కలసిపోతాయి.

ఈ ఆర్థిక తప్పిదం ద్వారా బహుమతిగా వచ్చిన విజ్ఞానం ఇదే. డబ్బు పోగొట్టుకున్నందుకు నేను మూర్ఖుడినే. కాని ఈ చెడిన ఒప్పందంలో దాగి వున్న పాఠాన్ని నేను నేర్చుకొనకపోతే నేను మరింత మూర్ఖునిగా పరిగణింపబడతాను. మీ చుట్టూ మీ కంటే అత్యధిక తెలివితేటలు గలవారిని ప్రోగేసుకోండి. వారి సలహాలను విని నష్టభయం నుండి రక్షించబడండి. పోరాడేటప్పుడు వెనుకంజ వేసినా అంతిమ విజయం మీదే అయ్యేలా చూసుకోండి.

మీ చుట్టూ మీ కంటే అత్యధిక తెలివితేటలు గలవారిని ప్రోగేసుకోండి. వారి సలహాలను విని నష్టంవల్ల వచ్చే భయం నుండి బైటపడ్డారు. పోరాడేటప్పుడు వెనుకంజ వేసినా అంతిమ విజయం మీదే అయ్యేలా చూసుకోండి.

మీకు సరైన సమయం అందించి, మీరు తప్పుడు నిర్ణయాలు తీసుకోకుండా, వాటివల్ల మీరు డబ్బు నష్టపోకుండా, ఈ ప్రణాళికలు పెట్టుబడి ప్రామాణికాలను ఉపయోగించుకుంటూ, నష్ట భయాన్ని తగ్గించుకుని, మంచి రాబడిని పొంద గలిగేలా చేయడమే నా లక్ష్యం. గతంలో మీరు నష్టపోతే అది మీ తప్పు కాదు. సరియైన పరికరాలు గలిగిన మార్గదర్శకుడు అప్పుడు ఆర్థిక స్వాతంత్ర్యం వచ్చేలా సహాయం చేయగలిగినవాడు లేడని అర్థం.

భాగం - 2

పెట్టుబడి ప్రామాణికాలు

పెట్టుబడి ప్రామాణికం 1:
జీవనశైలి ప్రాముఖ్యత

"విజయానికి నేనిచ్చే నిర్వచనం నీ జీవితంలో నీవు మోయలేనంత సంతోషాన్ని, కొద్దిపాటి బాధని అనుభవిస్తూ నీదైన రీతిలో జీవితాన్ని గడుపుతూ వుంటే, నీ జీవనశైలి కారణంగా నీ చుట్టూ వున్న ప్రజలు మరింత ఆనందాన్ని అనుభవిస్తూ ఏ మాత్రం బాధపడకుండా వుండడమే.

– టోనీ రాబిన్స్

నా మొదటి లైఫ్‌స్టైల్ ఇన్వెస్టర్ లయన్ గురించిన కథను వినిపించనివ్వండి లయన్స్ అంటే ఒక సంవత్సకాలంలో ఎక్కువ పెట్టుబడి పెట్టడంపై ప్రత్యేకంగా, నేరుగా శిక్షణ తీసుకునే నా ఖాతాదారులు. ప్రతీ లయన్ ఎక్కువ పెట్టుబడి ప్రణాళికలపై వ్యక్తిగత శిక్షణని అందుకుంటాడు. దీనిలో ఆలోచనాసరళి, ఒప్పందం రూపకల్పన, ఒప్పందాల వడపోత మరియు నిజమైన పెట్టుబడి అవకాశాలు గుర్చిన చర్చలు, లావాదేవీలు పొందుపరచబడి వుంటాయి. నాకు మాదిరిగా నా ఖాతాదారులకు కూడా నగదు ప్రవాహం వుంటూ, తక్కువ నష్టభయం కలిగి వుండి, జీవనశైలికి ఉపయోగకరంగా వుండే పోర్టుఫోలియోను నిర్మింపజేయడమే నా లక్ష్యం.

ఒక ఏడాది గడచిన తరువాత ప్రతీ ఒక్కరూ ఎక్కువ రాబడిని అందించే ప్రణాళికల దొంతరని అర్థం చేసుకోవడం, ఆ జ్ఞానాన్ని పెంపొందించుకోవడంలో నిష్ణాతులౌతాడు. అన్నిటికంటే ముఖ్యం, ఆ సంవత్సర కాలంలో ప్రతీ లయన్‌కి నేను ఇరవై సంవత్సరాలలో గడించుకున్న సంబంధబాంధవ్యాలతోటి పరిచయం ఏర్పరిచి వారికి వారి ఆస్తులను కాపాడుకునే విధానం, ఉన్నతమైన పన్నుల ప్రణాళికలు, సలహాలు అందిస్తాను. వీరికి పూర్వ పరిచయం లేకపోతే ఏర్పడని ఒప్పందాల కూడా చేతికి అందే అవకాశం వుంటుంది. నేను ఇంతకు ముందు చెప్పినట్లుగా ఈ ప్రత్యేకమైన బృందానికి 'లయన్స్ నెట్‌వర్క్' అని పేరు పెట్టుకున్నాను.

నా మొదటి లైఫ్‌స్టైల్ ఇన్వెస్టర్ ప్రస్తుతకాలంలో తనకి నచ్చినప్పుడు మేల్కొంటాడు, అంతేకాని అతను అలారం వుపయోగించి/కొన్ని సంవత్సరాలు అయిపోయింది. అతని కాలాన్ని సంగ్రహించే ఉన్నతోద్యోగిగాని, పనిగాని అతనికి లేవు. అతని దినచర్యలోని మొదటి గంటని చదవడానికి, ప్రార్థించడానికి, ధ్యానం చేయడానికి, పత్రికలు తిరగవేయడానికి వినియోగిస్తాడు (గత ఏడాది అతను సుమారు 150 పుస్తకాలు చదివాడు). తరువాత ఒక గంట వ్యాయమంలో గడుపుతాడు. నలభై పడినా కాని తన శరీర సౌష్టవాన్ని కాపాడుకుంటూ అతని భార్యకి ఆకర్షణీయంగానే కనిపించుతున్నాడు.

వ్యాయామం తరువాత తన ఎనిమిది సంఖ్యల పోర్టుఫోలియో వైపు ఓసారి దృష్టి సారించి, ఏడు అంకెల బ్యాంకు అక్కౌంటుని పరికించి, తన జీవనశైలిని గూర్చిన ఆలోచనలలో నిమగ్నమౌతాడు. దానిలో భాగంగా తన కుటుంబం సెలవులలో చేయాలనుకున్న ప్రయాణాలు, అంతర్జాతీయ పర్యటనలు (ఒకటి ఐరోపాకు, రెండవది కరీబియన్‌కు) గూర్చిన ఆలోచన వుంటుంది. అదికాక తనకు వ్యక్తిగతంగా స్నేహితులైన, ఎక్కువ మొత్తం పెట్టుబడి పెట్టగలవారైన వ్యక్తులతోటి వ్యాపార పర్యటన గూర్చి కూడా వుంటుంది. తరువాత రెండు గంటలూ ఇటీవల కాలంలో తను పెట్టుబడి పెట్టిన కంపెనీల సిఈఓలతో వీడియో కాల్సులో నిమగ్నమై వుంటాడు. తరువాత సావధానంగా మధ్యాహ్న భోజనం చేసి, రెండు గంటలకు విరమిస్తాడు.

అతను, అతని భార్య తమ పుత్రిక విద్య విషయంలో కొన్ని నిర్ణయాలు తీసుకుని దానిలో భాగంగా ఆమెకు ఇంటి వద్దనే ప్రత్యేక శిక్షణని

ఇవ్వదలచినందువలన ఆమెతో సమయం గడపగలుగుతున్నాడు. ఆ దంపతులు గంటల తరబడి కబుర్లు చెప్పుకుంటూ నడుస్తూ వుంటారు. వారు ముగ్గురు ఎక్కువగా కలసి భోజనం చేస్తుంటారు. కూతురిని నిద్రపుచ్చిన తరువాత అతను, అతని భార్య కలసి కొద్దిగా వైన్ సేవించి వ్యక్తిగత జీవితాన్ని ఆస్వాదిస్తారు.

ఈయన వారానికి మూడురోజుల మాత్రమే పనిదినాలుగా పరిగణించి మిగిలిన మూడు, నాలుగు రోజులు వారంతపు విరామదినాలుగా పరిగణిస్తాడు. అతను కావాలనుకుంటే ఏళ్ళ తరబడి వృత్తి వ్యాపారానికి దూరంగా వుండగలడు. అతని దగ్గర ఆలోచించుకోవడానికి కావల్సినంత సమయం అందుబాటులో వుంటుంది. దానిని అతడు ఉత్తేజపరిచే పాడ్‌కాస్ట్ (Podcast) లు, ఏవైతే దీర్ఘకాలిక ప్రణాళికలకి ఉపయోగపడతాయో అవి వినడానికి, తద్వారా తన దృష్టిని సరిగా ఏర్పరుచుకోవడానికి వినియోగించుకుంటాడు. ఇప్పుడు అతను నెల మొదటివారంలో విశ్రాంతి తీసుకుంటూ కూడా ఇదివరకు 50 నుండి 70 గంటల పని సమయంగా ఉపయోగించుకుంటూ నెల మొత్తం గడించినదానికంటే ఎక్కువగా సంపాదిస్తున్నాడు. (అప్పట్లో అతను ఆరు అంకెల ఆదాయం కల జీతగాడు).

ఈ రోజు నా ఈ ఖాతాదారుడు జీవితాన్ని తన అధీనంలో వుంచుకున్నాడు. అతని సమయాన్ని అతను ఎలా గడపాలని అనుకున్నాడో అలా గడిపే స్వేచ్ఛని కలిగి వున్నాడు. అతన తన కుటుంబంతో, స్నేహితులతో, తన కిష్టమైన వ్యాపకాలు చేసుకుంటూ గడుపుతున్నాడు. అతను మానసిక, శారీరిక, భావనాత్మకమైన, ఆధ్యాత్మికమైన అభివృద్ధికై పాటుపడుతూ, సంబంధ బాంధవ్యాలకు, ఆరోగ్యానికి ప్రాధాన్యతనిస్తూ కాలాన్ని గడుపుతున్నాడు. చూపరులకు వారి జీవనశైలి ప్రస్ఫుటముగా కనిపించదు. అతనిని అతని కుటుంబాన్ని చూసినవారు వారు ఆదాయం అంత వుంటుందని అంచనా వేయలేరు.

అతనికి పాతికేళ్ళుగా వున్న స్నేహితులేకాక, ఇప్పుడు చాలామంది లక్షాధికారులతోనూ, కోటీశ్వరులతోనూ సంబంధ బాంధవ్యాలు కలిగి వున్నాడు. అతను, అతని భార్య తమ ఆదాయంలో దశమభాగాన్ని చర్చికి ఇచ్చి, చాలా ధర్మకార్యాల నిమిత్తం ప్రతీ సంవత్సరం వివిధ సంస్థలకు దానం చేస్తుంటారు. అతని జీవితం స్వేచ్ఛతో నిండి వుంది. తన కుటుంబానికి ఏది కావాలంటే అది ఎప్పుడైనా కొనగలడు. ఇప్పుడు అతనిని నడిపించేది ఏదంటే

కలసిగడపడం, పొందినది తిరిగి పంచడం, ఆ విధంగా ఇతరులకంటే విభిన్నంగా వుండడం.

తన ఆర్థిక స్వాతంత్ర్యానికి తొలి మెట్టుగా దేనిని పరిగణించాడంటే తన భార్య ఉద్యోగంలో కష్టించకుండా వుండడం. ఆమె ఒక ప్రతిభకల వాణిజ్యశాస్త్ర ఉపాధ్యాయని, కాని కుటుంబపరంగా వారికి వెసులబాటులు కలిగిన ఉన్నతమైన జీవనశైలి కావాలి. ఆమె $36,000 సంవత్సర ఆదాయం కలిగినది కనుక అంతే రాబడి నందించే ఒక ఆస్తి మీద అతను పెట్టుబడి పెట్టడం అవసరం. వాస్తవానికి అంతకన్నా తక్కువగా అంటే $36,000 కన్నా తక్కువగా వుండేది మాత్రమే అవసరం. ఎందుకంటే పన్నులు మినహా మిగిలింది తక్కువే కనుక. పైగా, పెట్టుబడిగా పెట్టే సొమ్ముపై పన్ను, జీతంగా ఆర్జించిన సొమ్ముపై వేసే పన్ను కంటే చాలా తక్కువ.

తన నెలవారి ఖర్చుల ముగించుకుని అతను ఒక 'మొబైల్ హోమ్ పార్కు' కొనడానికి నిశ్చయించుకున్నాడు. ఈ మొదటి ప్రయత్నం ఆమె జీతంతో సరితూగి, ఆమె ఒక ఉద్యోగం చేయవలసిన అవసరం కలుగలేదు. ఆమెకు బోధనమార్గం నుండి కుటుంబం, పర్యటనలు, ఇతర కుటుంబ అవసరాల వైపు మళ్ళడానికి ఒక అందమైన మార్గం ఇది. దీనివలన ఆమెకు జీవితంలో విరామ సమయం చేజిక్కింది. తరువాత అతను కొన్ని సంవత్సరాల తరువాత తన వ్యక్తిగత ఉద్యోగ విషయంలో కూడా అతను అదే పని చేసాడు.

సంపూర్ణ వెల్లడింపు: నా మొట్టమొదటి 'లయన్' నేనే. ఇతరులకు బోధించి పంచుకునే ముందర నేను ఒక 'పెట్టుబడియే జీవనశైలిగా గలవానివలెనే దృష్టిని పెంచుకోవాలనే ఆలోచన నాది. నేను ఏది చేయాలనుకుంటున్నానో దానిని ప్రస్తుతం ఆచరిస్తున్నవారి దగ్గర నుండే ఆర్థికపరమైన సలహాలు తీసుకోవాలన్నది నా నియమం. నేను బోధించాలంటే, ముందుగా నేను ఆ పద్ధతిలో జీవించాలి.

చాలామంది ప్రజలు ప్రతిచర్యాత్మక జీవితాన్ని గడుపుతారు. నా లక్ష్యం చురుకుగా, క్రియాత్మకంగా బ్రతకండి.

నాకు పూర్తి విశ్వాసం, ఈ పుస్తకంలో వున్నదానిని బోధించాలనుకుంటే దానికి తగిన నైపుణ్యం పెంపొందించుకోవాలంటే నేను అదే విధంగా ఇటీవల కాలంలోనే జీవించగలగాలి, జీవించాలి. ఇదే

పుస్తకం నేను విఫలుడినైన తరువాత ఇరవై ఏళ్లకి రాస్తే, మీకు మంచి సలహా ఇస్తున్నానని తలచేవాన్ని కాదు. పైగా, నేను ఎప్పుడూ నా కంటే హెచ్చుగా సంపాదన కలిగిన ఆర్థిక నిపుణునితో మాత్రమే పనిచేయాలనుకుంటాను.

స్వేచ్ఛా సూత్రము

అన్నిటికంటే ఉత్తేజపూర్వకమైన, అద్భుతమైన విషయం ఏమిటంటే పెట్టుబడియే జీవనశైలిగా కలిగివుంటే మీ జీవనాన్ని మీ నియమానుసారం మీకు నచ్చిన పంథాలో జీవించవచ్చు. 'స్వేచ్ఛా సూత్రం' మీరు కోరుకున్న జీవితం సృజించుకునేటందుకు యాంత్రికతకు దూరంగా సక్రియాత్మకంగా ఉపయోగపడుతుంది. పెట్టుబడియే జీవనశైలిగా గలవారిగా మారాలంటే మీరు మీ జీవితాన్ని ఉద్దేశపూర్వకంగా ఎలా రూపొందించుకోవాలను కుంటున్నారో అన్నది మీ మొదటి మెట్టు.

మీరు నా మాటలు వినడాన్ని కొనసాగించే ముందు ఒకసారి ఈ స్వేచ్ఛా సూత్ర అభ్యాసాన్ని గమనించండి. స్వేచ్ఛా సూత్రానికి చెందిన వాటిల్లో మీరు అన్నిటికంటే దేని వైపు మొగ్గు చూపుతారో, దానిని బట్టి మీ జీవనశైలిని రూపొందించుకోవడానికి ఆస్కారం వుంటుంది.

సమయం + ధనం + సంబంధబాంధవ్యాలు + ప్రభావం = పెట్టుబడియే జీవనశైలిగాగలవారి స్వేచ్ఛ

సమయానికి సంబంధించిన స్వేచ్ఛ: మీకు ఏదీ ముఖ్యము?
❑ మీరు మేలుకొనాలనుకున్నప్పుడు లేవడం.
❑ వ్యాయమ సమయం దొరకడం.
❑ ధ్యానానికి, ప్రార్థనకు సమయం దొరకడం.
❑ పత్రికా వీక్షణానికి, యోచనకు సమయం దొరకడం.
❑ మీ పిల్లలకు విద్యాబుద్ధుల నేర్పే సమయం దొరకడం.
❑ ఆసక్తికరమైన పాడ్‌కాస్ట్‌లు వినడానికి, ఉత్తేజపరచే పుస్తకాలు చదవడానికి సమయం దొరకడం.
❑ దీర్ఘకాలిక ఆలోచనలకు, ప్రణాళికలకు, లక్ష్యసాధనకు సమయం దొరకడం.
❑ కుటుంబంతో కలసి భోజనాలు, సరదాలు మొదలైనవాటికి సమయం దొరకడం.

ధనానికి సంబంధించి స్వేచ్ఛ: మీకు ఏది ముఖ్యము

- సంవత్సరకాలంలో ఎక్కువగా సెలవుదినాలుగా పరిగణించుకునే సమయం (అది కూడా మీ కలల మీద ఆధారపడి వీలైనన్ని ఎక్కువసార్లు)
- నెలల తరబడి ప్రయాణం చేయగలిగే సమయం.
- ఒక శిక్షణాతరగతిని తీసుకోవడానికి లేదా ఏదైనా మీరు నేర్చుకోవాలనుకున్నది నేర్చుకోవడానికి సమయం.
- ఒక్కోసారి సంవత్సరాల తరబడి పనిచేయకుండా వుండడానికి ఎంచుకునే అవకాశం.
- కావల్సినది కావల్సిన సమయంలో కొనుక్కోగలగడం.
- పెద్ద మొత్తం మీద చెక్కు వ్రాయగలగడం, లేదా బ్యాంకు అక్కౌంటు తనిఖీ చేసుకోకుండా ఏదైనా చూసీ చూడనట్లు కొనగలగడం.
- ఏడు అంకెలు- ఎనిమిది అంకెలు-తొమ్మిది అంకెల ఆదాయం కలిగి వుండడం.
- ఏడు అంకెలు లేదా నగదు లాగా త్వరితంగా మార్చుకోగలిగిన ద్రవ ఆస్తులు గలిగి వుండడం.
- ఎక్కడైనా, ఎప్పుడైనా సెలవుదినాలను అనుభవించగలగడం.
- మీరు కావాలనుకున్నంత సేపూ మంచి హోటళ్ళలోనూ, స్థావరాలలోనూ గడపగలుగుతూ విస్తృతంగా ప్రపంచ పర్యటన చేయగలగడం.
- సమయాన్ని కాపాడుకోవడం కోసం ఎవరైనా నిపుణుల సహాయం లేదా సేవని జీతం ఇచ్చి అందుకునే అవకాశం కలిగి వుండడం.
- విరివిగా దానాలు ఇవ్వగలగడం.
- ద్రవ్యాన్ని (డబ్బుని) ఒక పరికరంగా వాడుకుంటూ మరిన్ని కలలను, లక్ష్యాలను చేరుకోగలిగే అవకాశం కలిగి వుండడం.
- కుటుంబం, స్నేహితులు లేదా ఇతరుల కొరకు ఒక నిధిని (ట్రస్ట్ ఫండ్)ని ఏర్పాటు చేయగలిగే అవకాశం కలిగి వుండడం.

సంబంధబాంధవ్యాలలో స్వేచ్ఛ: మీకు ఏది ముఖ్యము.
❑ మీ భార్య పిల్లలతో సన్నిహిత సంబంధాలు కలిగి వుండడానికి తోడ్పడే శిక్షణను తీసుకోగలగడం. ❑ మీకు ప్రేరణగా నిలిచేవారితో కలిసి పనిచేయటం. ❑ క్రమబద్ధంగా ఎవరితో సమయం గడపాలో ఎంచుకోగలగడం. ❑ అయిదు లేదా పదిమంది ముఖ్యులతో కాలం గడిపే ప్రణాళికలు గలిగి వుండడం. ❑ మీ జీవితంలో మీరు ప్రేమించేవారి కోసం సమయాన్ని కేటాయించటం కోసం ప్రణాళికలు కలిగి ఉండడం. ❑ మిమ్మల్ని ప్రభావితం చేసే వారితోగాని, మిమ్మల్ని వున్నతంగా తీర్చిదిద్దగలిగే వారితోగాని సంబంధాలు కలిగి వుండడం. ❑ సంఘంలోని గౌరవనీయులుతో సంబంధాలు ఏర్పరుచుకునే ధైర్యం, విశ్వాసం గలిగి వుండడం. ❑ 'రాయబారుల'తో సంబంధాలు ఏర్పరుచుకోవడం– అంటే మిమ్మల్ని ప్రభావితం చేసేవారినీ, మిమ్మల్ని కలిపి, మీరు మంచి బృందాలతోను, సంస్థలతోనూ ముడిపెట్టే అవకాశం వున్నవారితో సంబంధాలు అన్నమాట. ❑ మీ పిల్లల క్రీడలు లేదా ఇతర వ్యాపకాల బృందాలతోను, తల్లితండ్రుల సమావేశాలు లేదా ఇతర బృందాల సమావేశాలలో పాలుపంచుకోగలగడం. ❑ మీడియా– ఆన్‌లైన్ ద్వారా మీ పరిచయం, సామాజిక మాధ్యమాలలో లేదా పత్రికా ముఖంగా మీ సందేశాన్ని అందించగలిగి, మరింత మంది ప్రజలతో సంబంధాలు పెంచుకోగలగటం. ❑ ఉన్నతమైన బృందాలు– నిపుణుల బృందాలైన టైగర్ 21, ఈఓ, వైపిఓ, విస్టేజ్, స్ట్రాటజిక్ కోచ్, లేదా జీనియస్ నెట్‌వర్క్ లాంటి వాటిల్లో చేరి మీకు శిక్షణనిచ్చి, అభివృద్ధి చెందేటట్లు చేసే నిపుణుల సాహచర్యం పొందగలగడం.

'**ప్రభావం**' చూపే స్వేచ్ఛ: మీకు ఏది ముఖ్యం
❑ ఉత్తేజపరిచే, ప్రేరణనిచ్చేలా పని చేయగలగటం. ❑ లాభరహితంగా వుండే, 501 (సి)(3) ధార్మిక సంస్థకు సహాయం అందించగలగడం. ❑ అవసరమున్నవారిని నేరుగా ఆదుకొనగలగడం. ❑ ఆసక్తిగల విద్యార్థులకు శిక్షణ నివ్వగలగడం. ❑ ఒక నిధిని (ఫౌండేషన్) ఏర్పాటు చేయగలగడం. ❑ మీ చర్చి, ధార్మిక సంస్థలు, మీ సమాజానికి మీరు సేవలందించడ. ❑ ఒక విద్యాలయానికి, ఒక విశ్వవిద్యాలయానికి లేదా ధార్మిక బృందానికి ఒక నిధిని ఏర్పాటుచేయడం. ❑ మీ నైపుణ్యాన్ని ధారపోయడం. ❑ మీకు నచ్చిన వ్యాపకాన్ని డబ్బుని లెఖ్ఖచేయకుండా చేయగలగడం. ❑ భూమండలానికి ఉపయోగపడే పర్యావరణ పరిరక్షణకు, పశురక్షణకు దోహదం చేసే సంస్థలకు సహాయం చేయడం. ❑ మీకు చెందిన బృందంపై సక్రియాత్మకంగా ప్రభావం చూపే కళాత్మకమైన ప్రదర్శన చేయగలగడం.

ఈ విషయాలను '*Lifestyleinvestor.com/gift*' ద్వారా ఉచిత పిడిఎఫ్ని డౌన్‌లోడ్ చేసుకోండి.

సమయంతోబాటు ఈ స్వేచ్ఛా సూత్రం ఆరంభం కాబడుతుంది గుర్తించండి. మీరు ఎక్కువ సమయం వెచ్చించగలిగితే మీరు కలలుగున్న ప్రపంచం మీదౌతుంది. అదే పెట్టుబడియే జీవనశైలిగా గలవారి జీవించడమంటే. సమయాన్ని మీ చేతుల్లో పెట్టుకుని, అందుకు తగిన స్వేచ్ఛని కలిగి వుండి, మీకు నచ్చినపని, నచ్చినప్పుడు, నచ్చినవారితో కలసి, కారణమేదైనా కావచ్చు, మీదైన ప్రత్యేకతని ప్రదర్శిస్తూ మీ జిజ్ఞాన కాపాడుకుంటూ చేయడమన్న మాట!

మీరు పనిచేయాలనుకుని చేయడం, అంతేకాని చేయవలసి వచ్చి చేయడం కాదు, ఆర్థిక స్వాతంత్ర్యం అంటే! –టోనీ రాబిన్స్

మీ తరువాత అడుగు ఏమిటంటే, లయన్ లైఫ్‌స్టైల్ అని నేను వర్ణించినది దృష్టిలో పెట్టుకుని, తదనుగుణమైన విలువలని గురించి మీరు ఒక పేరా సంక్షిప్తంగా వ్రాయడం. సంపూర్ణమైన దినచర్యగా మీరు దేనిని భావిస్తారు? అటువంటి దినచర్య మీ మిగిలిన జీవితమంతా కలిగివుంటే మీ 'ఆనందకరమైన జీవితం' గడుపుతున్నట్లు భావిస్తారా?

అలాగ వ్రాసిన తరువాత, ఇదిగో ఇక్కడ ఇంకొక అభ్యాసం వుంది. దీనికి నేను "... నుండి స్వేచ్ఛ" మరియు "... కొరకు స్వేచ్ఛ" అని పేర్కొంటాను. మీరు ఒక పనిని చేస్తే, అది ఆనందకరమైన జీవితం వైపుకి దారి తీస్తుంది అని అనుకున్నట్లైతే, ఆ పని ఏమిటి? స్వేచ్ఛ అనేది మీ దృష్టికోణం నుంచి చూసి ఇక్కడ వర్ణించండి.

(మీ దగ్గర పుస్తక ప్రతి వున్నట్లయితే, మీరు వెనుకకి త్రిప్పి ఏది పరిపూర్ణ జీవితమని మీరు అనుకుంటారో, దానిని గూర్చి ఇక్కడ వ్రాయండి. మీరు డిజిటల్ ప్రతిని ఉపయోగిస్తూ వుంటే, 'నోట్-టేకింగ్' ప్రక్రియ నుపయోగించి ఇక్కడ 'సేవ్' (save) చేయండి.)

మీ దృష్టికోణం నుండి స్వేచ్ఛని గురించిన వ్యాసం

తేది: సమయం: ప్రాంతం:

ఈ విషయంగురించి ఉచిత పీడిఎఫ్ Lifestyleinvestor.com/gift నుండి డౌన్‌లోడ్ చేసుకోండి.

మీరు వ్రాసిన దానితో మీరు సంతృప్తి చెందేరా? మీరు విజయవంతంగా పెట్టుబడియే జీవనశైలిగా గలవారిగా మారడానికి ప్రారంభించిన జీవనంలో ఆశాజనకంగా దీనిని మొదటిరోజుగా పరిగణించవచ్చు. మీ దృష్టికోణం

నుండి స్వేచ్ఛని మీరు చూడగలిగారు. ఇప్పుడిక మీరు దానిని పొందడానికి ప్రయత్నించాలి.

దానికి మొదటి అడుగు ఏవిటంటే సంపన్నులుగా మారి, పెట్టుబడియే జీవనశైలిగా గలవారిగా మారి, మీ నియమానుసారం, మీ ఆలోచనా సరళిని మార్చుకుని జీవించగలగడము.

ఆలోచనాసరళిని మార్చుకోండి

నేను వ్యక్తిగత, ఆధ్యాత్మిక అభివృద్ధిని ఎక్కువగా ప్రతిపాదిస్తాను. నేను గనుక ఈ పనిని వ్యక్తిగతంగా పరిగణించకపోతే, నాకు జీవనశైలి పట్ల ఇంత స్వేచ్ఛ, డబ్బు లేదా నా పద్ధతిని ఇప్పుడు మీతో పంచుకునే సామర్థ్యం వుండేవి కావు. కాని నేను వ్యక్తిగతంగా పరిగణిస్తున్నాను అలా చేయగలుగుతున్నాను. ఇదంతా పెట్టుబడియే జీవనశైలిగా గలవారి ఆలోచనాసరళిని అలవాటు చేసుకోవడం వలన జరిగింది.

సంపన్నులు సంపన్నులవలెనే ఆలోచిస్తారు. వారికి క్రమబద్ధమైన ప్రవర్తన ఆలోచనాసరళి కలిగివుండి, వారు సంపన్నుల అలవాట్లను అవలంభిస్తారు. డబ్బులేని వారి పరిస్థితి మరోలా వుంటుంది. వారు క్రమశిక్షణ లేనటువంటి ప్రవర్తన, ఆలోచనాశైలి చెడు అలవాట్లలోను చిక్కుకుని వుండవచ్చు. వారికి సంపన్నులు పాటించే తేడాలు అర్థం కావు.

మీరు కూడా సంపన్నుల ఆలోచనా విధానం మొదలుపెట్టడానికి ఈ పుస్తకంలోని కథనాలు ఉపయోగపడతాయి. ఈ పుస్తకంలో వున్న 'వనరుల విభాగం' ఇవ్వబడిన అదనపు పరికరాలను ఒకసారి నిశితంగా గమనించండి.

ప్రతీ పెట్టుబడి నిష్క్రియ ఆదాయంపై ఆధారితమై వుండి, మీ ఆదాయం మీరు పని చేసే సమయం మీద ఆధారపడకుండా వుండేటట్లు ఆలోచనలను రూపొందించుకోవడమే పెట్టుబడియే జీవనశైలిగా గలవారి ఆలోచనా శైలి అంటే! ఈ పద్ధతిని అలవాటు చేసుకుంటే మీ మీద ఆధారపడకుండా మీ ఆదాయం అభివృద్ధి చెందుతూ వుంటుంది, మీరు సెలవులు తీసుకున్నా, నిద్రించుతున్నా సరే!

సమయమే సంపద అన్న నానుడి మనందరము విని వున్నాము. మీరు అదనపు ఆదాయం పొందడానికి మీరు మీ వ్యాపారంలో అధికంగా

శ్రమపడాలని చాలామంది భావిస్తారు. వాస్తవం ఏమిటంటే నిష్క్రియ ఆదాయ పరిధిని దాటినా కూడా, ఆ పద్ధతి సరియైనది కాదు.

పొదుపైన జీవితం గడుపుతూ మదుపు కోసం కూడబెట్టాలనుకోవడం మరొక విధమైన అపోహ. మీరు కనీసం స్టార్‌బుక్స్‌కి వెళ్ళి మీ లాట్ (latte) ని కూడా తెచ్చుకోలేరు, ఎందుకంటే ప్రతీ పైసా మదుపు కోసం ప్రోగు చేయాలనే తాపత్రయం మీకు వుంటుంది కనుక.

ఈ రెండూ కూడా అపోహలే, మీరు సంపన్నమైన జీవనశైలి నవలంబించకుండా చేసేవి.

మీరు జీవనవిధానానికి ప్రాధాన్యతనిస్తూ ఆలోచిస్తే ప్రతీ విషయాన్ని సంప్రదాయమైన పెట్టుబడిదారుడిలా కాకుండా అందుకు భిన్నంగా నడుచు కుంటారు. మీరు నా ప్రణాళికలను, పెట్టుబడి ప్రామాణికాలను ప్రోగేసుకుంటే మీ పెట్టుబడులు మీకు అదనపు స్వేచ్ఛని ఆదాయాన్ని అందించగలవు.

ఒక ఉదాహరణ ఏమిటంటే ఎలా ఋణాలను సరిగ్గా పొందగలగాలి. సంప్రదాయానుసారంగా బ్యాంకు ఋణానికి పెడితే నేను 20% పెడితే, బ్యాంకు 80% చూసుకుంటుంది, కాని నేను ఒక మొబైల్ హోమ్, పార్కు సొంతదారుడు/విక్రయదారునితో ఒక ఒప్పందం మాట్లాడుకుని, అతని దగ్గర పెట్టుబడి పెట్టాను. దానిని గురించి అతనితో సంప్రదింపులు చేయగా అతను నేను 15% పెట్టడానికి అంగీకరించాడు, అదే నా లక్ష్యం. ఒక ఆర్థిక సంస్థను ఉపయోగించుకునేకంటే నాకు ఇది సమంజసంగా కనిపించింది.

మొదటి పార్కు మీరు నేను $65,000 చెల్లించాను. తరువాత నేను అదే ఋణ విధానంలో $75,000 చెల్లించి రెండవ పార్కు కొన్నాను. అప్పటి నా కుటుంబ జీవనశైలికి ఏడాదికి $110,000 అవసరమయ్యేది. కాబట్టి నేను రెండు చెల్లింపుల మీద నేను ఖర్చు పెట్టినది నా సంవత్సర ఖర్చులకంటే కొద్దిగా ఎక్కువ. కాని నాకు ఇది సమంజసంగా కనిపించింది. ఎందుకంటే నా మొదటి లక్ష్యం పన్నెండు నెలల ఖర్చులు చేతిలో ఎన్నడైనా వాడుకోడానికి వీలుగా వుంచుకోవడం.

నేను ఇంతకుముందు చెప్పినట్లుగా నేను మొదటగా నా భార్య ఆదాయమైన $36,000 సంపాదనకు సరితూగేలా ఆదాయం వచ్చేలా చేయడం నా లక్ష్యం. అయితే నేను $65,000 చెల్లుబాటు చేసిన ఆస్తి నుండి నగదు ప్రవాహం ఇంచుమించుగా అంత మొత్తంలో అందుకున్నాను. మొదటగా నేను నగదు ప్రవాహం వెనువెంటనే వున్న ఒప్పందాలలోకి

వెళ్ళడం వలన మేము మొదటి నెలలోనే నగదు ప్రవాహం చూడగలిగాము. అంటే రాబడిని పొందగలిగాము. అయితే అప్పటి మా జీవన విధానానికి అయ్యే ఖర్చులకు $110,000 లు అవసరమైనగాని మా కనీస అవసరాలు తీర్చుకోవడానికి $52,000 సంవత్సరానికి సరిపోయేవి. ఇది తెలుసు కనుక, నేను నా రెండవ ఒప్పందం ద్వారా వచ్చే నగదు ప్రవాహం, మొదటి ఒప్పందం ద్వారా వచ్చే రాబడి రెండూ కలుపుకుని మా కనీసం అవసరాలు తీర్చుకునేటంత మొత్తం వచ్చేటట్లు చూసుకున్నాను. అది నిజంగా సరిపోయింది.

పెట్టుబడియే జీవనశైలిగా గలవానిగా నేను చాలా నీచస్థితిని ఎదుర్కొనే టందుకు కూడా సిద్ధపడి అందుకు తగిన ఉపాయాలతో నా కుటుంబాన్ని సంసిద్ధము చేసాను. ఒకవేళ, నేను గాయపడి వృత్తివ్యాపారాలు చేయలేకపోయినట్లైతే, ఆ పరిస్థితులో మేము జీవనం కొనసాగించడానికి, ఇప్పుడు మేము అలవాటుపడిన రీతిలో కాకపోయినా, కనీస అవసరాల తీర్చుకుంటూ కొనసాగడానికి ఉపయోగపడేటట్లు చూసుకున్నాను.

సంపద సానుకూలత

సంపదను అనుకూలంగా మలచుకోవాలనే విషయం గూర్చి చర్చించుకుందాము. సంపద విషయం ఆలోచిస్తే నేను సంపూర్ణంగా చూస్తాను మొట్టమొదటగా సంపద అంటే నేను కేవలం డబ్బుని మాత్రమే పరిగణించను. డబ్బు సంపదలో ఒక భాగం మాత్రమే ఆరోగ్యవంతమైన శరీర సౌష్టవం, మానసిక ఆరోగ్య స్థితి మరియు ఆధ్యాత్మిక శక్తి మొదలైనవన్నీ కూడా సంపదలో భాగములే. అలాగే సంబంధబాంధవ్యాలు, లక్ష్యాలు కూడా. కాబట్టి, నేను సంపదను గూర్చి వ్యక్తీకరించేటప్పుడు వీటి అన్నిటిలోనూ సర్వోత్తమీకరణం సాధించాలనుకుంటాను.

ఆర్థికంగా ముందడుగు వేసిన తరువాత, మీకు మిగిలినవి చేయడానికి ఆస్కారం, సమయం వుంటుంది. మీరు శారీరకముగాను, మానసికముగాను శక్తి కలిగి వుండి, జ్ఞానాన్ని అభివృద్ధి చేసుకుంటూ వుంటారని అనుకోవచ్చు. మీ అందు బాటులో సమయం, సరైన చోటు మరియు ఆర్థిక వనరులు వుండి సరైన ఆహారం (దీనిలో సేంద్రీయ పద్ధతుల ద్వారా పండించిన ఆహారం లేదా మీ కోసం ప్రత్యేకంగా తయారుచేసిన ఆహారం వుండవచ్చును. వుంటుంది.)

మీరు ఆక్యుపంక్చర్ లేదా శారీరిక ఆరోగ్యం కొరకు మసాజ్‌లు మొదలైనవి సిద్ధం చేసుకోవచ్చు. మీ మానసిక మరియు ఆధ్యాత్మిక స్థితిపై శ్రద్ధ చూపవచ్చు. ఇవన్నీ ఒకదానితో ఒకటి కూడి, అన్నీ కలసి పనిచేస్తాయి.

మీరు ఆర్థిక వనరుల ద్వారా సంపదను సృజించుకోవాలనుకున్నప్పుడు దానివైపు సంపూర్ణ దృష్టి సారించాలి. చాలామంది, ఇతరులు సరైన అవగాహన లేని, ఇటువంటి పెద్ద ప్రణాళికల పట్ల సంపూర్ణ జ్ఞానంలేని వారి వద్ద నుండి నేర్చుకున్నవి కేవలం నానుడిలో వున్నవి చిట్కాల రూపంలో అందించితే వాటి వైపు మొగ్గు చూపుతారు. ఆ సమాచారం చాలావరకు వాల్‌స్ట్రీట్ నుండి, బ్యాంకుల నుండి వచ్చి, మన విశ్వవిద్యాలయాలు, కళాశాలల ద్వారా అందించే విద్యలో చోటు చేసుకుంటుంది. ఈ సంస్థలు ప్రజలని తమకి ద్రవ్యం అందించేలా ప్రోత్సాహం ఇస్తాయి.

ఈ సమాచార సంస్థల ఆలోచనాసరళి, మీకు పెట్టుబడిపై విద్యనందించే సంస్థల యొక్క ఆలోచనాసరళి ఒక్కటిగానే వుండి మీ డబ్బుని ఆశిస్తాయని చెప్పవచ్చు. ఒకసారి మీరు మీ డబ్బుని ఈ సంస్థలకి అందిస్తే (అంటే బ్యాంకులకి), వారు దీని మీద కొట్లకొలది ఆర్జించి, మీకు మాత్రం తక్కువ చెల్లించి, వారికి ప్రాధాన్యత నిచ్చుకుంటూ, మీరు లాభపడ్డారా లేదా అన్న విషయం ప్రక్కకు నెట్టివేస్తారు. ఇది నిజంగా పిచ్చితనం. ఇది గ్రహించి కూడా మీరు వారికి డబ్బు అందిస్తూ కొనసాగుతుంటే, మీరు ఆ పిచ్చితనం కొనసాగిస్తూ తప్పు చేస్తున్నట్లే.

నేను అవలంబించి, వాస్తవమని గ్రహించిన రెండు చిట్కాలు నా దగ్గర వున్నాయి. అవి, మొదటిది జీవనశైలి గూర్చి కాగా, రాబడి సంపాదన ఎంత సమయంలో చేయవచ్చు అనునది రెండవది. మొదటగా కొన్ని పెట్టుబడులకు అసలు సమయం పట్టదు. నిజంగా అటువంటివి, చాలామంది అలాంటివి వుంటాయని తెలుసుకున్నాక వాటి కోసమే ఎదురుచూసేలాంటివి. రెండవది, కొన్నిసార్లు, అధిక రాబడిని ఆశిస్తూ కొంత సమయాన్ని మొదట్లో వెచ్చించడం.

> **ధనవంతులుగా ఉండడం అంటే డబ్బు కలిగి ఉండడం సంపద కలిగి ఉన్న వారంటే సమయం కలిగి ఉండడం**
>
> – మార్గెట్ బొనాన్

నేను ప్రారంభించినపుడు ఎక్కువ రాబడి కోసం మొదట్లో కొద్దిపాటి సమయం వేచి వుండడానికి ఇష్టపడ్డాను. ఇప్పుడయితే నా పెట్టుబడులు ఏ

మాత్రం సమయం వృధా కాకుండా - నిజంగా అవి నిష్క్రియ ఆదాయం (Passive Investments) పై ఆధారపడిన పెట్టుబడులు - అయితే నా సమయాన్ని ఆదా చేసినందుకు గాను తక్కువ రాబడిని సైతం తీసుకుందుకు ఇష్టపడతాను. నేను మొబైల్ హోమ్ పార్కుని, రియల్ ఎస్టేట్‌లో కొనడానికి ఎంచుకున్న కారణం అవి పెట్టుబడిపై అధిక రాబడిని (క్యాష్ ఆన్ రిటర్న్)ని తక్కువ సమయంలో అందించాయి గనుక.

ఆరంభంలో నాకు వారానికి అయిదు గంటలు అదనంగా, ఆ అద్దెల పని చూసుకోవడానికి పట్టింది. అయితే ఎప్పటికో అప్పటికి ఇదంతా వేరే వారికి అప్పగించాలని అనిపిస్తే, అప్పటికి ఇందులో నేను నిష్ణాతుడనై వుండాలి గనుక, అది ఎలా చేయాలో నేర్చుకోవడం నాకు అవసరం. మొదట్లో నా అంతట నేను చేయడం వలన నేను ఇతరులకు అప్పగించితే వచ్చే దానికంటే ఎక్కువగానే ఆర్జించుకున్నాను. కాలక్రమేణ, నేను కొంతమంది అద్భుతమైన వ్యక్తులను నియమించుకుని వారికి ఇందులో శిక్షణని ఇచ్చాను. అయితే, ఇలా చేయడంవలన నేను కొంత ఆదాయాన్ని కోల్పోతానని తెలుసు, అయినాగాని నా సమయాన్ని ఆదా చేసుకోవడం నా అంతిమ లక్ష్యమని నాకు తెలుసు. అయితే ఈ ప్రక్రియల నిర్వాహకురాలైన అద్భుతమైన స్త్రీ, నిజంగా నాతో కలసి పదిహేనేళ్ళుగా పనిచేస్తూ చెప్పుకోదగిన సేవలు అందిస్తూ నా రియల్ ఎస్టేట్ పోర్టుఫోలియోని జాగ్రత్తగా నిర్వహిస్తోందని చెప్పగలను.

అధిక రాబడిని ఆశిస్తూ, కొద్దిపాటి సమయాన్ని మొదట్లో వెచించడానికి సిద్ధపడినారంటే, రియల్ ఎస్టేట్‌లో మొబైల్ హోం పార్కులాంటి వాటిపై పెట్టుబడి పెట్టడం, పెట్టుబడియే జీవనశైలిగా జీవితాన్ని ఆరంభించడానికి అనువైనది. మొదట్లో కొద్దిపాటి సమయం వినియోగించడానికి ఇష్టపడడం ముఖ్యంగా మీరు అలవరుచుకోవలసిన ఆలోచనాసరళి, తద్వారా మీరు నిష్ణాతులుగా మారడం, తగిన క్రమశిక్షణ అలవరుచుకోవడంలో సమతుల్యం సంపాదిస్తారు. మొదట్లో మీ దగ్గర నగదు వుండి, ఎక్కువ సమయాన్ని వినియోగించకూడదని అనుకుంటే, మీ సమయాన్ని, డబ్బుని లాభకరంగా ఉపయోగించుకుంటూ నిజమైన నిష్క్రియ ఆదాయం పొందాలనుకుంటే ఇక్కడ ఒక ఉదాహరణ ఇస్తున్నాను. అది ఏమిటంటే పెట్టుబడియే జీవనశైలిగా గలవానిగా భూమి తదితర ఆస్తులపై మీరిచ్చే నగదు ఋణాలు. ఈ ఉదాహరణ వలన నేను చెప్పే పెట్టుబడి సూత్రాలు ఎలా పనిచేస్తాయో తెలుస్తుంది.

ఉదాహరణ: భూమి తదితర ఆస్తులపై ఇచ్చు నగదు ఋణాలు

'భూమి తదితర ఆస్తులపై ఇచ్చు నగదు ఋణాలు' అంటే రియల్ ఎస్టేట్‌కి చెందిన ఆస్తులపై ఇచ్చు ఋణం. బ్యాంకు నుండి ఆర్థిక సహాయం అందనప్పుడు ఆఖరి అస్త్రంగా ఎవరైనా వాడుకునే ఋణ విధానం. చాలామంది వీటిని తక్కువ కాలపరిమితి ఋణాలు అనగా 'బ్రిడ్జ్‌లోన్' లేదా నిర్మాణ ఋణాలలాగా వాడుకుంటారు. అంటే దీర్ఘకాలిక ఋణం పొందే ముందర దీనిని వాడుకుంటారు. భూమి సంబంధిత ఋణాలు సాధారణముగా వ్యక్తుల దగ్గర నుండి లేదా కంపెనీల దగ్గర నుండి ఉత్పన్నమౌతాయి, బ్యాంకుల వద్ద నుండి కాదు, అందుచేత సాధారణ ఋణం కంటే ఎక్కువ వడ్డీ, తక్కువ కాలపరిమితి వీటికి వుంటుంది.

ఆలోచనాసరళి

విజయవంతమైన పయనం గలవారిని ప్రతిబింబించడం అంటే నాకు భలే యిష్టం. పెట్టుబడియే జీవనశైలిగా గలవారి ఆలోచనాసరళిలో అది ఒక భాగం. వేరొకరు సాధించగలిగితే, నేను కూడా అదే చేయగలను. నాకు విజయం సాధించిన ఒకరిద్దరు మిత్రులు వున్నారు. వారు చాలాకాలం వారి వృత్తిలో విజయాన్ని, భూ సంబంధిత ఋణాలు ఇవ్వడం ద్వారా పొందారు. కాబట్టి నేను వారి పంథాని, పద్ధతిని భూ సంబంధిత ఋణాలు ఇవ్వడం విషయంలో అవలంబించాను. ఈ పద్ధతి వలన సురక్షితంగా పెట్టుబడి పెట్టి, తక్కువ సమయంలోనే ఆర్జించడం వలన జీవనశైలికి వాస్తవంగా ప్రాధాన్యత ఇవ్వగలిగాను.

నాకు తక్కువ కాలపరిమితి, ఎక్కువ వడ్డీరేటు వుండడం మరియు పాయింట్లు (లేదా ఫీజు) (తగ్గించిన వడ్డీరేటు వుండడం వలన అప్పు ఇచ్చేవారికి ఋణం చెల్లుబాటు వేళ కొంత ఫీజు చెల్లించే అవకాశం వుంటుంది) వుండడం వలన అటువంటి ఋణాలు నాకు ఇష్టం. ఈ పెట్టుబడులు సరిగ్గా ఒప్పందం రూపొందించినట్లైతే తక్కువ నష్టభయం కలిగివుండి, ఎక్కువ రాబడిని అందిస్తాయి. ముఖ్యంగా పెరుగుతున్న నగరాలలో మరియు గృహాలకి సంబంధించిన మార్కెట్టు మంచి వూపు

ఉన్నప్పుడు ఇది అత్యంత లాభదాయకం పైగా, తక్కువ కాల పరిమితి వుండడం చేత, అదనంగా ఫీజు అందిస్తున్నందువలన నేను సులభంగా అదనపు ఋణాలు ఇచ్చి నా రాబడిని పెంపు చేసుకునే ప్రయత్నం చేయగలిగాను.

రూపకల్పన

మంచి ఒప్పందానికి సరియైన రూపకల్పన వుండాలి. మంచి రాబడిని అందిస్తూ, నా పెట్టుబడి సురక్షితముగా వుండడానికి నేను ఉపయోగించే కొన్ని ప్రత్యేకమయిన పద్ధతులు ఇక్కడ ఇస్తున్నాను, వీటివలన నేను నగదును పోగొట్టుకోను.

- ఆరు నెలల నుండి పన్నెండు నెలల ఋణం.
- 'బెలూన్ చెల్లుబాటు' (పెద్దమొత్తంలో చెల్లుబాటు) ఆరు నుండి పన్నెండు నెలల కాలపరిమితి తరువాత (ఋణం చెల్లబాటు)
- నెలవారీ వడ్డీ–చెల్లుబాటుగా మాత్రమే.
- 12% వడ్డీరేటు.
- – 2–4 పాయింట్లు (మొత్తం 2–4% శాతం) చెల్లుబాటు.
- ఋణమొత్తం కంటే కనీసం రెట్టింపు విలువ కలిగిన ఆస్తిని తనఖా పెట్టుకోవడం (చాలాసార్లు, షరతులతో కూడిన 'హామీ పత్రం' (deed of trust) ఆ ఆస్తి మీద తనఖాగా పెట్టినందువలన మీకు ఆ ఆస్తిని విక్రయం చేయడానికి హక్కు. ఋణం తీసుకున్నవారు చెల్లించక పోయినట్లైతే కలిగి వుంటారు).
- చెల్లుబాటు వైఫల్యం నివారించడానికి అనుభవం కలిగిన మధ్యవర్తులను, రియల్ ఎస్టేట్ నిపుణులను ఉపయోగించుకోండి.

వడపోత

వడపోత వలన పెట్టుబడి అవకాశాలు సన్నగిల్లుతాయని గుర్తుపెట్టుకోండి. మరోరకంగా అనిపించినా కాని ఒక విషయం చెప్పుకోవాలి. అప్పు తీసుకున్న వ్యక్తి ఎగవేస్తే, భూ సంబంధిత ఋణాల విషయంలో అది మనకు మంచినే మిగుల్చుతుంది. నేను నాకు ఋణగ్రస్తుడైన వ్యక్తి విఫలుడవడని ఆశిస్తాను, ఒకవేళ అదే జరిగితే ఆ ఒప్పందం నాకు లాభం చేకూర్చేదాని లాగా నేను

రూపొందిస్తాను. ఒకవేళ విఫలం చెందితే నా పెట్టుబడి విశేషంగా అభివృద్ధి చెందుతుంది. దానికై తనలా పెట్టిన ఆస్తిని నేను సొంతం చేసుకోవచ్చును. మీరు చూస్తున్నట్లుగానే, నా పెట్టుబడి నియమాలు ఉభయతారకంగా వుండి, ఏమి జరిగినా, నా రాబడికి ఆటంకం ఏర్పడకుండా వుండడం చేత ఆ రకమైన పెట్టుబడి పెట్టడం నాకు ప్రీతికరం.

చర్చలు

ఇదిగో ఇక్కడ నేను చర్చలు చేసే విధానం గూర్చి మాట్లాడుతున్నాను. నేను ఒప్పందం చేసుకునేటప్పుడు, తనఖా పెట్టుకున్న ఆస్తి విలువ, ఋణం విలువకంటే ఎక్కువగా వుండేటట్లు చూసుకుంటాను. ఋణగ్రస్తుడు వైఫల్యం చెందితే, నా పెట్టుబడి కంటే విలువైన భూ సంబంధిత ఆస్తిని పొందుతాను. నేను చర్చలలో అధికపాయింట్ల మొత్తం వుండేటట్లు, అంటే సుమారు 4% చెల్లుబాటు ఋణంతోబాటుగా జరిగేటట్లు చూసుకుని, నష్టభయాన్ని తగ్గించుకుంటాను. అదనంగా, నేను వడ్డీరేటు కూడా ఎక్కువగానే వుండేటట్లు, అంటే సుమారు 12% లేదా ఇంకా ఎక్కువగా వుండేటట్లు చూసుకుని, తక్కువ కాలపరిమితికి ఒప్పుకుంటాను. ఒప్పందంలోని విషయాలు ఆ విధంగా నా అసలు మొత్తాన్ని పన్నెండు లేదా అంతకన్నా తక్కువ నెలలకాలంలో, నాకు నెలవారీ చెల్లుబాటులందిస్తూ, తిరిగి నేను పొందేటందుకు తోడ్పడుతాయి.

నేను ఋణం తాలుకు సొమ్ములలో సగభాగం మాత్రమే మొదటి వాయిదాలో చెల్లించి, ఒప్పందంలోని అన్ని షరతులు నిలబడేవరకు వేచి చూస్తాను. అవి సంతృప్తికరంగా వున్నప్పునడు, మిగిలిన సొమ్ము అందేలా చూస్తాను. ఈ మార్గం నష్టభయాన్ని తగ్గించడానికి ఉపయోగపడడమే కాకుండా, ఋణగ్రస్తుడు తీసుకున్నటువంటి ఋణాన్ని అసుకున్న రీతిలోనే సక్రమంగా వినియోగిస్తాడు.

ఒప్పందం-పరిశీలన

పెట్టుబడి ప్రామాణికం ఒకటి ఏమిటంటే 'మొట్టమొదటి ప్రాధాన్యత జీవనశైలికి' నా పెట్టుబడులన్నీ నా జీవనశైలిని ఏదో విధంగా అభివృద్ధి చేయడం నాకు ముఖ్యం. నా పెట్టుబడులన్నీ నాకు నగదు ప్రవాహం

అందించడమే కాకుండా, ఎక్కువ కాలపరిమితి లేదా సమయం పట్టకూడదు. ఈ ప్రామాణికం నేను సమయానికి లోబడకుండా ఆదాయాన్ని పొందేలా చేస్తుంది.

ఈ బోధనని అవలబించడానికి, నేను భూమి తదితర ఆస్తులపై ఇచ్చే ఋణాలు వంటి పెట్టుబడుల వైపు చూస్తాను. (తదితర ఆస్తులు అనగా అవి నిధులను కూర్చడం, లేదా ఎక్కువ మొత్తం తనఖాగా తీసుకునే వ్యాపార ఋణాలు అని అర్థం). అవి నా సమయాన్ని వృధా చేయకుండా అత్యధిక రాబడి వుండేటట్లు చేస్తాయి. నా మొదటి పెట్టుబడి ప్రామాణికం 'మొట్టమొదటిగా జీవనశైలి' అన్న సూత్రాన్ని పాటించడానికి ఉపయోగపడే పెట్టుబడులలో 'భూమి తదితర ఆస్తులపై ఋణం' ఒకటి.

పెట్టుబడి ప్రామాణికం 2: నష్టం వల్ల వచ్చే భయాన్ని తగ్గించుట

నియమం 1: ధనాన్ని పోగొట్టుకోకండి.
నియమం 2: మొదటి నియమాన్ని ఎప్పుడూ మరచిపోకండి.

– వారెన్ బఫెట్

నేను లాస్‌వేగస్ వెళ్ళి జూదమాడి పోకర్ ఆట, రూలెటు లేదా బ్లాక్‌జాక్ ఆటలలో ఓడిపోయినా కాని సక్రియాత్మక నగదు ప్రవాహం కలిగి వున్నట్లయితే ఏమౌతుంది? అది అసాధ్యమనిపిస్తోందా? మీరు గనుక పెట్టుబడి పెడుతున్నట్లయితే, నా ప్రణాళికల అంబులపొదిని దగ్గర పెట్టుకుని వాటి ద్వారా లావాదేవీలు నడుపుతూ, అంటే ఒకవిధంగా విభిన్న దృక్కోణాలననుసరించి ఎక్కువ రాబడిని తక్కువ నష్టభయంతో ఆర్జించడానికి పూనుకున్నట్లయితే మీరు మీ పెట్టుబడిలో కొంత భాగం నష్టపోయినా, సక్రియాత్మక నగదు ప్రవాహం పొందే మార్గంవైపు దారితీసే అవకాశాలను కనుగొంటారు.

వారెన్ బఫెట్ యొక్క ఆరంభ సూత్రాలు రెండూ ఈ అధ్యాయంలో చక్కగా క్రోడీకరించబడ్డాయి. అయితే వాటిని అమలు పరచడం, మీరు భావోద్వేగాలకు లోనైప్పుడు కూడా క్రమశిక్షణ, అనుభవం, జ్ఞానం యొక్క అసరా తీసుకుంటూ ఆ సూత్రాలను అతిక్రమించకుండా వుండడం పెద్ద కష్టమైన పనే. మీరు డబ్బుని కోల్పోయినట్లైతే దానిని మళ్ళీ పొందడానికి

రెండింతలు కష్టపడాలి. దానికి తోడు, ఆ డబ్బు సంపాదించి పెట్టే అవకాశం వెలకడితే దానినికూడా కోల్పోయినట్లే కదా!

నష్టభయాన్ని తగ్గించుకునే లక్ష్యంతో అసలు మొత్తాన్ని సంభావ్య ప్రతికూలత నుండి కాపాడుకోవాలి. ఇంకొక లక్ష్యం ఏమిటంటే మన పరపతిని పెంచుకుని మనం పెట్టుబడి పెట్టిన చోటైనా, అరువు ఇచ్చినప్పుడైనా అవతలి ప్రక్కవారు మీ ఒప్పందం విషయంలో వైఫల్యం చెందితేవారు అధికంగా నష్టపోతారనిన విషయం వారు గ్రహించుకునేలా మీరు చేయాలి. వేరొక విధంగా చెప్పాలంటే, మీరు ఒక కంపెనీకి $500,000 ఋణంగా ఇస్తే, దానికి తనఖాగా $10,000,000 విలువ చేసే ఆస్తులు పెట్టుకుంటే, అప్పుడు వారు ఏమి చేసి అయినా సరే మీకు చెల్లుబాటు చేస్తారు ఎందుకంటే $500,00 ఋణం గురించి $10,000,000 ఆస్తులను ఎవరూ పోగొట్టుకోరు.

పెట్టుబడుల విషయంలో వాస్తవమైన విషయం ఏమిటంటే ఇది ఖచ్చితమేనని దేనిని గురించి చెప్పలేరు. చివరకి వచ్చేసరికి మీరు డబ్బు పోగొట్టుకోవచ్చు. అయితే మీరు పెట్టుబడియే జీవనశైలిగా గలవారిలాగా అందుకు సంబంధించిన నియమాలు, పెట్టుబడి ప్రామాణికాలను అనుసరించితే, ఎలా ప్రణాళికలను అందుబాటులో వుంచుకోవాలో అర్థం చేసుకుంటే మీరు నాటకీయ రీతిలో నష్టభయాన్ని, మీ తిరోగమనాన్ని ఆపగలుగుతారు. నష్టభయాన్ని తగ్గించే ప్రణాళికల జాబితాతో మొదలుపెడదాం, రండి!

నష్టంవల్ల వచ్చే భయాన్ని తగ్గించే ప్రణాళికల

- ❑ మీరు చేయదలచుకున్న పెట్టుబడులను గూర్చి పూర్తి అవగాహనను ఏర్పరుచుకోండి.
- ❑ ఋణానికి తనఖా పెట్టుకోండి (సురక్షితంగా వుండడానికి ఋణ మొత్తం కంటే రెండు లేదా మూడు రెట్లు అధికమైనదానిని తనఖాగా పెట్టుకోండి).

- తనఖా పెట్టుకోవడం విషయంలో సృజనాత్మక చూపిస్తూ భూ సంబంధిత పత్రాలు, స్వీకరించదగిన ఖాతాలు, వస్తు సామాగ్రి జాబితా (Inventory), పరికరాలు, మేధోసంపత్తి, స్టాక్, మరియు స్వీకరించదగిన నోటు పత్రాలు (notes) వంటి వాటి గురించి ఆలోచించండి.
- శక్తివంతమైన న్యాయ సంబంధిత పత్రాలు అంటే ఏవైతే నష్టభయాన్నించి కాపాడుతాయో అవి మీ నిబంధనలు ఖచ్చితంగా పేర్కొనేటువంటివిగా వుండేటట్లు చూసుకోండి.
- ఋణదాతల జాబితాలో మీ పేరు మొదటిదిగా వుండి, ఆస్తిపై హక్కు కలిగిన వారిలో మొదటివారుగా వుండేటట్లు చూసుకోండి. 'మొదటి తాత్కాలిక హక్కు స్థానం (first lien positon) మీదై వుండేటట్లు (అంటే చెల్లుబాటు జరిగేటప్పుడు మీరు మొదటివారిగా వుండడం చేత, మీ పెట్టుబడి విషయంలో సురక్షితంగా వుంటారన్నమాట) చూసుకోండి.
- ప్రతిపాదిత నిబంధనలను మీ కనుగుణంగా వుండేటట్లు చూసుకుని నష్టభయాన్ని దూరంగా నెట్టివేయండి.
- కొన్ని పాయింట్లు లేదా ఫీజుగా కొంత సొమ్ము మీకు ముందరగానే అందేటట్లు చూసుకోండి.
- అరువు ఇస్తున్నట్లయితే, మీరిచ్చే ఋణం తాలుకు సొమ్ము వారి చేతికి దఫ దఫాలుగా, అనగా వారు పనితీరు కొలమానాలను పాటిస్తుంటేనే మొత్తం సొమ్మును విడుదల చేయండి.
- విలువ పడిపోకుండా వుండడానికి ఒప్పందాల నియమాలను అడ్డు గోడలుగా వాడుకోండి; వ్యాపారం దిగజారుతూ వుంటే మీరు ఒప్పందంలోని నియమాలను మార్పు చేసి చెల్లుబాటు వెంటనే జరిగేటట్లు చూసుకోండి.
- ఒకవేళ అవతలవారు వైఫల్యం చెందినా మీకు వారి ఇతర ఆస్తులపై హక్కు వుండేటట్లు వ్యక్తిగత పూచీకత్తు మీద అరువు ఇవ్వండి.
- 'స్టాక్ ప్లెడ్జ్' ద్వారా రక్షణ పొంది, ఒప్పందంలోని నిబంధనలు అమలు అయ్యేలా చూసుకోవడం మరొక మార్గం. ('స్టాక్ ప్లెడ్జ్' అంటే స్టాక్ ద్వారా హామీ తీసుకోవటం)

- 'వైఫల్య వడ్డీరేటు' మార్గాన్ని మీ ఒప్పందంలో భాగంగా వుంచుకుంటే ఎవరైనా వైఫల్యం చెందితే, యాదృచ్ఛికంగానే వడ్డీరేటులో పెరుగుదల మీకు కనిపించుతుంది.
- మీరు ఋణదాతలుగా కాక ఋణగ్రహీతలు అయినట్లైతే, "నాన్-రికోర్స్' (ఆశ్రయించని ఋణం) ఋణం ఉపయోగించుకోండి. అలా అయితే, వైఫల్యం చెందినప్పుడు దానికి ముడిపడిన ఆస్తిని తప్ప మిగిలిన ఆస్తుల జోలికి ఎవరూ రాలేరు.
- విడతలు, విడతలుగా పంచినట్లు చేస్తే మీ పెట్టుబడి లేదా ఋణం తక్కువ కాలపరిమితి లోనే వేగంగా చెల్లుబాటు అయ్యే అవకాశం కనిపించుతుంది.

నష్టంతో వచ్చే భయాన్ని నివారించే వివిధ ప్రణాళికలు అవలంబించండి

మీరు ఒక ఒప్పందాన్ని చూసి వైఫల్య నిబంధనలు మీరుగా నిర్ణయించవచ్చు; అప్పుడు వేరొకరు మీతో ఏకీభవించాలి. అందులో పెట్టుబడి పెట్టాలా లేదా వద్దా అన్న విషయం నిర్ణయించాల్సింది మీరే. కొన్ని ఒప్పందాలు అలా వుండగా మరి కొన్ని అందుకు భిన్నంగా వుంటాయి. పెట్టుబడి పెట్టడం సాధారణంగా నష్టభయంతో కూడుకున్నదన్న విషయం కేవలం అపోహ మాత్రమే. అది సామాన్యంగా కొనసాగుతుందని మీరు ఆశిస్తారు లేదా మీరు అందులో ప్రవేశించకుండానే దానిలోని కష్టనష్టాలను అంచనా వేసుకుంటారు. నిబంధనలను యథాలాపముగా ఒప్పుకోండి. నష్టభయాన్ని తగ్గించుకోవడంలో సృజనాత్మకతను ప్రదర్శించండి.

ఒకసారి మీరు జ్ఞానం సంపాదించాక మంచి పెట్టుబడి అవకాశాలను ఎంచుకోవడం పెద్ద కష్టమైన పనికాదు. కాకతాళీయముగా మీరు మంచి ఫలితాలను ఆశించలేదు. పెట్టుబడి అవకాశాలను మీరు క్షణ్ణముగా పరిశీలించి వాటిని సులభంగా గుర్తించగలిగిన తరువాత, మీ పెట్టుబడులను సరిగ్గా రూపొందించాలి.

నాకు నేను మొట్టమొదటిగా చేసుకున్న హోమ్‌పార్కు ఒప్పందం బాగా నచ్చింది ఎందుకంటే అక్కడ విక్రేత (సెల్లర్) ఆర్థిక సదుపాయం అందించే

పరిస్థితి వుంది. అది ఒక 'నాన్-రికోర్స్' (non-recourse) రుణం, అంటే నేను రుణం చెల్లుబాటు విషయంలో వైఫల్యం చెందినా, విక్రేతకు నా ఇతర ఆస్తులపై చర్య తీసుకునే హక్కు లేదు. అతను కేవలం తన ఆస్తిని రాబట్టుకోవచ్చు, అటుపైన 'డౌన్ పేమెంట్' (ముందస్తు చెల్లుబాటు), మరియు వడ్డీని వుంచుకోవచ్చును. నాకు సంబంధించినంతవరకు, నేను వైఫల్యం చెందితే నా ఇతర ఆస్తులకు ఢోకా లేదని నాకు తెలుసు.

అందుచేతనే ఈ 'నాన్-రికోర్స్' (ఇతర ఆస్తులపై హక్కు లేకుండుట) అంశం వున్న విక్రేత, ఆర్థిక సదుపాయం అందించే ఒప్పందాలంటే నాకు ఇష్టం. ఇంకొక కారణం ఏమిటంటే అవి జరిగే ప్రక్రియ స్పష్టంగాను, వేగంగాను వుంటుంది. అందుచేత కూడా ఈ తరహా రుణాలంటే నాకు ఇష్టం. ఇక్కడ మీరు బ్యాంకు వారితో జరిపినట్లు పూచీకత్తులు, ఇతర కసరత్తులు మొదలైనవి చేయనక్కరలేదు. మీరు చక్కని సంబంధాలు నెలకొల్పగలిగి, మంచి పరపతి కలిగి వుంటే, బ్యాంకులు ఉపయోగపడతాయి. కాని నేను వాటికి దూరంగా వుండడానికే ప్రయత్నిస్తాను. ఒక విక్రేత 5% వడ్డీతో పది ఏళ్ళకు నోటు రాసుకుని, ఋణ విమోచన మటుకు ఇరవై లేదా ఇరవై అయిదేళ్ళకు జరిగితే అది నిజంగా ఆకర్షణీయమైన ఒప్పందం. ఈ ఆటలో నాకు పోయేదేమీ లేదు, అందుచేత అది ఇరువైపుల నష్టం లేనిది. అని చెప్పుకోవచ్చును. (నేను ఈ 'నాన్-రికోర్స్' ఋణాలు, విక్రేత ఆర్థిక సదుపాయాన్ని అందించుట (seller finance) ఇతర ఋణ అవకాశాల గురించి విశదీకరించి పెట్టుబడి ప్రామాణికంలో "క్రొవ్వును తగ్గించుట" అన్న అధ్యాయంలో చర్చిస్తాను).

మీకు కొన్ని వాస్తవిక ఉదాహరణలు ద్వారా ఎలా ప్రతీ పెట్టుబడి పని చేస్తుందో తెలియజేస్తాను. నా సూత్రాలు పెట్టుబడి ప్రామాణికంలో నష్టభయం తగ్గించే మార్గాలు, ప్రణాళికలు, సమూహం, అన్నీటిని ఉపయోగించుకుని అత్యధికంగా నష్టభయాన్ని తగ్గించుకునే పెట్టుబడులు చేయడం అంటే ఎలా వుంటుందో అవగాహన కల్పిస్తాను. చెప్పుకోదగిన ఫలితాల నందించే ఆ పద్ధతిని ఉపయోగించుకోవడం మీర నేర్చుకుని, మీ భావోద్వేగాలు ప్రక్కకు నెట్టి, మౌలిక సూత్రాలు పాటిస్తూ, ఈ ప్రణాళికలను పాటించే సృజనాత్మక మార్గాలను అన్వేషించండి.

ఈ ఒప్పందాన్ని గురించి మీతో పంచుకోవడంలో నా ఉద్దేశ్యం ఏమిటంటే, చిన్నదైన, కష్టమైనదైనా ఒక ఒప్పందాన్ని ఎలా పరీక్షించాలి -

విపరీతమైన వాటిని మీకనుగుణంగా మార్చుకునే మార్గం ఏమిటి అని మీరు ఆలోచించడమే. ఒక జూదంలా గోచరించేదానిలోకి మీరు ప్రవేశించినా, మీ జేబులో ద్రవ్యం కోల్పోవడం లాంటివి జరగకుండా వుండడం లాంటిదన్నమాట.

ఉదాహరణ : గంజాయి / జనపనార / సిబిడి (మందుగావాడే మత్తుపదార్థం)లో పెట్టుబడి

ప్రస్తుతం నాకిష్టమైనది గంజాయి, సిబిడి మరియు జనపనార పరిశ్రమలకి అరువు ఇచ్చే సీనియర్ సెక్యూర్డ్ క్రెడిట్ ఫండ్‌లో పెట్టుబడి పెట్టడం. బ్యాంకులు ఈ పరిశ్రమలకు అరువు ఇవ్వలేవు కనుక, ఈ ఫండ్ (నిధి) తన పెట్టుబడిదారలుకు నమశక్యంగాని అధిక రాబడి ఉత్పన్నం చేస్తుంది. అది నెలవారీ పంపకం ద్వారా చేస్తుంది. అధిక రాబడి ఎలా సాధ్యం అంటే ఈ ఫండ్ అధిక వడ్డీ రేటుని, మూలధనాన్ని అరువుగా తీసుకుంటున్న కంపెనీలపై వేయగలదు. పైపెచ్చు, ఈ ఫండ్ తనఖా పెట్టుకునే ఆస్తి కూడా అనేక రెట్లు అధికంగా వుండవచ్చు, ఎందుకంటే మూలధనం సంపాదించడానికి ఈ కంపెనీలకు వేరే దారిలేదు గనుక వారు వారి కంపెనీలో ఈక్విటీని వదులకోకుండా అధిక వడ్డీని, తనఖాతో సైతం చెల్లించడానికి ముందుకి వస్తారు. వారు వారి కంపెనీ అభివృద్ధి చెందడానికి అవసరమైనవన్నీ చేస్తుంటారు. బాగా అభివృద్ధి చెందుతన్న రంగంలో ఆసాధారణమైన అధిక రాబడిని అందించే ప్రత్యేక తరుణంలో, ఒక పెట్టుబడిదారునికి ఇది మంచి అవకాశం. ఈ పరిశ్రమ ప్రభుత్వపరంగా, చట్టపరంగా ఆమోదయోగ్యమైన తరువాత చివరికి వడ్డీరేట్లు కూడా తగ్గుతాయి.

కొన్ని రాష్ట్రాలలో గంజాయిని చట్టపరంగాఆమోదయోగ్యంగా చేసినా కాని ప్రభుత్వం దీనికి ఇచ్చే లైసెన్స్ (అనుమతులను) లను పరిమితంగా ఇస్తున్నారు. కాబట్టి ఈ అనుమతులు (లైసెన్స్)లు మరింత విలువను సంతరించుకున్నాయి. మీకు తెలిసి 3–5 మిలియన్ల రుణం వున్న కంపెనీ వుందనుకుంటే, వారు దాని లైసెన్స్ (అనుమతి)ని తనఖా పెట్టి వుండవచ్చు. అటువంటి ఒక్క లైసెన్స్ $10 నుండి 60 మిలియన్ల వరకు ఎక్కడైనా విక్రయించబడుతుంది. ఈ కంపెనీల సొంతదారులు సాధారణంగా వ్యక్తిగత

హామీని జతచేస్తూ, ఒక్కొక్కసారి మూడవ బృందం (పార్టీ) యొక్క 'ఎస్క్రో' ఖాతాను కూడా ఏర్పరుచుతారు. దానివలన వారు రుణం చెల్లుబాటులో వైఫల్యం చెందితే స్టాక్ అవతలివారికి అందుబాటులోకి వచ్చేటట్లు ప్రమాణం (pledge) చేస్తారు. కాబట్టి రుణవైఫల్యం చెందితే వచ్చే నష్టభయం తక్కువగా వుంటుంది. అది పెట్టుబడిదారులకు మంచిది కదా!

ఆలోచనాసరళి

కొంతకాలంగా నేను పరిశీలిస్తున్న పరిశ్రమలలో గంజాయి, జనపనారు మరియు సిబిడి పరిశ్రమలు ఒకటి. చివరకు నేను అభిప్రాయపడినది ఏమిటంటే ఆ పరిశ్రమలు చట్టపరంగాను, నైతికంగాను ఆమోదయోగ్యంగా వున్నంతసేపు వాటిని వైపు చూడడం సరియైనదే. అదికాక అవి క్రొత్తగా ప్రారంభమైనవి కనుక నా ప్రణాళికలకు అనువైన ఒప్పందాలు, అధునాతనమైన పెట్టుబడిదారులు వుండే అవకాశం వుంది. పైగా, ఆర్థికరంగంలోని హెచ్చుతగ్గులు ఈ పరిశ్రమలు పెరగడానికే అవకాశం వుంది. ఆర్థిక మాంద్యంలో సైతం ఇదే జరుగుతుంది. (మీ 'పోర్టు ఫోలియో' లో ఇలా ఆర్థికరంగం చేత ప్రభావితం కాని పెట్టుబడులు వుండడం వలన మీరు సురక్షిత స్థానంలో వుండి, తక్కిన పెట్టుబడులు స్టాక్‌మార్కెట్టు ప్రభావం వలన దిగజారినా, నిలదొక్కుకోగలుగుతారు).

ప్రత్యేకంగా, ఈ పెట్టుబడి నా స్నేహితుల ద్వారా, అంటే మా న్యాయవాదికి ఈ వ్యాపారం యొక్క సహ వ్యవస్థాపకులు స్నేహితులవడం వలన నా దగ్గరికి వచ్చినది. మా న్యాయవాద బృందం వారి ఒప్పందాలు మొదలైనవాటిని క్షుణ్ణంగా పరిశీలించింది కాబట్టి నా పని సులువైపోయింది. నా ప్రణాళికలకు కూడా అనువుగా మలుచుకోగలిగాను. అంతకన్నా ముఖ్యం, ఈ పరిశ్రమ మొత్తం మీద 25%+ స్థాయిలో, ఒకటి తరువాత ఒకటిగా అభివృద్ధి కనబరుస్తూ విశేషంగా ప్రగతి చూపిస్తోంది. అదీకాక, ఈ పెట్టుబడి ఒక ఫండ్ (నిధి)ద్వారా జరుగుతోంది కాబట్టి నష్టభయాన్ని కొంతవరకు తగ్గించింది.

రూపకల్పన

ఒప్పందం రూపకల్పన ఇదిగో!

- 8% ఆశించిన రాబడి (వాస్తవిక రాబడి 15%)
- నెలవారీ పంపకాల చెల్లుబాటు
- మొత్తం అంతర్గత రాబడి రేటు (Internal rate of return (IPR) అంచనా 20–30%
- రెండు సంవత్సరాలు మూలధనంపై పట్టు విధింపు, కానీ డబ్బు అత్యవసరమైనప్పుడు ముందస్తు, నోటీసు నిచ్చి తీసుకోవచ్చును.
- కొన్ని ఒప్పందాలలో ఈక్విటీ, వారెంట్ల (warrants) చర్చలలో పాల్గొనే అవకాశం.
- ఈ ఫండ్ కాక మిగిలిన పెట్టుబడులలో కూడా ఒప్పందాల కుదుర్చుకునే అవకాశం కలిగి వుండడం. ఇది కొన్ని కంపెనీలతో ఇంతకన్నా మెరుగైన నిబంధనలతో సంబంధం కలిగి వుండటం కోసం.
- అంచనా వేసిన రాబడికంటే మూడు నుండి నాలుగు రెట్లు అధిక రాబడి కోసం పబ్లిక్ ఇష్యూలకి వెళ్ళే అవకాశం కలిగి వుండటం.

వడపోత

సీనియర్ సెక్యూర్డ్ క్రెడిట్ ఫండులోని ఈ పెట్టుబడి నష్టభయం లేకుండా అధిక రాబడి నందిస్తోంది. పెట్టుబడిదారులందరూ చాలా సురక్షిత స్థానంలో వుండి, అపసవ్యంగా జరిగినా కాని వారికి నగదు చెల్లుబాటు జరుగుతుంది. అది కూడా అధిక రాబడి జరుగుతుందని చెప్పవచ్చు. దీనికి తోడు, ప్రతీ రుణం కూడా తనఖాతో కూడుకుని వుండి, పైగా అది రుణం విలువకంటే అయిదు నుండి పదిరెట్లు అధికంగా వుంటుంది. అదనంగా, ఈ పెట్టుబడిలో మూలధనంపై రెండేళ్ళపాటు కట్టడి (లాకప్) వుంటుంది. రెండేళ్ళ తరువాత, మూలధనం తిరిగి ఇచ్చేయవచ్చును లేదా ఫండ్‌లోనే వుంచవచ్చును. చాలా పెట్టుబడి అవకాశాలలో ఈ కట్టడి (లాకప్) కాలపరిమితి రెండేళ్ళకంటే చాలా ఎక్కువగా వుంటుంది.

ఈ వ్యాపారంలోని కొన్ని పదార్థాలు, ఇంకా చట్టం పరిధిలోకి రాలేదు కనుక, బ్యాంకులు ఇక్కడకి చొచ్చుకుని అరువు ఇవ్వలేవు కనుక ఈ మార్కెటులో అరువు ఇచ్చే కంపెనీలకు అధిక రాబడి వస్తుంది. పైగా ఈ కంపెనీలు నిశితమైన పరిశీలనకు లోనై వున్నవి. అవి యు.ఎస్.లో వున్న

సుమారు 600 ప్రాంతీయ బ్యాంకులు, స్థానిక బ్యాంకులలో, ఏవైతే గంజాయి, జనపనార లేదా సిబిడి వ్యాపారం చేసే కంపెనీలకు తమ వద్ద డిపాజిట్ ఖాతాని తెలిరిచేటందుకు అనుమతిస్తాయో, అటువంటి వాటితో కలసి పనిచేస్తుంటేనే ఈ కంపెనీలను పరిగణనలోకి తీసుకుంటారు.

ఈ కంపెనీలు నిశిత పరిశీలనకు గురిచేయబడి, అత్యంత విజయవంతముగా నడుస్తూ వుండడం చేత వారి వద్ద తనలా పెట్టేటందుకు విస్తృతమైన మొత్తాలలో భూమి, రియల్ఎస్టేట్ ఆస్తులు, పరికరాలు, ఇతర ఆస్తులు, అందుకోవలసిన ఖాతాలు (accounts receivable), సభ్యత్వ వడ్డీల స్టాక్ (stock of membership interests) మరియు, గంజాయి అనుమతులు (లైసెన్స్) లాంటివి వుంటాయి. పైగా చాలావరకు ఇటువంటి తక్కువ కాలపరిమితి కలిగిన రుణాలు ఈక్విటీతోను, ఇతర వారెంట్లతోను కలుపుకుని అందుబాటులో వచ్చి, ఒప్పందాన్ని అభివృద్ధి చేసేలా వుంటాయి. ఈ పెట్టుబడిలో చాలా రక్షణ వుండి, నెలవారీ నగదు చెల్లుబాటు జరుగుతూ, అధిక రాబడిని అందించే సామర్థ్యం వుంది.

చర్చలు

మా లయన్స్ నెట్‌వర్క్ మరియు లైఫ్‌స్టైల్ ఇన్వెస్టర్ మాస్టర్‌మైండ్ సభ్యులై వుండి, పెట్టుబడి పెడుతున్న వారందరికి అనువైన నిబంధనలతో కూడిన 'సైడ్-కార్ ఒప్పందాన్ని' (sidecar agreement) నేను చర్చల ద్వారా చేసుకున్నారు. సైడ్‌కార్ అంటే బోనస్‌కి అనుబంధంగా వచ్చే ప్రభావవంతమైన అనుబంధ అంశం, లేదా ఒక పెట్టుబడిదారునికి లేదా బృందానికి చెందిన ప్రత్యేక నిబంధనలతో కూడుకుని వున్న అదనపు ఒప్పందం అని చెప్పవచ్చు. పెట్టుబడి ప్రామాణికం 6లో "ఆదాయ విస్తారకాన్ని కనుగొనండి" లో ఈ సైడ్‌కార్ ఒప్పందాలని గూర్చి సవివరముగా చర్చిస్తాను) నేను 'మొదటి తిరస్కరణ హక్కు'ని (right of first refusal) కూడా చేజిక్కించుకున్నాను– ఫండ్, నిర్వాహకులు ఫండ్‌కి అతీతంగా చేయు అనేక పెట్టుబడి ఒప్పందాలలో సహ పెట్టుబడిదారునిగా భాగం పంచుకునే మొట్టమొదటి వ్యక్తిగా వుండే అవకాశం అన్నమాట.

ఒప్పందం-పరిశీలన

ఈ అధ్యాయం ప్రారంభంలో ఇచ్చిన వారెన్ బఫెట్ వాక్యం 'డబ్బుని పోగొట్టుకోకండి' అన్నది 'నష్టభయాన్ని తగ్గించుకోండి' అన్నదానితో ఏకీభవిస్తుంది. నా ప్రణాళికల దొంతరను చేర్చుకుని, మీరేదైనా పెట్టుబడిలోనికి దిగితే, సాధారణంగా మీరు గొప్ప నిబంధనలను చేసుకుని, నష్టభయాన్ని తగ్గించుకుంటారు. అధిక వడ్డీ చెల్లుబాట్లు, కాలానుసార పంపకాలు, తక్కువ కాలపరిమితిలోనే 'బెలూన్ చెల్లింపు' పొందడం, ఒప్పందానికి ఋణగ్రస్తుని వ్యక్తిగత పూచీకత్తుని సృజనాత్మకముగా సంపాదించడం, ఒక సలహాదారునిలాగా వేతనం పొందగలగడం లాంటి ఇతర ప్రణాళికలు నేను ఇస్తున్న ఉదాహరణలలో జోడించబడతాయి.

చాలామంది విద్యార్థులు, క్లయింట్లు విజయవంతముగా వారి ఆలోచనాసరళిని మార్చుకుని ఈక్విటీ పెట్టుబడిదారుల హోదా నుండి నగదు ప్రవాహ పెట్టుబడిదారుల హోదాకి మారిపోయారు. ఈక్విటీ పెట్టుబడి దారుడంటే చివరకు ఇచ్చే చెల్లుబాటు గురించి మూలధనాన్ని పణంగా పెడతాడు, అయితే చాలాసార్లు ఒప్పందాలన్నీ, మౌలికంగా సున్నా శాతం వడ్డీతో కాలపరిమితి లేకుండా ఇచ్చే ఋణాలు కాబట్టి ఖచ్చితంగా నష్టభయంతో కూడుకున్నవే. నగదు ప్రవాహ పెట్టుబడి ఎప్పటికైనా మేలు ఎందుకంటే దానిలో నష్టభయం తక్కువ.

ఈ క్రింద ఇస్తున్నటువంటి ఉదాహరణ నష్టభయాన్ని తగ్గించేటందుకు పరిపూర్ణ నమూనా కాబట్టి మీరు తరువాత చేయబోయే లావాదేవీకి ఇది మార్గదర్శకంగా వుంటుంది. అది చాలా తక్కువగా నష్టభయం వుండే పెట్టుబడి కాబట్టి దానిలో మీరు నా నియమాలను, పెట్టుబడి ప్రామాణికాలను ప్రణాళికలను బృందాన్ని, నష్టభయ నివారణని అన్నిటిని కలిపి చూడవచ్చు.

ఉదాహరణ: అమెరికన్ విమానయాన పూర్వ ప్రధాన కార్యాలయము

నేను చాలా పెట్టుబడులు పెట్టిన వాణిజ్య రియల్ ఎస్టేట్ కంపెనీ, ఆస్టిన్‌లో వుంది దాని ద్వారా నాకు డల్లాస్, టెక్సాస్‌లో వున్న అమెరికన్ విమానయాన పూర్వ ప్రధాన కార్యాలయంలో పెట్టుబడి పెట్టే అవకాశం వచ్చింది. పూర్వ

ప్రధాన కార్యాలయము మూడు భవంతులతో కూడి 1,388,727 చదరపు అడుగుల విస్తీర్ణముతో, రెండు అంతస్తులు గల్గిన, పార్కింగ్ సౌకర్యము కలిగి వుండిన అత్యుత్తమ ప్రమాణాలు కల్గిన ఆవరణ. 1980లలోని అంచనాల ప్రాకరం దాని నిర్మాణ ఖర్చు $490 మిలియన్లు కాగా దానిని ప్రస్తుత ప్రత్యామ్నాయ విలువైన $400 మిలియన్లతోటి పోల్చి చూడవచ్చు. అయితే అమెరికన్ విమానయాన రవాణా విపరీతంగా పెరిగి, వారు ఒక క్రొత్త 2 మిలియన్ల చదరపు అడుగుల ఆవరణలోకి మారిపోదలిచారు. క్రొత్త ఆవరణలో నిర్మాణం జరుగుతుండగా ఇక్కడ మూడు భవంతులలో రెండిటికి గల లీజు–బ్యాక్ (తిరిగి లీజుకు తీసుకొనుట) ప్రకరణం ప్రకారం ఆర్నెలు కాలపరిమితికిగాను అమ్మకం చేయబడి, తద్వారా పెట్టుబడిదారునికి ఆ సమయంలో నిర్వహణ ఖర్చులు తగ్గించే ప్రయత్నం చేయబడింది.

వాణిజ్యానుగుణంగా ఈ భవంతిని మార్చినప్పటికీ విలువలను పెంచే కష్టాన్ని తలకెత్తుకున్నే సంచాలకులు లేక ఆ విశాల కార్పొరేటు ఆవరణను తిరిగి స్థిరపరచే అవకాశం లేకపోయింది.

ఒక సాధారణ భాగస్వామి (జనరల్ పార్ట్‌నర్) బేరసారాలలో $57 ఒక చదరపు అడుగు చొప్పున తగ్గింపు ధర (discount price) ను కొన్న ధరగా పలికించగలిగాడు – 12% భర్తీ ఖర్చు అన్నమాట. తక్కువ ధర కారణంగా మార్కెట్టు ధరలతో పోలిస్తే అధిక ఒత్తిడి గల లీజు నిబంధనలు విధించే అవకాశాన్ని సాధారణ భాగస్వామి పొందాడు.

ముగింపు వేళకి ముందర జరిగే పరిశీలన సమయంలో, ఈ ఆస్తి అత్యుత్తమ కౌలుదారులకు అనువుగా అంటే యు.ఎస్.లోని పెద్ద గౌరవనీయమైన కంపెనీలకు అనువుగా వ్యాపార లావాదేవీలు జరిగాయి. అయితే విశాలమైన వాణిజ్య విభాగాల లోటు డల్లాస్ ఫోర్టు వర్త్; మార్కెట్టులో వుండడం వలన 200,000 చదరపు అడుగులకంటే ఎక్కువ విస్తీర్ణస్థలం కావల్సిన కౌలుదారులకు, ఈ ఒప్పందం బాగా ఆకర్షణీయంగా కనిపించింది. అభివృద్ధి చెందుతున్న కౌలుదారుల అవసరాల కనుగుణంగా ఈ ఆవరణలో ఒకటి కాదు మూడు భవంతులున్నాయి. ముందస్తుగా తీసుకోబడిన ఈ ముగింపు వ్యూహం, సంచాలకుడు ఒక భవంతికి చెందిన మరొక లీజు ఆర్నెల లోపుగానే సంతకం చేసేలా చేసింది. అందువలన మిగిలిన రెండు భవంతుల లీజు భారం సులభతరమైనదని చెప్పవచ్చు.

ఆలోచనాసరళి

$72,950,000 అత్యంత తగ్గించిన ధరకు నాకు, యు.ఎస్.కు చెందిన శక్తివంతమైన మార్కెట్టు అయినటువంటి ఈ మూడు భవంతులలో అత్యుత్తమ 'క్లాస్ ఏ' ఆవరణలో పెట్టుబడి పెట్టే అవకాశం చిక్కింది. ఈ భవంతులని ఫార్చ్యూన్ 100 కంపెనీలు, ప్రభుత్వ ఏజెన్సీలు, పెద్ద-ఎత్తున భద్రత ఏర్పాటు అవసరమైన రక్షణ కాంట్రాక్టర్లు తమ ప్రధాన కార్యాలయాలుగా ఉపయోగించుకుంటారు. 2020 గృహ నిర్బంధ ఉత్తరువుల (stay-at home orders) లో అయినా మార్కెట్టు సమయం అనుకూలంగా వుండి, ముగింపు సమయం కూడా ఏప్రిల్ కావడం చేత పాల్గొనే పెట్టుబడిదారులకు ప్రత్యేకమైన అవకాశంగా పరిణమించింది. అనేక ఇతర కారణాలు తోడ్పడడం చేత ఈ ఆస్తిని చేజిక్కించుకోవడం, అదీ అందుబాటు ధరలో జరగడం నా విషయంలో జరిగింది.

రూపకల్పన

ఒప్పందం యొక్క రూపకల్పన ఈ విధంగా వుంది.

- 10% ఆశించిన రాబడి.
- మూలధనం రెండు సంవత్సరాలు లేదా ఇంకా తక్కువ సమయంలో తిరిగి యిచ్చుట.
- ప్రారంభ పెట్టుబడి కంటే 3.5 నుండి 4.5 సార్లు అధిక రాబడిగా అంచనా
- నాలుగ నుండి అయిదు సంవత్సరాల కాలపరిమితిగాను పెట్టుబడిగా అంచనా (దానికి వున్న డిమాండు, ధర ఆధారంగా అది ఇంకా తక్కువ కాలపరిమితి పడుతుందని నా నమ్మకం)
- ఒక $250,000 రాబడి కేవలం నాలుగు నుండి అయిదు సంవత్సరాలలో అంటే $875,000 నుండి $1,125,000ల వరకు రాబడి నందించగలదని అంచనా.

వడపోత

ఈ ఆస్తి పేర్కొనదగిన ఆస్తి, ఎందుకంటే ఇది యు.ఎస్.లో వున్న గొప్ప మార్కెట్టులలో ఒకటి, అందుబాటు ధరలో వుంది, పైగా దాని విలువ పెంచి,

లాభం ఆర్జించే అవకాశం మెండుగా వుంది. రక్షణ ఏర్పాట్లు అవసరమైన కౌలుదారులకు (tenants) అనువుగా ఆకర్షణీయంగా వుండటం చేత ఈ భవంతులకు లీజు నిబంధనలు, రియల్‌ఎస్టేట్ విలువలు పెరిగిపోయాయి. ఒప్పందం పూర్తిగా జరిగేలోపుననే ప్రభుత్వ అండవున్న పెద్దపెద్ద కౌలుదారులు ముందుకి రావడం మొదలుపెట్టేరు.

సాధారణ భాగస్వామి (general partner) చాలా ప్రఖ్యాతి నొంది సుమారు 600 మంది వ్యక్తిగత పెట్టుబడిదారులు, 28 సంవత్సరాలుగా ఎప్పుడూ డబ్బుని పోగొట్టుకొనని వారు ఈ కంపెనీతో కూడి వున్నారు. భాగస్వామికి అంతర్గత రాబడి రేటు (internal rate of return) (IRR) 32% అయివుండగా సగటున కాలపరిమితి నాలుగేళ్ళుకాగా, పెట్టుబడిదారుని మదుపు ఒకటి నుండి రెండు ఏళ్ళలోపుగానే తిరిగి చెల్లించబడుతోంది.

చర్చలు

ఒప్పందం అంతిమ దశలోనే పరిశీలన చేస్తున్నప్పుడు, సాధారణ భాగస్వామి (general partner) వెంటనే రెండు విఖ్యాతమైన ప్రభుత్వ రక్షణ తయారీదారులు మరియు కాంట్రాక్టర్లతో సంప్రదింపులు జరపడం వలన అందుబాటులో వున్న స్థలాన్ని ఒక పెద్ద ఆసుపత్రి సముదాయం, డజన్ల కొలది కార్యాలయాలు కలది, మరియు సిలికాన్ వ్యాలీలో పెద్ద కంపెనీ, ప్రపంచంలో చెప్పుకోదగిన ఈ–కామర్స్ కంపెనీలు అద్దెకు తీసుకునేటందుకు ప్రతిపాదనలు వచ్చాయి. ఈ ప్రతిపాదనలవలన నాకు నష్టభయం మరింత తగ్గింది. దీనికి తోడు, సాధారణ భాగస్వామి, క్రొత్త పెట్టుబడిదారులందరికి ఒక 'పుట్ ఆప్షన్' (put option) (నిర్ణీత వెలకు, నిర్ణీత గడువు లోపల అమ్ముకునే వెసులుబాటు) ఇవ్వడం చేత నేనూ (నాతో బాటు నేను ఒప్పందంలోకి తీసుకుని వచ్చిన ఇతర పెట్టుబడిదారులు) పెట్టిన సొమ్మునంత ముప్పై రోజులలోపల తిరిగి పొందే అవకాశం – ఎప్పుడైనా, ఏ కారణం చేతనైనా 'పుట్ ఆప్షన్'కి గడువులేకుండా పెట్టుబడి వున్నంత కాలం వర్తించేటట్లు ఇచ్చేరు.

వాణిజ్యపరంగా రియల్ ఎస్టేట్‌కి చెందని కంపెనీ వ్యవస్థాపకుడు అధ్యక్షుడు, పెట్టుబడిదారుని యొక్క 'పుట్ ఆప్షన్'కి వ్యక్తిగత హామీ తన

ఆస్తులతో జోడించాడు గనుక, ఒకవేళ పెట్టుబడులు విఫలం అయితే, అతను తన బాధ్యతగా పెట్టుబడిదారులకు డబ్బు చెల్లిస్తాడు. ఒకవేళ అందరూ పెట్టుబడిదారులు ఒకేసమయంలో 'పుట్ ఆప్షన్'ని ఉపయోగించుకున్నట్లయితే అందుకు సరిపడ 100% చెల్లుబాటు చేయగలిగినంత ద్రవ్యం అతని వద్ద వుందని కూడా నేను నా పరిశీలనలో తెలుసుకున్నాను.

ఒప్పందం పరిశీలన

ఇది సాధారణ పెట్టుబడి బృందంతోటి చేసుకున్న సాధారణ ఒప్పందం అయినట్లైతే వారు బహుశ కొంత డబ్బు ప్రోగుచేసి, కొంత వడ్డీ చెల్లుబాటు చేసి వారి సొమ్ము అయిదు నండి పది సంవత్సరాల లోపున పొందేవారు. కాని ఈ ఒప్పందాన్ని, సాధారణ భాగస్వామి రూపొందించిన ప్రకారం పెట్టుబడిదారులు వారి ప్రారంభ పెట్టుబడికి ఒకటి, రెండు సంవత్సరాల లోపున పొంది, అదికాక 400% అదనపు రాబడిని వారి పెట్టుబడిపై పొందుతారు. పైగా పెట్టుబడిదారులు 'పుట్ ఆప్షన్'ని కలిగి వుండి ఎప్పుడైనా వారికి ఒప్పందానికి సంబంధించి, కాలపరిమితికి సంబంధించి నచ్చనిది ఏదైనా వుంటే తక్షణమే డబ్బు తిరిగి పొందేటందుకు అవకాశం వుంది.

చాలామంది మరచిపోయేదేమిటంటే ఒక ఒప్పందం చేసుకోవడానికి అనేక మార్గాలుంటాయి, కాబట్టి మీరు వారెన్ బఫెట్ మొదటి సూత్రము, రెండవ సూత్రము విస్మరించి వెళ్ళవద్దు. మీరు నా సూత్రాలని పెట్టుబడి ప్రామాణికాలని అనుసరిస్తూ, నా 'ప్రణాళికల అంబుల పొది'లో ఎన్ని అంశాలు వీలయితే అన్నిటిని కలుపుకుంటూ వుంటే, మీరు డబ్బు పోగొట్టుకునే అవకాశం వుండదు.

పెట్టుబడి ప్రామాణికం 3: కన్పించని ఒప్పందాలని కనుక్కొనుట

ఆకాశం పగటివేళ కనిపించని నక్షత్రాలతో నిండి వుంటుంది.

– హెన్రీ వాడ్స్‌వర్త్ లాంగ్‌ఫెల్లో

ఒక పెట్టుబడి ద్వారా ప్రతీవారూ కూడా, ధనార్జనకు ఒక చేయూత కోసం చూస్తున్నట్లనిపిస్తుంది– సాధారణంగా అది వీలయితే చట్టపరిధిలోని ఒక 'స్టాక్ టిప్' (స్టాక్‌ని గూర్చిన సమాచారం) లేదా 'ఇన్‌సైడర్ టిప్' (అంతర్గత సమాచారం) ద్వారా జరగాలని ఆశిస్తారు. అయితే మీరు కనిపించని ఒప్పందం గురించి చూస్తున్నట్లయితే అది పూర్తిగా తప్పు త్రోవ అని చెప్పవచ్చు. ఒక కనిపించని లావాదేవీని గురించి చూస్తున్నట్లయితే, కష్టాల్లో వున్న వ్యాపారం, నష్టాల్లో కూరుకుని వుండి, దాని నష్ట కారణాల నుండి తప్పించుకోలేకుండా వున్న వ్యాపారాన్ని కనిపెట్టండి. ఇక్కడ కనిపించని ఒప్పందానికి ఆస్కారం వున్నాగాని, అది అందులోనే అంతర్గతంగా పనిచేస్తున్నవారికి, అంటే వ్యాపారాన్ని పైన చెప్పినవిధంగా, తప్పుడు పద్ధతిలోనే చాలాకాలంగా చూస్తున్నవారికి కనిపించదు.

ఈ మధ్యకాలంలో డ్రెస్‌బార్న్‌ని కొనే అవకాశం వచ్చింది. అది చాలా విఖ్యాతినొందిన, బహిరంగ వర్తకంలో వున్న రిటైలు బ్రాండ్ వ్యాపారం. కాని కొన్ని సంవత్సరాలుగా కష్టాల్లో వుంది. అయితే నాకు వచ్చిన సువర్ణావకాశం ఎలా వచ్చినదంటే దానికిగల చెప్పుకోదగిన ఆన్‌లైన్ వ్యాపారం ద్వారా!

వారికి గిడ్డంగులు, తయారకి తగిన ఏర్పాట్లు, ప్యాకేజింగ్ ఏర్పాట్లు, వ్యాపారానికి తగిన ఏర్పాట్లు, నిలకడగా పనిచేసే జట్లు, వున్నగాని వారికి వున్న ముఖాముఖి వ్యాపారం (సరాసరి కొనుగోలు దారునితో సూటిగా వ్యాపారం) కారణంగా వారి లాభాలు తగ్గి వ్యాపారంలో తడబడుతున్నారు.

యుఎస్‌లో డ్రెస్‌బార్న్ మాతృ సంస్థకాగా, ఎసినా రిటైల్ గ్రూప్ (Ascena Retail Group) ఆడవారికి, యువతులకు వున్న పెద్ద రిటైలు (అంటే నేరుగా అమ్మకం చేసేవారు) ఇదివరకు అనేక పేరొందిన రిటైల్ బ్రాండ్‌లను సొంతం చేసుకుని వున్నా కాని, వారు ముఖాముఖిగా అంటే నేరుగా చేసే అమ్మకాల మీద దృష్టిని సారించారు కాని కాలానుగుణంగా ఈ-కామర్స్ (వాణిజ్యం) పట్ల దృష్టిని కేంద్రీకరించలేదు. మా ఒప్పందం జరిగే వేళకి, వారు దివాలా తీసేటందుకు సిద్ధంగా వుండి, చివరకు చాప్టరు 11, దివాలా రక్షణ (bankruptcy protection) ని దాఖలు చేసారు.

పెట్టుబడిరంగంలో నాకున్న పరిచయాల ద్వారా నేను ఒక అద్భుతమైన అగపడని ఒప్పందానికి నాంది పలికాను. ఒప్పందం పూర్తి అయ్యే వరకు కంపెనీలోని వారు కూడా ఏం జరుగుతోందో గ్రహించలేకపోయారు. ఆ ఒప్పందంలో దాగున్నదేమిటంటే కంపెనీ యొక్క ఆన్‌లైన్ వర్తకాన్ని, రిటైల్ వర్తకం (నేరుగా వర్తకం) నుండి విడదీసి, ఆ బ్రాండ్‌ను సొంతం చేసుకోవడం. నేను, నాతో జతగూడిన కొంతమంది పెట్టుబడిదారులతో కలసి కొన్ని అనువైన నిబంధనలు నెలకొల్పగలిగాను.

అంతిమ ఒప్పందానికి అనుగుణంగా మేము ఆ బ్రాండ్ (గుర్తింపు) ని సొంతం చేసుకుని, అక్కడి మేధో సంపత్తిని కూడా మా సొంతం అయ్యేలా చూసుకున్నాము. తద్వారా తగ్గింపు ధర (డిస్కౌంట్ - discount) లో కొనవలసిన వాటి జాబితా, క్రొత్త సంబంధాలు ఏర్పరుచుకొనవలసినవారి జాబితా, ఉత్తమ ఉత్పత్తిదారులతో సత్సంబంధాలు కొనసాగించడం, అప్పులు లీజు ఒప్పందాలను వదిలించుకోవడం, వినియోగదారుల డేటాబేస్ (వివరాలు) (సుమారు 8 లక్షల వినియోగదారులని), వారు కొనుగోలు చేసే విధానం యొక్క వివరాలు నిర్ణయించాము.

అంతకుపూర్వం వున్న మేనేజ్‌మెంట్ (నిర్వహణ సిబ్బంది) పాత వ్యాపార విధానంపట్ల భావోద్వేగపరంగా అనుబంధం ఏర్పరుచుకొని ఇంతకాలంగా దూరదృష్టి లేకుండా కొనసాగించాయి. అందుచేత క్రొత్త అవకాశాలపట్ల వారు వెనుకడుగు వేసినారని చెప్పుకోవచ్చు. పాతవారి పట్ల

వారికున్న విశ్వాసం వలన సంబంధాలు త్రెంచుకోలేకపోయారు. అయితే ఈ చిన్న అగపడని ఒప్పందం చేసుకోవడం వలన మన నిర్వహణ తేలికైపోయింది. అవసరంలేని, మోయలేని భారం దించుకునే అవకాశం, క్రొత్త దానిపై లాభదాయకమైన దానిపై దృష్టిపెట్టే అవకాశం కలిగింది.

ఎప్పుడైనా వెనుకంజ వేస్తున్నవారు అర్థం చేసుకోవలసిన ముఖ్య విషయం ఏమిటంటే పరిమాణంలో చిన్నగా వున్నా అత్యంత లాభదాయకంగా వుండాలి అంతేకాని పెద్దగా, నష్టపూరితంగా కాదు. మా బృందానికి ఆ విషయం తెలుసు. అందుకే మేము ముప్పై మంది ఉద్యోగులను, వారి కొరకు పనిచేస్తున్న 9,000 మందిలో నుండి ఎంపిక చేసి పెట్టుకున్నాము.

ఈ క్రొత్త యాజమాన్య బృందంలో తెలివైన అనుభవజ్ఞులైన ఆన్‌లైన్ అమ్మకందార్లు వుండి ఎలా ఈ ఆన్‌లైన్ బ్రాండ్ (గుర్తింపు) ని ముందుకు తీసుకుని వెళ్ళాలో, కొనుగోలు రద్దీని పెంచి, ఆదాయం, పరపతి ద్వారా, సలహాల ద్వారా ఆశించిన అభివృద్ధిని సాధించడం తెలిసినవారు. దీనికి కారణం నేను ప్రణాళికా బద్ధంగా భాగస్వాములను, అది కూడా ప్రత్యేక పరిజ్ఞానం కలిగినవారికి ఎంచుకుని ముందుకు సాగడం వలన ప్రతీ ఒప్పందంలోనూ అదనపు ఉపయోగం కనిపించింది.

ఒక సంబంధం లేనటువంటి పెట్టుబడిదారునిలా నేను నిలబడి ఆలోచించేదేమిటి అంటే నాకు చెప్పుకోదగిన నిరంతర ఒప్పందాల వెల్లువ (deal flow) వుండేటట్లు చూడడం. వందలకొలది, చెప్పుకోవాలంటే వేలకొలది ఒప్పందాలు సంవత్సరానికి చూడడం వలన వాటి విభజన నాకు అలవాటు అయ్యింది. నేను పెట్టుబడిదారులు కొందరితో శాశ్వత అనుబంధాలు కలగి వుండడం వలన, పైగా వారు నాణ్యతగల, నష్టభయం తక్కువగా వున్న ఒప్పందాలు చేసుకోవడం పట్ల ఆసక్తి కలిగినవారై వుండడం చేత ఒక రహస్యమైన అంతర్గతమైన ఉపయోగం ప్రతీ మార్కెట్టులోను, పరిశ్రమలోను మాకు కనపడింది.

సమిష్టి ఉపయోగములు

కొన్నివందల సంభావ్య అవకాశాలతో పోల్చిన తరువాత నేను డజన్ల కొలది లావాదేవీలను పరిశీలనకై నా లయన్స్ నెట్‌వర్క్ ముందు వుంచుతాను. అటుపైన తక్కువ నష్టభయం కలిగిన, ఎక్కువ రాబడికి అవకాశం వున్న

వాటిలోనే మేము పెట్టుబడి పెడతాము - దీనికితోడు అదనంగా అసలు మొత్తం తక్కువ కాల వ్యవధిలో చేజిక్కించుకునే అవకాశం మీద దృష్టి సారించుతాము. డ్రెస్‌బార్న్‌పై పెట్టుబడిలాంటివి నేను పైయర్ 1 ఇంపోర్ట్స్, లైనెన్స్ అండ్ థింగ్స్, ది ఫ్రాంక్లిన్ మింట్, మోడల్స్, రేడియోష్యాక్, ఇంకా ఎన్నో... వాటితో ఒప్పందాలు నేను చేసుకోగా, కొన్ని ఇంకా చర్చలు కొనసాగుతూ వుండడం వలన, వాటి వివరాలు ఈ ప్రతిలో వివరించలేకపోతున్నాను.

ఈ ఒప్పందాల ద్వారా మేము సాధించిన సమిష్టి ఉపయోగములు ఇవియే:

1. **నెలవారీ నగదు చెల్లుబాటు ప్రవాహం:** $50,000 తక్కువ పెట్టుబడితో, ప్రతీ పెట్టుబడిదారుడు 20% వడ్డీ చొప్పున నెలవారీ నగదు చెల్లుబాటును పొందుతాడు. అంటే $883 నెలకు, $50,000 పెట్టుబడిపై పొందుతాడు.
2. **కిక్కర్:** పెట్టుబడిదారులు 'నగదు బోనస్' పేరిట, వారివారి పెట్టుబడిననుసరించి దానిలోని 20% సొమ్మును వ్రాసుకోబడిన కాల వ్యవధి అంతంలో అందుకొంటారు.
3. **మూలధనం:** ఒక సంవత్సర కాలం లేదా రెండు లేదా మూడు సంవత్సరాల కాలవ్యవధి, నిర్ణీత కాలపరిమితి ననుసరించి, అందరు పెట్టుబడిదారులు వారు పెట్టుబడిగా పెట్టిన మూలధనమును 100% తిరిగి పొందగలరు.
4. **ఉచిత ఈక్విటీ:** ఈ ఒప్పందం విషయంలో 'ఈక్విటీ కిక్కర్' దీనిని కిక్కర్‌గా పరిగణించడానికి కారణం, ఇది ఉచితం గనుక చాలాసార్లు పెట్టుబడులు సరాసరి ఈక్విటీలో ముడిపడి వుంటాయి. కాబట్టి ప్రతీ $50,000 కి కొంత సొమ్ము ఈక్విటీగా వస్తుంది. అసలు మొత్తం తిరిగి చెల్లించబడుతుంది, అదనంగా ఒక లక్షకి 3% చొప్పున ఈక్విటీ ఇవ్వబడుతుంది. ఇది ఒప్పందాన్ని అనుసరించి (ఇక్కడ $100,000 కి 0.3% చొప్పున) చెల్లించబడుతుంది. కాబట్టి, $250,000 మదుపుగా పెట్టిన పెట్టుబడిదారుడు 0.75% ఈక్విటీని అందుకుంటాడు.

ఇదెలా జరుగుతుందో, మీరే గనుక పెట్టుదారుడైతే రెండేళ్ళ తరువాత ఎలా పరిణమించుతుందో ఇక్కడ మీకు వివరిస్తాను. లెక్కలు సులువుగా అర్థంకావడం కోసం, మీరు ఈ ఒప్పందంలో $1 మిలియన్ డాలర్లు పెట్టేరనుకుందాం (కనీసం పెట్టుబడి $50,000 మాత్రమే అయినాగాని).

ప్రతీ మాసము $16,666.67 ల సొమ్మును డివిడెంట్ చెక్ రూపంలో అందుకోగా, అది $200,000 సంవత్సరానికీ, ($400,000 రెండు ఏళ్ళకి) గా అవతరిస్తుంది. అంటే రెండేళ్ళ చివరికి వచ్చేసరికి మీ డబ్బు మొత్తం వచ్చేసినట్లే. ఇంక నష్టభయం వుండదు, అయినాగాని మీరు అదనంగా 20% క్యాష్ బోనస్, లేదా $200,000 సొమ్ము అందుకుంటారు. ఇదికాక ఒక్క పైసా కూడా అదనంగా మీరు చెల్లించకుండా వ్యవస్థాపకుల వాటాగా, వ్యాపారంలో 3% గా వున్నదానిని కూడా ఈక్విటీగా అందుకుంటారు. ఇప్పుడు మొదలై రాబోయే అయిదేళ్ళలో $100 మిలియన్లకు వ్యాపారం చేరుకుంటుదనిన అంచనాలో ఈక్విటీ $3 మిలియన్‌లుగా అదనపు లాభాలలో సూచిస్తోంది.

(అదనంగా మొత్తం వ్యాపారం తాలుకు సరుకు అమ్ముడయ్యేవరకూ ప్రతీ సంవత్సరం డివిడెండ్లలో 3% లేదా వారు లాభాన్ని మరింత నిష్క్రమణ ధర పలికేటందుకై అభివృద్ధి నాశించి మరల పెట్టుబడిగా పెట్టకుండా దానిని యధాతథంగా పంచవలెననుకున్నప్పుడు కూడా కొంత సొమ్ము వస్తుంది.)

దీనికి తోడు ఏవైనా తప్పిదం జరిగితే మీరు తాత్కాలిక హక్కుదారునిగా అక్కడి మేధోసంపత్తిపైన తణఖా హక్కును చర్చల ద్వారా సాధించడం చేత ఒక శక్తివంతమైన స్థానం సంపాదించినట్లేనని చెప్పవచ్చు. ఎందుకంటే ఆ బ్రాండ్‌ని చవుకగా చేజిక్కించుకున్నారు గనుక అలా చెప్పవచ్చు. ఆ బ్రాండ్‌ని, మేథోసంపత్తిని అమ్మకానికి చాలా సులువుగా పెట్టవచ్చు తద్వారా మీరు ఆ బ్రాండ్‌ని చేజిక్కించుకోవడానికి పెట్టిన సొమ్ము లేదా అంతకన్నా ఎక్కువ మొత్తమే పొందవచ్చు. పైగా మీరు ఋణ స్థానము (Debt position) కలిగి వుండడం చేత, ఈక్విటీ స్థానం (Equity position) కాకపోవడం చేత అందరికన్నా ముందుగా మీకు చెల్లింపు జరిగే అవకాశం వుంది. కాబట్టి మీకు నేరుగా ఈక్విటీలో పెట్టుబడి పెట్టినప్పటికంటే నష్ట భయం తక్కువగా వుంది.

$1 మిలియన్‌ల పెట్టుబడికి సుమారు రెండు సంవత్సరాల కాలవ్యవధిలో, సుమారు $600,000 గా మారగా అదనంగా ఎటువంటి నష్టభయం లేకుండా $3 మిలియన్ల సొమ్ము పొందే అవకాశం కలిగి వుండటం- ఎందుకంటే ఈ క్షణంలో అదంతా "హౌస్‌మనీ" (పెట్టుబడిపైన అదనంగా వచ్చిన సొమ్ము) గా పరిగణించవచ్చును. కారణం 100% మీ సొమ్ము మీ చేతికి వచ్చేసింది గనుక- అలా ఇది ఒక మంచి ఒప్పందంలా నాకు గోచరించింది. మరొక విషయం మీరు గుర్తువుంచుకోవాలి. అదేమిటంటే ఇది అంతరించిపోతున్న రిటైల్ (సరాసరి అమ్మకం) బ్రాండ్ అని చాలామంది భావిస్తారు. కాని, వాస్తవానికి సరాసరి వ్యాపారంలో కుంటి నడక నడుస్తున్నదల్లా పుంజుకుని పూర్తి ఈ-కామర్స్ (ఆన్‌లైన్ వ్యాపారం) వైపు పరుగులు తీస్తోంది. అటువంటి దానినే నేను 'అగపడని ఒప్పందం' అని అంటున్నాను.

నేను చేస్తున్న వృత్తిని నేను ప్రేమిస్తాను. ఏ సమయంలో చూసినా మా బృందం నడుమ పది నుండి ముప్పై ఒప్పందాలు పరిశీలనలో వుంటాయి. ముందుగా నేను పరిశీలించిన వారి వద్దకు తీసుకుని వెడతాను. మా లయన్స్‌తో కూడి పనిచేసే టప్పుడు నా అంతట నేను ఇలాంటి అద్భుతమైన లావాదేవీలు కనిపెట్టి, అత్యంత లాభదాయకంగా చర్చలు జరిగి నిబంధనలు ఏర్పరుచుకుని, వాటికి నా పెట్టుబడి ప్రామాణికాలు జోడించి మంచి ఒప్పందాలుగా మార్చుకున్నానని చెప్పవచ్చు.

కన్పించని ఒప్పందాలకి రెండు మార్గదర్శక సూత్రాలు

నేను అగపడని ఒప్పందాల కొరకు వెతికేటప్పుడు అనుసరించే రెండు మార్గదర్శక సూత్రాలు ఇవే.

1. ఆరంభదశలో వున్న మార్కెట్ల వైపు దృష్టి సారించండి లేదా ప్రధాన మార్కెట్టుకు అతీతంగా వున్న కన్పించని అవకాశాల కోసం వెతకండి.

ఈ సూత్రాన్ని క్రొత్త సాంకేతిక ఆవిష్కరణలకు లేదా క్రొత్తగా రూపు సంతరించుకుంటున్న కంపెనీలకు వర్తింపచేయవచ్చు. నాకు, వ్యక్తిగతంగా, పరిశ్రమను మార్చివేసి పురోగమనానికి త్రోవ చూపే అత్యుత్తమమైన నవీన సాంకేతికత అంటే ఇష్టం.

ప్రత్యేకంగా, రియల్ఎస్టేట్‌లో, ఆ ప్రదేశంలో నాకున్న వ్యాపారేతర సంబంధాల ద్వారా వచ్చిన అవకాశాల వలన ప్రయోజనం పొందడానికి ఇష్టపడతాను. ఉదాహరణకి, పదేళ్ళ క్రితం ఒక కుటుంబానికి నివాసయోగ్యమైన ఇళ్ళు నిర్మించడం, లేదా అద్దెకు అనువుగా చేయడాన్ని ఆస్తి లెక్కకి పరిగణించేవారు కాదు. ఇది తెలుసుకుని ఆ ఆస్తుల తాలుకు పెట్టుబడుల యొక్క అభివృద్ధికై పాటుపడడం వలన నేను చాలా పెద్ద మొత్తంలో రాబడిని పొందగలిగాను.

2. ఆర్థికరంగం ధోరణుల పట్ల శ్రద్ధ వహించండి : ఏది శక్తివంతమైనదో, ఏది కాదు అన్న దానిపట్ల శ్రద్ధ వహించండి.

ఎప్పటికప్పుడు జరుగుతున్న మార్పులను గూర్చి అవగాహనతో వుండడం, ఉదాహరణకి ఈ-కామర్స్ లాంటిది, ఇప్పుడు ప్రపంచంలో అది పెద్ద పరిశ్రమగా అవతరించింది. పారిశ్రామిక సరఫరా కేంద్రాలు (industrial distribution centers) కూడా అత్యంత ప్రాముఖ్యత సంతరించుకుని వాటికి డిమాండ్ పెరిగింది.ఎందుకంటే, వ్యాపారానికి సంబంధించిన సరుకుల జాబితాను భద్రపరచుకుని వినియోగదారునికి సన్నిహితంగా మెలగడం అవసరం. వారి ఉత్పత్తిని వినియోగదారునికి చేరవేయడం అత్యంత ఖరీదులతో కూడిన చివరి అంశం. మీరు గనుక ప్రపంచంలో జరుగుతున్న వాటిపట్ల జాగరుకుతతో వుంటే మీరు ఇటువంటి నవీన ధోరణలు రావడాన్ని గుర్తించగలుగుతారు.

కన్పించని ఒప్పందాలు (లావాదేవీల) రకాలు

అగపడని ఒప్పందాల జాబితాని ఇక్కడ ఇస్తున్నాను ఎందుకంటే పెట్టుబడిదారులు వాటిలో భాగం పంచుకుని పెట్టుబడి పెట్టడానికి ఇష్టపడవచ్చు గనుక. నేను తరచుగా ఇటువంటి పెట్టుబడులకి 'సిండికేట్ డీల్' (ఒకరుగా కష్టం కనుక బృందంగా ఒప్పందం చేసుకోవడం) లా ఏర్పరుచుకుంటాను. లేదా నేను పెట్టుబడి అవకాశాలు సృజిస్తూ పెట్టుబడిదారుల బృందాల ప్రోగుచేస్తూ వుంటాను. ఇందుకు నా 'లైఫ్‌స్టైల్ ఇన్వెస్టర్ మాస్టర్‌మైండ్', 'లయన్స్ నెట్‌వర్క్' ఉపయోగపడుతుంటాయి.

తెలివైన పెట్టుబడిదారులు కోరుకునే కన్పించని ఒప్పందాలు (లావాదేవీలు)

- ప్రత్యేకమైన ఒప్పందాలు - (exclusivity deals) - నియంత్రించ బడిన ఒప్పందాలు కేవలం మీకు వ్యక్తిగతంగా సూచించబడినవి.
- చెల్లుబాటుకు అనుకూలమైన ఒప్పందాలు (Pay to play deals) -కేవలం మీరు ఇదివరకు పెట్టుబడి పెట్టినందువలన మీకు అందుబాటు లోకి వచ్చిన ఒప్పందాలు లేదా మీరు కొంత జీతంగా చెల్లించినందువలన మీకు అందులో భాగం పంచుకునే అవకాశం ఇచ్చేవి.
- మార్కెట్టుకు అతీతంగా వుండే ఒప్పందాలు -(off-market deals) - సార్వజనికంగా అమ్మకానికి ప్రకటనల ద్వారా వెలువడని పెట్టుబడులు, అంటే దాని అర్థం అక్కడ ఈ ఆస్తిని కొనేందుకు పోటీ వుండకపోవచ్చునని లేదా తక్కువ పోటీ వుండవచ్చునని.
- సంస్థాగత ఒప్పందాలు(Institutional deals)-వివిధ సంస్థల కొరకు ఉద్దేశపూర్వకంగా పెట్టబడిన పెట్టుబడులు, కాని సరియైన సంబంధాలద్వారా ఒక వ్యక్తికాని ఒక బృందం కాని చేజిక్కించు కోవచ్చు.
- సంప్రదాయేతర పెట్టుబడి అవకాశాలు (unconventional investment opportunities) - నిబంధనలు, రూపకల్పనలు, పరిశ్రమలు అసామాన్యంగా వుండి తరచూ మన దృష్టిని దాటేసేవి.
- ఆవిర్భవిస్తున్న మార్కెట్లు (emerging markets) - సామాన్యులకు పరిచయం లేకుండా ఎదుగుదల వైపుకు పరుగులు తీస్తున్న మార్కెట్లు (వ్యాపారులు)
- క్రొత్త పరిధులు (New frontiers) - క్రొత్త ఆలోచనలు లేదా పరిశ్రమలు త్వరలో సామాన్యుల ఎరుకకు వచ్చేవి.
- ధోరణుల బట్టి వచ్చే అవకాశాలు (trend focused opportunities) - ప్రస్తుత ఆర్థిక వాతావరణం బట్టి, మార్కెట్టు ధోరణుల బట్టి వచ్చే శక్తివంతమైన పెట్టుబడులు

- విచ్ఛేదక అవకాశాలు (disruptive opportunities) - ప్రస్తుత స్థితిని సవాలు చేస్తూ, ఇప్పుడు వున్న విలువకంటే ఎక్కువ విలువని సంతరించుకుంటున్న కంపెనీలు లేదా పరిశ్రమలలో అవకాశాలు
- చెల్లుబాటు ఒప్పందాలు చేసే పరిచయాలు (Deal flow net-works) - సంవత్సరానికి వందల సంఖ్యలో లేదా వేల సంఖ్యలో ఒప్పందాలు చూసే పెద్ద పెట్టుబడిదారుల బృందాలతో కూడితే వచ్చే అవకాశాలు.
- "ఒక్కటే వాతావరణానికే చెందిన వ్యవస్థలు" ('Eco systems') - అనుభవజ్ఞులైన, నాగరీకమైన పెట్టుబడిదారులతో కూడిన చిన్న బృందాలు. వీరు తాము చేస్తున్న పెట్టుబడుల తాలుకు అనుభవాలను పంచుకొనడానికి సిద్ధంగా వుంటారు.

క్రింద ఇస్తున్నటువంటి ఉదాహరణ నా సూత్రాలను, పెట్టుబడి ప్రామాణికాలను కలబోసుకుని వ్యవహారంలోకి వచ్చిన ఒక ఒప్పందం.

ఉదాహరణ: ఐఎఫ్ఎమ్ పునరుద్ధరణము

ఐఎఫ్ఎమ్ పునరుద్ధరణము అనేది ఒక కుటుంబ గృహోపకరాణాల కంపెనీ. అది REITS (ఆర్ఈఐటిఎస్) లాంటి పెద్ద సంస్థల యొక్క, ప్రైవేటు ఈక్విటీ జట్టుల యొక్క, పెద్ద, ఆస్తుల నిర్వహణ బృందాల యొక్క, కార్యాలయాల కొరకు అద్దెకు ఇచ్చేటువంటి గృహస్థలములలో నెలకొల్పబడినది.

అయితే ఈ కంపెనీకి సొంతం ఆస్తిలా సాఫ్ట్‌వేర్ కలిగి వుంది. ఆ కారణంగానే అది మిగిలిన పరిశ్రమలకు భిన్నంగా వుంది.

ఆలోచనాసరళి

నేను చాలా 'పాడ్‌క్యాస్ట్'లు (ఆన్‌లైన్ రేడియోలాంటిది అని చెప్పవచ్చు) వింటూ వుంటాను. వాటిల్లో నాకు ఇష్టమైది "నేను దీనిని ఎలా నిర్మించాను" "(How I built this)". అది నా ఆలోచనలని ఉత్తేజపరిచి వ్యవస్థాపక యత్నాల గురించి యోచించేలా చేస్తుంది. నేను చాలామంది విజయవంతమైన

వ్యాపారస్తులతో పరిచయాలు కూడా ఏర్పరుచుకుంటూ వుంటాను. అదనంగా, నా లక్ష్యం ఏమిటంటే ఆవిర్భవిస్తున్న మార్కెట్లు, వినియోగదారుల ధోరణులపై దృష్టి పెడుతూ వుంటాను. వాటితోబాటు వాటితో అనుబంధంగా వచ్చే అవకాశాలపైన కూడా దృష్టి పెడుతూ వుంటాను.

ఈ ఒప్పందం జరిగే సమయానికి ఒక కుటుంబానికి సరిపడి గృహస్థలమును (single-family home rental space) కార్యాలయాల కొరకు అద్దెకు ఇవ్వడం అనేది రియల్ఎస్టేట్‌లో బాగా అభివృద్ధి చెందుతూ వుంది. అయితే వీటి నిర్వహణ ఏ కంపెనీ కూడా విజయవంతంగా చేయలేకపోయింది. కంటికి కనిపిస్తున్న అవసరం ఒక అవకాశంగా పరిణమించి ఈ పరిశ్రమలో పాలుపంచుకునేలా చేసాయి. కనీసస్థాయిలో లాభాలు ఆర్జించుకోవడానికి, మరొక స్థాయిలో నిర్వహణ జరుగుతున్న తీరుకు సంభావ్య అంతరాయం కలిగించడానికి సాధ్యపడింది.

రూపకల్పన

నా పెట్టుబడులు ఐఎఫ్ఎమ్ పునరుద్ధరణములో పెట్టడానికి కారణం వారికి ఒక రుణ సదుపాయం కలిగించడం కోసం, ఎందుకంటే వారంతట వారికి ఆ అవకాశం లేదు గనుక. ఈ ఒప్పందంలో నా భాగస్వాములైన ఇద్దరు వ్యక్తులూ కూడా తెలివైనవారు అపారమైన దూరదృష్టి కలవారు. పైగా కష్టపడే రకానికి చెందినవారు. నా పెట్టుబడి వారికి పెద్ద మొత్తం ఋణం-వ్యాపారం, నడుపగలిగేటందుకు సరిపడినంత ఋణ-సౌకర్యం పొందేలా చేసింది. నేను డబ్బు రూపంలో నేరుగా పెట్టుబడి పెట్టాల్సిన అవసరం లేకుండా పోయింది కేవలం వారికి 'రివాల్వింగ్ లైన్ ఆఫ్ క్రెడిట్' (మళ్ళీ మళ్ళీ నిధులు అప్పుగా తీసుకోవడం) సమకూర్చి, వారు నెల నెలా సొమ్ము జమ చేసేటందుకు ఆస్కారం కల్పించడం జరిగింది.

వారి వ్యాపారంలో, అద్దెకు తీసుకోవడం, శిక్షణ, బృందాలని సమకూర్చడం, నిర్వహణ నియమాల ననుసరిస్తూ నియామకాలు చేయడం లాంటి విషయాలలో సలహానిచ్చి సహాయసహకారాలు అందించాను. దీనికి తోడుగా, నా పరిచయాలను పరపతిని అందిస్తూ ఐఎఫ్ఎమ్ వారు త్వరితంగా అంది పుచ్చుకునేటందుకు సహాయపడ్డాను. ప్రారంభంలో ఐఎఫ్ఎమ్ పునరుద్ధరణం వారికి ఏదైనా అనివార్యమైనది జరిగితే ఆదుకునేటందుకు సరియైన భీమా అందుబాటులో వుండేటందుకు తోడ్పడ్డాను.

వడపోత

ఈ పెట్టుబడివలన సంభవించే ప్రతికూల ప్రమాదాలను ఎదుర్కొనేటందుకు నేను సిద్ధంగా వున్నాను ఎందుకంటే నాకు సంభావ్య నష్టం తక్కువగా విశేషమైన రాబడి సంభావ్యత ఎక్కువగా గోచరించింది. నేను నా 'లైన్ ఆఫ్ క్రెడిట్' (మళ్ళీ మళ్ళీ నిధులను అప్పుగా సమకూర్చుకోగలగటం) కోల్పోతాను. అయితే నేను అనుకొనినట్లు ఈ పెట్టుబడి లాభదాయకంగా నడిస్తే, రాబడులు విశేషంగా వుంటాయి. పైగా నాకు శక్తివంతమైన పనిచేయగలిగిన భాగస్వాములన్నప్పుడు పెట్టుబడి పెట్టడం ఇష్టం. ఇక ఈ పెట్టుబడి విషయానికొస్తే ఇద్దరు శక్తివంతులైన క్రియాశీలులైన, దోషరహిత నిర్వహణ సామర్థ్యం గలిగిన భాగస్వాములున్నారు

చర్చలు

ఈ పెట్టుబడి ప్రత్యేకమైనదే! ఎందుకంటే 1/3 వ వంతు భాగస్వామిగా మాత్రమే వుండకుండా నేను చర్చల ద్వారా నా ఈక్విటీ స్థాయిని తక్కువగా, అంటే 20% గా మాట్లాడుకున్నాను నా భాగస్వాములు కష్టించినంతగా నేను కష్టపడలేనని నాకు తెలుసు. పైగా అంతలా కష్టించడం పెట్టుబడియే జీవనశైలిగాగల నేను చేయలేనిది నా కాలాన్ని వృధా చేయకుండా, నా కుటుంబంపై దుష్ప్రభావం చూపించకుండా వుండేటందుకు ఈ అవకాశం ఉపయోగపడాలి అనేది నా లక్ష్యం.

ఒప్పందం పరిశీలన

నేను తక్కువ ఈక్విటీ తీసుకుంటాననే నిర్ణయానికి నా భాగస్వాములు సంతోషించారు. వారు కష్టించినంతగా నేను కష్టపడదలుచుకోలేదు కాబట్టి అది నాకు లాభం చేకూర్చుతున్నట్లే! నేను ప్రాథమికంగా మూలధనం అందించే భాగస్వామిగా (క్యాపిటల్ పార్టనర్)గా ప్రారంభంలో పనిచేస్తూ క్రమంగా వారు పొందుపరచుకున్న నిర్వహణ పద్ధతులలో సహాయం అందించగలిగేను. తరువాత నేను ప్రక్కకు తప్పుకుని కంపెనీ, నైపుణ్యం కలవారి చేతులలో వుంది అనిన నమ్మకంతో కొనసాగాను.

ఈ పెట్టుబడి అనతి కాలంలోనే లాభదాయకమైనదిగా పరిణమించింది. ఆ కంపెనీ చాలా త్వరితంగా బాగా పనిచేసినందువలన నేను నా అత్యధిక

'లైన్ ఆఫ్ క్రెడిట్' కోల్పోతాననిన నష్టభయం మొదట్లో వున్నట్లుగా కనిపించినా దాన్ని కొట్టిపారేస్తూ నేను పంపిణీదారులను దారిలో పెట్టగలిగి, ఏమాత్రం ధన నష్టం జరుగకుండా బయటపడగలిగాను. అది చివరకు కోట్లకు పడగలెత్తిన ఒప్పందంగా నిలిచి, ఈ రోజుకీ అదే స్థాయిలో కొనసాగుతోంది.

ఒక కుటుంబ గృహస్థలమును కార్యాలయ వినియోగానికి అద్దెకు ఇచ్చే పరిశ్రమలకు ఆద్యులుగా ఐఎఫ్ఎమ్ పునరుద్ధరణము నిలచిపోయింది. అతి పెద్ద టెక్సాస్ వెంచెర్ క్యాపిటల్ ఫర్మ్, ఆస్టిన్‌కి చెందిన S3 వెంచర్స్, దానితోబాటు సాన్స్‌ఫ్రాన్సిస్కోకు చెందిన బ్రిక్ ఎండ్ మొర్టార్ వెంచర్స్ పది మిలియన్ల పెట్టుబడితో 'సీరిస్ ఏ' నడిపించగా – ఐ.ఎఫ్.ఎమ్ పునరుద్ధరణానికి $43 మిలియనల్ 'పోస్ట్– మనీ వాల్యుయేషన్' కల్పించాయి.

పెట్టుబడి ప్రామాణికం 4: త్వరితంగా మూలధనాన్ని తిరిగి పొందుట

'కావాలి అని అనుకోవడం మాత్రమే కాదు. మీరు కావాలనుకున్నది పొందడం కోసం మీరేమి చేస్తున్నారు అన్నది మిమ్మల్ని మీరు ప్రశ్నించుకోవాలి.'

– ఫ్రాన్క్లిన్ డి.రూస్‌వెల్ట్

మీరు $500,000 ఒక ఇల్లు కొనినట్లైతే, మీరు ఇంటి కోసం వెచ్చించినంతా రెండు సంవత్సరాలలో తిరిగి పొందగలిగితే, మళ్ళీ ఆ సొమ్ముని మరొక ఇల్లు కొనడానికి వినియోగించినట్లైతే ఎంత బాగా వుంటుందో ఊహించుకోండి. ఈ రెండో గృహం కొనుగోలు సమయంలో కూడా మొదటి గృహం తాలుకు ఈక్విటీని లాభంగా పొందుతూ వుంటే ఎంత సౌకర్యంగా వుంటుందో ఊహించుకోండి. ఇంకా కొంచెం ముందుకి వెళ్ళి ఇదే విధంగా ఒకటి తరువాత ఒకటిగా కొనసాగిస్తున్నట్లు ఊహించుకోండి. అది మాదకద్రవ్యాల మీద చక్రవడ్డీలాగా వుంటుంది.

ఈ వ్యవహారమంతా మీరు కొనడం, సొంతం చేసుకోవడం మళ్ళీ అమ్మడం లాంటి క్లిష్టతలు లేకుండా చేయగలిగితే అదెలా వుంటుందో ఊహించుకోండి. నేను మీకు ముందుగా తెలియచేసినట్లు రియల్ఎస్టేట్ అంటే నాకు వల్లమాలిన ఇష్టం. కాని మీరు సొంతదారులుగా వుంటే అనేక

సమస్యల నెదుర్కోవాలి. అయితే నేను ఇప్పుడు మీతో పంచుకోబోయేది ఒక శక్తివంతమైన ప్రణాళిక. దీనివలన మీకు అన్ని సదుపాయాలు వుండి నష్టభయం తక్కువగా వుంటుంది. పైన చెప్పిన క్లిష్టతలు లేకుండా తక్కువకాలంలోనే మీరు లబ్ధి పొందవచ్చు.

ఒక సంపూర్ణమైన ఒప్పందాన్ని విశదీకరించనీయండి. మీరు గనుక ఈ ఒప్పందంలో పాలుపంచుకొనినట్లైతే మీరు వెచ్చించిన సొమ్ముని రెండేళ్ళ లోపునే తిరిగి పొందగలరు. మీ ఈక్విటీని కూడా పొందగలరు. ఇక మీరు ఆ ఆస్తిని అమ్మినట్లైతే అదనంగా సొమ్ముని పొందగలరు. దానిని మీ దగ్గర వుంచుకొనినంత కాలమూ అది నగదు ప్రవాహాన్ని సృజిస్తూనే వుంటుంది. దానికి పన్ను మినహాయింపు కలుగజేసే శక్తి కూడా వుంటుంది. ఎందుకంటే అది ఒక అదనపు 'కిక్కర్' లాగా పనిచేస్తుంది కనుక. అంటే ఉచితంగా వచ్చిన డబ్బు అన్నమాట. నాకు ఇలాంటి ఉచిత సొమ్ము అంటే ప్రీతి! మరి మీ సంగతేమిటి?

ఒక సంప్రదాయ పెట్టుబడిదారుడు, ఒక పెట్టుబడియే జీవనశైలిగాగల పెట్టుబడిదారుడు ఎదురుబదురుగా నిలబడినట్లైతే ఒక జట్టుని నిర్మింపజేసుకోవడం అనేది కష్టమైన పనిగా కనపడుతుంది. ఒంటరిగా తలకెత్తుకుని, సమయం వెచ్చించినప్పుడు వచ్చే ఆదాయం తక్కువగా వుండటం అందులో ఇమిడివున్న ప్రమాదం. ఒక జట్టుని ఏర్పరుచుకోవడం కోసం మీరు చేసే ఖర్చుకంటే ఎక్కువగా అది కనిపించుతుంది.

త్వరగా మూలధనాన్ని తిరిగి తెచ్చుకునే ఒప్పందాలు

త్వరగా మూలధానాన్ని వెనక్కి తెచ్చుకునే ఒప్పందం ఎలా పనిచేస్తుందో, ఎలా మీరు అన్ని సదుపాయాలు, తక్కువ నష్టభయంతో, పొందగలరో ఉదాహరణ సహితంగా నన్ను వివరించనీయండి.' ఈ ప్రణాళిక ముఖ్య ఉద్దేశ్యం, దీనిలో ఇమిడివున్న పెట్టుబడి ప్రామాణికం ఏమిటంటే చాలా పెట్టుబడుల విషయంలో జరిగినట్లు అయిదు నుండి పది సంవత్సరాల లోపున కాకుండా ఒకటి నుండి మూడు ఏళ్ళలోపున మీరు పెట్టిన పెట్టుబడి తిరిగి రాబట్టుకోవడం.

మీరు $100,000ల మొత్తాన్ని $15 మిలియన్ సరితూగగలిగిన ఆస్తిలో పెట్టుబడిగా పెట్టేరు అనుకోండి. ఇదివరకే $15 మిలియన్ల

ఆస్తినివారు $12.75 మిలియన్లకే ప్రైవేటుగా చేసుకొనిన ఒప్పందం కారణంగా కొనుక్కున్నారనుకోండి. ఏదైనా తేడా వచ్చినాగాని, ఈ తగ్గిన ధర కారణంగా మీరు డబ్బు పోగొట్టుకోరు. మొదటి ఏడాదిలో, మీ డబ్బుకి 10% ఆశించిన రాబడి (preferred return) ప్రతీ మూడు నెలలకొకసారి మీకు అందుతుంది. అంటే $2,500 ప్రతీ మూడు నెలలకొకసారి, చొప్పున ఏడాదికి $10,000. ఈ ఒప్పందం ప్రకారం సంవత్సరం పైన ఆర్నెల్లకు (లేదా ఇంకా ముందరగానే) మీకు మొత్తం $100,000 తిరిగి వచ్చే అవకాశం వున్నది.

ఇంతకుమించిన సౌకర్యం కూడా వున్నది. మూలధనం తిరిగి వస్తున్నట్లైతే అది పన్నుల కతీతం – మీరు కేవలం $10,000 మీద పన్నుని చెల్లుబాటు చేస్తూ వుంటారు. అది కూడా వాస్తవానికి జరుగదు. ఎందుకంటే, 'ఈ ఒప్పందం' రియల్ ఎస్టేట్ పెట్టుబడికి చెందినది, కనుక మీరు వేగవంతమైన, తరుగుదల (accelerated depreaciation) ని పొందడం చేత మీరు పన్నుల విషయంలో నష్టం చూపించే అవకాశం వుంది. పైగా మీరు 0.75% ఈక్విటీని కూడా ఈ పెట్టుబడికి పొందవచ్చు.

నేను ఒక ఏడాది క్రితం 'ఈ పెట్టుబడి' పెట్టాను. ఆ ఆస్తిని పునరుద్ధరణ చేయడం, ఖాళీలను పూరించడం, అద్దెలు మార్కెట్టు రేటు ననుసరిస్తూ పెంచడం చేయడం వలన దాని విలువ $21 మిలియన్లు వరకు చేరుకున్నది. కాబట్టి నాకు వచ్చే 0.75% ఈక్విటీ లెఖ్ఖల్లో $158,250గా చెప్పవచ్చును.

పెట్టుబడిపై త్వరితమైన రాబడిని, మూలధనాన్ని త్వరితంగా తిరిగి పొందాలనే ఆలోచన సరియైనది కాదని చాలామంది అనుకుంటూ వుంటారు. అలాగే ఆలోచిస్తారని నేను విని యున్నాను. సంప్రదాయా సిద్ధమైన రియల్ ఎస్టేట్ ఒప్పందం ప్రకారం ఏదైతే వారి పెట్టుబడి మీద దీర్ఘకాలం అనంతరం రాబడి నందిస్తుందో దానికి మించినది ఒకటి వుందని వారికి కనీసం తోచదు లేదా వారు ఊహించరు. పైగా సంప్రదాయ సిద్ధమైన ఒప్పందాలలో వారి డబ్బు దీర్ఘకాలం బంధింపబడి వుంటుంది.

సాధారణంగా, "దీని ఫలితం పదేళ్ళలో చూడవచ్చు' లేదా 'ఇటువంటిది నేను మళ్ళీ చూడకపోవచ్చును, కాని ఇది మంచి పెట్టుబడిగా తోస్తోంది' లాంటి వాక్యాలు వింటూంటాము. ఇది అపరిపక్వతను, వున్న అవకాశాల గురించిన అవగాహనలేకపోవడం వలన జరుగుతుంది. చాలావరకు పెట్టుబడులలో అసలు మొత్తం తిరిగిరాకపోవడమూ, లేకపోతే పదేళ్ళవరకు

వేచి వుండాల్సిన అవసరం కలుగవచ్చును. అప్పుడు కూడా ఆ కంపెనీవారు ఏదో రకమైన 'లిక్విడిటీ ఈవెంట్' (Liquidity event) కి (మీరు నేరుగా పెట్టుబడి పెట్టినా లేదా ఈక్విటీ పద్ధతిలో పెట్టినా) పిలుపు నిచ్చేవరకు వేచి వుండాల్సి వస్తుంది. వాస్తవానికి, పెట్టుబడి పెట్టడానికి, ఈక్విటీ సహితంగా నగదు ప్రవాహం ఇప్పుడు పొందుతూ వుండడానికి అనేక మార్గాలున్నాయి.

ప్రస్తుతం నా క్లయింట్లు, నేనూ కూడా ఒక ఏడాది గడిచేసరికి మూలధనాన్ని తిరిగి పొందగలిగే అనేక ఒప్పందాలలో భాగస్తులుగా వున్నాము. వాటిల్లో కొన్ని రియల్ ఎస్టేట్ లావాదేవీలు, కొన్ని రుణ ఒప్పందాలు. కొన్ని క్రియాశీలక కంపెనీలలో పెట్టుబడి పెట్టిన ప్రత్యేకమైన నిర్మాణాలు. కొన్నిటికి అసలు మొత్తం తిరిగి చెల్లించడానికి ఇంకా ఒకనెల లేదా రెండు నెలల గడువు మిగిలి వుంది. ఇదికాక మిగిలిన వాటికి ఒప్పందాల ప్రకారం మూలధనాన్ని ఇప్పటికే తిరిగి చెల్లించాయి. కాబట్టి ఇప్పుడు మాకిక నష్టభయం లేదు. అందుచేత అభివృద్ధి దిశగానే పయనిస్తున్నాము. ఈ విధంగా రూపొందించిన పెట్టుబడులు నా కిష్టమైనవి. అటువంటివి పెట్టుబడియే జీవనశైలిగా గలవారికి సరిపోయేవి.

ద్రవ్యచలన వేగము

నాకు అతి ముఖ్యమైనదిగా గోచరించేది ద్రవ్యచలనము– ద్రవ్యచలనవేగము. నేను వివరిస్తున్న రెండు పెట్టుబడి ప్రామాణికాలు దానికి అద్దం పడతాయి. పెట్టుబడి ప్రామాణికం 4, "త్వరగా మూలధనాన్ని తిరిగి పొందండి", పెట్టుబడి ప్రామాణికం 5, 'నగదు ప్రవాహాన్ని వెంటనే సృజించుకోండి', – ఈ రెండూ ముఖ్యమైనవే. ఎందుకంటే రెండూ కూడా ద్రవ్యచలన వేగం (The Velocity of Money) ని సృజించేవే. నెలవారీ లేదా మూడు నెలలకొకసారి మీకు వచ్చే నగదు ప్రవాహ చెల్లుబాటు సొమ్ముని అందుకుని మరల మదుపుగా పెట్టవచ్చును. మీరు పెట్టుబడిగా పెట్టిన మూలధనాన్ని కూడా తిరిగి అందుకుని మరల మదుపుగా పెట్టవచ్చును.

మీరు మూలధనాన్ని పెట్టినప్పుడల్లా, దాని ద్వారా మీకు ఏదైనా 'ఈక్విటీ' తిరిగి పొందాలని అనుకుంటారు. మీరు పెట్టిన మదుపులో కొంత భాగాన్ని కూడగట్టుకుంటూ, మీరు మొదటిసారి కట్టిన సొమ్ము మొత్తం తిరిగి పొందిన తరువాత కూడా అభివృద్ధిలో పాలు పంచుకుంటూ వుంటారు.

కాబట్టి కూడగట్టుకున్న సొమ్ము (house money) నిరంతరంగా పెరుగుతూనే వుంటుంది. ఒకసారి మీకు మూలధనం తిరిగి వచ్చేసాక, మిమ్మల్ని అభివృద్ధి దిశగా నడిపించే మొత్తం, నష్టభయం లేకుండా పెట్టుబడుల పక్షాన పెరుగుతున్నట్లే లెఖ్ఖ. ఇది మీకు తెలుసు. మనం ఇదివరకే దీనిని గురించి చర్చించుకున్నాము.

మూలధనాన్ని వెనక్కి తెచ్చుకునే ప్రక్రియలో ఒక అడుగు ముందుకు వేసి ద్రవ్యచలన వేగం యొక్క ప్రభావం ఏమిటో సవివరముగా చూద్దాము. చాలామంది దీర్ఘకాలిక ఒప్పందాలకు లోబడి డబ్బుని మదుపుగా పెట్టి, ఇక దానిని ముట్టుకోలేరు, లేదా సుమారు పదేళ్లపాటు అది వారికి అందుబాటులో లేదన్న ధ్యాసలోకి వచ్చేస్తారు. దీనికి ఉదాహరణలుగా పదవీ విరమణ లెఖ్ఖలలో చోటు చేసుకునే స్టాక్‌మార్కెట్టు పెట్టుబడులు కావచ్చు, దీర్ఘకాలానికి కొనుగోలు చేసి ప్రోగు చేసుకునే ప్రణాళికలు కావచ్చు; వెంచర్ క్యాపిటల్ ఫండ్స్, ఎటువంటి నగదు ప్రవాహం లేనటువంటి క్రొత్తవైన రియల్ ఎస్టేట్ పరిణతులు, ఏళ్ళ తరబడి రాబడి నివ్వని ఈక్విటీ పెట్టుబడులు కావచ్చు. ఇలాంటి పరిస్థితులలో మీ ద్రవ్యం పూర్తిగా ఉపయోగపడుట లేదు, అది కేవలం ఒకచోట పడి వుంది. ఎప్పుడో మంచి రాబడి నిస్తుందని మీరు ఆశిస్తూ ఎప్పటికో తెలియదు ఎదురుచూస్తుంటారు.

ఒకటే పెట్టుబడిలాగా డబ్బునంతా ప్రోగేసి పెద్దమొత్తంలో రాబడి కోసం వేచి చూస్తూ పది ఏళ్ళు ఆగేకంటే మంచి ఉపాయం ఏమిటంటే అదే ద్రవ్యాన్ని తీసుకుని అయిదు లేదా అంతకన్నా ఎక్కువ ఒప్పందాలు, ఒకటి లేదా రెండేళ్ళ కాలపరిమితి కలిగివుండి నగదు చెల్లుబాటు వెంటనే చేసేవాటిల్లో మదుపు పెట్టుడం అని చెప్పవచ్చు. ఈ ప్రణాళిక మీకు ఒక ఈక్విటీ స్థాయిని కల్పించి మీరు మొదట పెట్టిన మూలధనాన్ని తిరిగి తీసేసుకున్న తరువాత కూడా అన్ని లావాదేవీలలోను అభివృద్ధి దిశగా నడిచేటట్లు చేస్తుంది.

ముఖ్యంగా ద్రవ్యచలన వేగానికి సంబంధించింది గనుక ఈ ఫలితాలను గమనించండి. ఒప్పందంలో వున్నంతకాలం నగదు చెల్లుబాటును మీరు సంపాదించుకున్నారు. పెట్టుబడిని నష్టభయం లేకుండా చేసుకున్నారు, ఎందుకంటే మీ మూలధనం మీకు తిరిగి తక్కువ సమయంలో చేరుతుంది గనుక. మీ డబ్బు మీకు చేరిన తరువాత కూడా మీకు కొంత ఈక్విటీ వచ్చే అవకాశం వుంది. అన్నిటికంటే ముఖ్యంగా మీరు దీర్ఘకాలం ఇటువంటి వాటిలో పాలుపంచుకునే అవకాశం మీకు వుంటుంది. ఇంకేమి కావాలి!

మీరు అయిదు ఒప్పందాలలోను డబ్బుని ఒకే ప్రణాళిక ప్రకారం పెట్టి, తిరిగి పొందిన తరువాత మరల దానిని పెట్టుబడులుగా పెట్టదలచుకున్నారు.

స్వల్పకాలిక, దీర్ఘకాలిక సంభావ్యతలను దృష్టిలో వుంచుకున్న నాకు విశ్వాసం ఏమిటంటే ఆ అయిదు పెట్టుబడులపైన రాబడి చెప్పుకోదగినదిగా వుండి, పదేళ్ళపాటు ఒకటే పెట్టుబడిగా పెట్టినదానికంటే ఇదే మెరుగైనదిగా మీకు గోచరిస్తుందని నా అభిప్రాయం. ఒకటే పెట్టుబడిగా వున్నట్లయితే అన్ని గ్రుడ్లు ఒకటే బుట్టలో వున్నట్లన్న మాట. అలా కాకుండా ఈ పద్ధతి ద్వారా మీరు మీ ఆదాయాన్ని పెంపొందించుకోవచ్చు. ఎందుకంటే మీరు మరల మరల ఆ సొమ్ముని వినియోగించే అవకాశం వుంది గనుక.

క్రిందటి అధ్యాయంలో చర్చించిన డ్రెస్‌బార్న్ ఒప్పందం గురించి మరి ఒకసారి ప్రస్తావిద్దాము. వ్యాపార సామాగ్రి అంతా చాలా తగ్గింపు ధరకు (fire sale), పరిసమాప్తి సందర్భం (liquidation event) జరిగింది. ఆ ఒప్పందం 20% వడ్డీ నెలవారీ పంపకం ప్రకారం జరిగేలా, ఒక సంవత్సరంపాటు చెల్లుబాటుకి చెందిన నోటు రూపొందించబడింది. సంవత్సరం గడిచేక, ఒకేసారి మూలధనాన్ని చెల్లింపు చేసే ప్రతిపాదన (ballon payment) జరిగింది. మీరు ఎలా ఒక కంపెనీ నుండి అధిక రాబడిని పొందవచ్చునో అనడానికి ఇది ఒక ఉదాహరణ. నెల నెలా నగదు చెల్లుబాటు, మొత్తం పెట్టుబడినంత ఏడాది లోపు తిరిగి పొందడం; దీర్ఘకాలిక ఈక్విటీని పొందడం, మరల ఇదే లాభాలు పొందడం కోసం వెనుకకి వచ్చిన ఈ సొమ్ము మరో పెట్టుబడికై వినియోగించడం జరుగుతుంది.

తరువాత నేను చెప్పబోయే ఉదాహరణ కూడా ఈ అంశాలను విశదీకరిస్తూ, ఎలా మీ అసలు మొత్తాన్ని త్వరగా వెనకకి తెచ్చుకుని మరల వినియోగించవచ్చునో వివరిస్తుంది.

ఉదాహరణ: ప్రైవేటుదైన బహుళ కుటుంబ వాణిజ్య సంఘం

చాలాకాలంగా వివిధ ప్రతినిధుల ద్వారా పనిచేస్తూ ప్రైవేటు బహుళ కుటుంబ వాణిజ్య సంఘములలో పెట్టుబడులు పెట్టాను. అందులో ఒక వాణిజ్య సంఘం ముఖ్యంగా 2,600 అపార్ట్‌మెంట్ యూనిట్లు అనేక రాష్ట్రాలలో కలిగి వుండి, $39.6 లక్షల మూలధనం నిర్వహణలో వుండి, $2.25

లక్షల ఆస్తులు కలిగి, 427 మొత్తం రుణాలు కలిగి, $51 మిలియన్లు ఫండెడ్ లోన్లు (funded loans- బ్యాంకు మొదలైనవాటి నిధుల నుండి ఋణాలు పొందుట) కలిగి వుంది. మంచి పరపతి, నిపుణులైన ప్రాంతీయ ప్రతినిధులు వున్నప్పుడు ప్రైవేటు వాణిజ్య సంఘాలలో పెట్టుబడి పెట్టడం, సంప్రదాయ బద్ధమైన యాజమాన్య కష్టాలకు అతీతంగా వున్న సులువైన మార్గం.

ఆలోచనాసరళి

అనేక ఒప్పందాలకు సంధానకర్తలుగా వ్యవహరించే ప్రభావశీలులైన వ్యక్తులను కలుస్తూ వుండండి. క్రొత్త పెట్టుబడుల గురించిన పరిశోధన, నిర్ణయ విషయాలలో వ్యక్తిగతంగా వారిని కలిసే సమయం, అవకాశం కోసం వెతుకుతూ వుండడం నాకు అవసరం.

నేను ఈ మధ్యనే ఒక పెట్టుబడి సమావేశానికి హాజరై, ఆ సందర్భంగా మాట్లాడినటువంటి అనేక పెట్టుబడదారులను, వాణిజ్య సంఘాల వారిని కలిసి సంబంధం ఏర్పరుచుకునేందుకు ప్రయత్నించాను. మీ లావాదేవీలకు సరిపడే విశేష ప్రతిభ కలిగినవారిని కలవడం పట్ల సానుకూలంగా వుండడం ఎంతైనా ముఖ్యం. అలా అతనితో మాట్లాడిన తరువాత, నేను ఒక వాణిజ్య సంఘం ప్రతినిధిని ఎంచుకుని, అతనితో సత్సంబంధం ఏర్పరుచుకుని, అతని నైపుణ్యాలను పరిశీలించి, అతనితో ఒక ఒప్పందంలోకి ప్రవేశించడం పరిశోధనానంతరం జరిగింది.

రూపకల్పన

ఒప్పందం యొక్క రూపకల్పన ఇలా జరిగింది:

- 10% ఆశించిన రాబడి.
- త్రైమాసిక పంపకాలు.
- మూలధనం 1.5 సంవత్సరకాలంలో తిరిగి పొందుట (నేను ఇదివరలో చేసుకున్న కొన్ని ఒప్పందాలలో అసలు మొత్తం ఒక సంవత్సరకాలంలోనే ఇచ్చిన సందర్భాలున్నాయి)
- ఒక రుణాన్ని మరొక రుణంతో భర్తీ చేసే ప్రక్రియ జరిగినప్పుడు దానిని రీఫైనాన్స్‌గా చెప్పవచ్చు 1.5 సంవత్సరకాలానికి పెట్టుబడికి సరిపడ నిష్పత్తితో రీఫైనాన్స్ సాగుతుంది. (అంతా

పన్ను రహితంగా దానిని 'కోడ్' (code) చేసిన విధానాన్ని అనుసరించి సాగుతుంది.)

- ప్రతీ సంవత్సరానికి ఈక్విటీ చెల్లుబాటు, ఎంత ఈక్విటీ శాత కలిగి వుంటారో తదనుగుణంగా శాశ్వతంగా యివ్వబడుతుంది.
- ఆ ఆస్తిని అమ్మకం చేయనంతకాలం ఈక్విటీ కొనసాగించ బడుతుంది.
- దీర్ఘకాలిక మదింపు (appreciation).
- పెట్టుబడిదారులకు అందజేయబడిన తరుగుదల.
- సంవత్సరీక రాబడి 41.35%, 1.5 సంవత్సరానికి పరిగణించ బడుతుంది.

అసలు మొత్తాన్ని త్వరగా తిరిగి పొందగలగాలనిన నా కోరికకి సంబంధించినది గావున ఈ ఒప్పందాన్ని నేను పునఃపరిశీలించాను. ఇది నా పోర్టుఫోలియోకు జత చేయబోయే మరొక మంచి పెట్టుబడి, ఎందుకంటే దానితోబాటుగా వస్తున్న గొప్పరాబడి మరియు తక్కువ నష్టభయం అందుకు కారణం.

వడపోత

ఏవిధంగా వడపోత పోయాలో నేర్చుకోవాలంటే చురుకైన పెట్టుబడిదారులతో అంటే ఎవరైతే అనేక ఒప్పందాల వెల్లువలో తమ డబ్బుని పోగొట్టుకోకుండా, సొమ్ము చేసుకుంటున్నారో వారితో కాలం గడపాలి. 'ఈ పెట్టుబడి' ముఖ్యంగా శక్తివంతమైన మార్కెట్టులో (strong market) వుంది. ఇది ఒక విలువ జోడించిన (value-add project) ప్రాజెక్ట్. అంటే 'ఈ ఒప్పందం'లో ప్రతినిధులు అప్పటికే సిద్ధంగా వున్న ఒక ఆస్తిని తీసుకుని దానిని పెంపొందిస్తూ ఎక్కువ మొత్తంలో అద్దెను పొందగలుగుతారు.

90% స్వాధీనత జరిగినది కాబట్టి డిమాండ్ శక్తివంతంగా వుంది. ఎక్కువ పోటీ కూడా మార్కెట్టులో ఎదురుకాలేదు. అన్నిటికంటే నాకు నచ్చిన విషయం నా మూలధనం తిరిగి త్వరలో పొందచవచ్చు. అయినా దీర్ఘకాలంపాటు ఆ పెట్టుబడి తాలుకు ఈక్విటీని నేను పొందవచ్చు.

చర్చలు

ప్రైవేటు బహుళ కుటుంబ వాణిజ్య సంఘాల ఒప్పందాలలోకి ప్రవేశించడం

కొంచెం కష్టతరమైన పని. అందుచేత నేను కష్టపడి ఉత్తమ భాగస్వాములతోటి, ప్రతినిధులతోటి సంబంధాలు పెంచుకుని వారి యొక్క ప్రత్యేకమైన ఒప్పందాలలో నా స్థానం ముందరి వరుసలో వుండేటట్లు చూసుకున్నాను. నాకున్న సత్సంబంధాల వలన సాధారణ ప్రజానీకం కంటే ముందర అవకాశం పొంది, నాతోబాటు నా స్నేహితులు కొందరిని కూడా ఒప్పందంలోకి ప్రవేశపెట్టే అవకాశం చిక్కింది.

కేవలం పెట్టుబడి పెట్టడమే కాకుండా నేను అనేక విలువలు అందించి ఈ వాణిజ్య సంఘం ప్రతినిధితో చక్కని సంబంధం ఏర్పరుచకున్నాను (అదే విధంగా ఇతర సిండికేటర్లతో కూడా ఇలాగే చేసాను). నాకున్న సత్సంబంధం, అనుబంధాల కారణంగా భవిష్యత్తులోని అన్ని సిండికేషన్లలోను పాలు పంచుకునే అవకాశం ఇతర పెట్టుబడిదారులకంటే ముందు నాకు లభించింది. నేను, నా బృందానికి అనువైన ప్రతిపాదనలు కూడా ఎప్పుడూ నేను చేసే విధంగానే చర్చించాను.

ఒప్పందం-పరిశీలన

ఈ రియల్ఎస్టేట్ ఒప్పందంలో నేను త్రైమాసికంగా 10% ఆశించిన రాబడి (prefered return) పొందాను. ఇలా 18 నెలల లోపునే (సుమారు ఒక సంవత్సరకాలమేనని చెప్పవచ్చు) నా మూలధనం చెల్లుబాటు జరిగేవరకు జరిగింది. ఒకసారి ఆ ఆస్తి రీఫైనాన్స్ జరిగిన తరువాత నా మూలధనం తిరిగి రావడమే కాకుండా, పన్నురహితంగా ఆ రీఫైనాన్స్ తాలుకు నిష్పత్తి శాతం (Pro-rata percentrage) కూడా నాకు లభించింది. పైగా నా అసలు మొత్తం 41% పెంపొందించిన రాబడిగా తిరిగి ఇవ్వబడింది. అయినా కూడా నాకు దీర్ఘకాలిక ఈక్విటీ నిలిచి వుంది. వాస్తవానికి శాశ్వతంగా నాకు ఈక్విటీ దక్కే అవకాశం వుంది ఎందుకంటే ఈ బృందానికి కొనుగోలు చేసి వుంచి పెట్టుకునే అలవాటు వుంది. అందుచేత నాకు మంచి గిట్టుబాటుగా వుంది.

ఇక నేను కాణీ చెల్లించకుండా ఈక్విటీని పొందే అవకాశం వుంది. పైగా నా అసలు మొత్తం నాకు ముట్టింది. నా డబ్బు ఏమాత్రం ముడిపడకుండా నాకు ఈక్విటీ వస్తోంది. నగదు చెల్లుబాటు జరుగుతోంది. ఎన్నడైనా, వారు అమ్మకానికి పూనుకున్నప్పుడు దానిలో కూడా నాకు నిష్పత్తి శాతం లభిస్తుంది.

పెట్టుబడి ప్రామాణికం 5: నగదు చెల్లుబాటును వెంటనే సృజించుకోండి

''నేను నగదు చెల్లుబాటు కోరుకునే వ్యక్తిని. ఏదైనాసరే, ఈ రోజునే నాకు నగదు అందించకపోతే, దాని సంగతి నేను మరచిపోతాను.''

–రాబర్ట్ కియోసాకి

మొబైల్ హోమ్‌పార్కుల (తాత్కాలిక ఆవాసాలకు స్థలం) గురించి ఆలోచించినప్పుడు మీకు మొదటగా స్ఫురించేది ఏది? 'సంపద'. ఇది మీ ఆలోచనలోకి రానట్లైతే దీనిని చదవండి.

ఈ మధ్యనే నా భార్య ఒక రోజున నిద్రలేపుతూ, "మీరు నమ్మలేనిది జరిగింది" అన్నది. ఆమెకు ఆమె తల్లితండ్రుల దగ్గర నుండి ఒక చెడ్డ వార్త వచ్చింది. స్వాట్ (SWAT) బృందానికి చెందిన ఒక ప్రత్యేక బృందం హాజ్‌మట్ సూట్లను ధరించి, సదరన్ మిడ్‌వెస్ట్ (Southern Mid West) లోని ఆమె స్వస్థలంలోని ఒక మొబైల్ హోమ్ పార్కుకి వచ్చేరు. అయితే వారు అక్కడ ఒక 'మెత్‌లాబ్' (చట్టవిరుద్ధమైన మాదక ద్రవ్యం తయారుచేసే చోటు) వుంది అన్న కేసు నిమిత్తమైన వచ్చేరు. ఆ వార్త ప్రబలంగా వార్తలలోను, రేడియోలను, చాలా దినపత్రికలలో మొదటి పేజీలోను చోటు చేసుకుంది.

నాకైతే నన్ను ఎవరో మురికి కూపంలో పడవేసినట్లు అనిపించింది. నా దురదృష్టంవలన ఆ మొబైలు పార్కుకి నేను యజమానిని. సాంఘికంగా అననుకూల ప్రజా సంబంధాలను నేను ఎదుర్కునేటందుకు నేను సిద్ధంగా లేను.

మొదటగా శుభవార్త. కేసును పూర్తిగా ఛేదించిన తరువాత అక్కడ మెత్ లాబ్ లేదని నిర్ధారణ అయ్యింది. మాదకద్రవ్యాలు లేవు గనుక సమస్య పరిష్కారం అయింది. అయితే దుర్వార్త ఏమిటంటే చివరకు తేలిన ఈ విషయాన్ని వార్తాపత్రికలు, ఇతర మీడియా అంతగా ప్రాచుర్యంలోకి తీసుకురాలేదు. జరిగిందేదో జరిగిపోయింది. మరో శుభవార్త. అటు తరువాత వచ్చిన మూడు నెలలలో, అయిదుగురు క్రొత్తవారు అద్దెకు వచ్చి చేరారు. బహుశ పాత నానుడి, "ప్రజా సంబంధం ఏదైనా సత్సంబంధంగానే చెప్పవచ్చు అన్నట్లు ఏ వ్యాపార సంబంధం అయినా మంచి వ్యాపార సంబంధమే కావచ్చు." ఈ వాక్యం ఈ సందర్భానికి సరిపోయింది.

నేను ఎందుకు మీకు ఈ ఉదంతాన్ని చెబుతున్నాను? కొన్నిసార్లు మంచివి, సులువైనవి, సాధారణమైనవిగా వున్న ఒప్పందాలు కళ్ళకు కనిపించవు. రియల్ఎస్టేట్‌లోని మొబైలు పార్కుల ద్వారా నేను ఎన్ని లక్షల డాలర్లు పొందానో ఈ ఉదంతం తెలుపుతుంది.

రియల్ ఎస్టేట్ పెట్టుబడుల రూపంలో మొబైల్ హోమ్ పార్కులు

మీ అంతట మీరే 'మొబైల్ పార్కులలో నివసించేవారితో వ్యవహారం కష్టం' అని అనేసుకునే ముందర, నా మాటలొకసారి వినండి. మొబైల్ హోమ్ పార్కులు ఒక గొప్ప పెట్టుబడి. ఎందుకంటే, మొదటి కారణం ఇదిగో! మీరు తెలివైన లావాదేవీ కోసం చూస్తూవుంటే – తక్కువ ఆరంభ చెల్లుబాటు (down-payment) వెంటనే నగదు ప్రవాహం కలిగి వున్నట్లయితే – బ్యాంకుల జోక్యం లేకుండా విక్రేత (Seller Financing) ఫైనాన్సింగ్ మీరు చేయవచ్చు.

తక్కువ పెట్టుబడితో ఎక్కువ మొత్తం రాబడిగా పొందాలి.

నా విషయంలో, నేను కేవలం 15% మదుపు లేదా $65,000 అనుకోండి, మొదటి మొబైల్ హోమ్ పార్కుపై పెట్టాను. వెనువెంటనే అది $2,000 ప్రతీనెల ఉత్పన్నం చేసింది, అంటే $24,000 ప్రతీ సంవత్సరానికి

అన్నమాట. ఈ ఆస్తి, 'నగదుకి బదులుగా నగదు' (క్యాష్ ఆన్ క్యాష్, Cash on Cash) రాబడిగా మొదటి సంవత్సరం 36% దాకా ఆర్జించింది. నగదుకి బదులుగా నగదు (Cash on Cash) రాబడి అనగా, మన ఆరంభ చెల్లుబాటు (డౌన్‌పేమెంట్) లో నగదు మీద లెక్కించిన రాబడి. ఇక ఈ కేసు విషయంలో ఇటువంటి రాబడి అనగా, ఆ ఆస్తిని అభివృద్ధి చేయక ముందు లేదా దాని అద్దె రుసుము పెంపొందించక ముందు వున్న పెట్టుబడిపై వచ్చిన రాబడి.

అదే విక్రేత (సెల్లర్) తో చర్చించి, నా రెండవ మొబైల్ పార్కు కొరకు ఆరంభ చెల్లుబాటుగా (డౌన్‌పేమెంటు)గా 15%, $75,000 ఇవ్వడం జరిగింది – వెనువెంటనే అది $3,375 ప్రతీనెల ఉత్పన్నం చేసింది, అంటే సంవత్సరానికి $40,500, అంటే 56% నగదుకి బదులుగా వచ్చిన నగదు (Cash on Cash) రాబడి అన్నమాట.

సాధారణంగా పట్టణాలలో మొబైల్ హోమ్ పార్కులకు స్థానం వుండదు, అవి రియల్ ఎస్టేట్‌లోని ఇతర రూపాలలోకి అభివృద్ధి చెందుతూ వుంటాయి. యునైటెడ్ స్టేట్స్‌లో మొత్తంగా 44,000 మొబైల్ పార్కులు మాత్రమే వున్నాయి. పైగా ఏడాది కాలంలో ఇంచుమించులో వంద మొబైల్ హోమ్ పార్కులు రూపాంతరము చెంది మరింత విలువైన ఆస్తులుగా అవతరిస్తున్నాయి. అంటే పరిమితంగా అందుబాటులోకి వచ్చే వనరులు అని చెప్పవచ్చు.

రియల్ ఎస్టేట్‌లో అద్దెకు ఇవ్వబడే ఆస్తులుగా మొబైల్ హోమ్ పార్కులు పరిగణనలోకి వస్తాయి. కాబట్టి అవి ఐ ఆర్ ఎస్ తరగతికి చెందినవిగా పరిగణించబడి 'యాక్సిలరేటెడ్ డిప్రిషియేషన్' (వేగవంతంగా విలువ తగ్గింపు నెదుర్కొనుట) ను ఉపయోగించుకునే అవకాశం కలిగి వుంటాయి. ఆ కారణంగా మీరు ఆర్జించిన లాభం మొత్తం అంతట మీద పన్ను వేయబడదు. అదీకాక, మీరు మొబైల్ హోమ్ పార్కులను అధికమైన క్యాపిటలైజేషన్ రేటు (ఆస్తి యొక్క ప్రస్తుత మార్కెట్టు విలువ (సేల్స్ ధర)) తో కొనాలి, అంటే మౌలికంగా అవి తక్కువ ధరతో మంచి రాబడిని అందిస్తాయి. పైగా రియల్ ఎస్టేట్‌లో తక్కువ నష్టభయం కలిగి వుంటాయి. దీనికితోడుగా, మీరు ఒకే రుణదాతను వినియోగించుకునే అవసరం వుంటే, మొబైల్ హోమ్ పార్కులు రియల్ ఎస్టేట్‌లో తక్కువగా చెల్లుబాటు తప్పిదాలు జరుగుతున్న ఆస్తుల కోవకి చెందుతాయి. కాబట్టి విక్రేత పెట్టుబడి (Seller Finance) అవకాశం లేని చోట సంప్రదాయ బ్యాంకు నుండి రుణం పొందడం సులువుగా జరుగుతుంది.

నిష్క్రియ ఆదాయం, ఐ ఆర్ ఎస్

మన ఈ ప్రయాణంలో మీరు గుర్తుంచుకోవలసిన ఆసక్తికరమైన వాస్తవం ఏమిటంటే యూఎస్‌లోను (ఇంకా చాలా దేశాలలోనూ) కూడా సంపాదన ద్వారా వచ్చిన ఆదాయంపై పన్ను అధికంగా వుంటుంది. మరో మాటలో చెప్పాలంటే మీరు మీ ఉద్యోగం లేదా వ్యాపారం ద్వారా ఆర్జించిన దానిపై అధికమైన పన్ను విధించబడ్డుతుంది. మరియొక ఆదాయం మీద అంత వుండదు. నిష్క్రియ ఆదాయం (Passive income) పై అన్నిటికంటె తక్కువగా పన్ను విధించబడుతుంది. తరచుగా, పెట్టుబడిపై ఆధారపడి తరుగు, ఇతర కోతలు వంటివి పరిగణనలోకి వచ్చి నిష్క్రియ ఆదాయంపై ఒకవేళ పన్ను వున్నట్లయితే దానిని తగ్గించడానికి ఉపయోగపడుతాయి. అసలు నిష్క్రియ ఆదాయంపై పన్ను విధింపు అన్నది లేకుండా చేసుకునే అవకాశాలు కూడా వుంటాయి.

ఐఆర్ఎస్ ఇంటర్నల్ రెవెన్యూ సిస్టమ్ (Internal Revenue System) లో “నిష్క్రియ పెట్టుబడిదారుడు” అనే గుర్తింపు పద్ధతిని కలిగి వుంది. ఈ గుర్తింపుకి, ఎవరికైతే సంపాదనపూర్వకంగా ఆదాయం లేకుండా కేవలం పెట్టుబడుల ద్వారానే ఆదాయం కలిగి వుంటారో వారు అర్హులు. చట్టప్రకారం, నిష్క్రియ పెట్టుబడిదారుడే వాస్తవానికి తక్కువ శాతం పన్నులు కట్టేది.

ఐ ఆర్ ఎస్ పన్ను విధానాన్ని, మీరేది చేయకూడదో తెలిపే నియమాల సమాహారంగా చాలామంది పరిగణిస్తారు. అయితే మీరు ఈ పన్ను విధానాన్ని జాగ్రత్తగా పరిశీలిస్తే, అది మీకు ప్రభుత్వం అందిస్తున్న ప్రోత్సాహకాలు వున్న పెట్టుబడుల వివరాలు తెలియజేస్తూ మీరు దేనిలో మదుపు పెట్టాలో సూచిస్తూ వుంటుంది. నాకు ప్రత్యేకంగా రియల్ ఎస్టేట్, అద్దెలకు ఇవ్వబడే వాటిపై పెట్టుబడి పెట్టడం ఎందుకు ఇష్టం అంటే ప్రభుత్వం తన ప్రజానీకం అంతటికి గృహ సౌకర్యం కలిగి వుండాలని ఆశిస్తుంది. మీరు ఇతరుల దగ్గర పనిచేసి సంపాదించిన దానికి రాని పన్ను మినహాయింపు, గృహ నిర్మాణం మీద పెట్టుబడి పెట్టదలచుకుంటే లభిస్తుంది. మీరు గనుక పన్ను విధానాన్ని అనుసరిస్తూ, ప్రభుత్వం మీ నుండి ఆశిస్తున్నదానికై మీకున్న ఆదాయాన్ని వినియోగిస్తే, చాలా డబ్బుని ఆదా చేస్తూనే మీ దేశానికి సహాయం చేయవచ్చు.

మీకు నష్టభయం కూడా చాలావరకూ తగ్గుతుంది. ఎందుచేతనంటే మీకు అద్దెలు ఇచ్చేవారు (కౌలుదారు) చాలామంది వుంటారు గనుక ఒకరిద్దరు చెల్లించకపోయినా మిమ్మల్ని అంతగా బాధించదు. అదే ఒకడే కౌలుదారుడు వున్నట్లయితే, అతడు చెల్లించకపోతే ఆ కష్టం అధికంగా వుంటుంది. అప్పుడప్పుడు జప్తులు అవసరమైనప్పుడు కూడా, మొబైల్ హోమ్ పార్కులు త్వరగా భర్తీ చేయబడతాయి. దానికి కారణం తక్కువ అద్దెలు, పరిమితితో కూడిన స్థలం కావడంవలనన్నమాట, చాలామంది కౌలుదారులకు, అపార్టుమెంటుని అద్దెకు తీసుకోవడంకంటే మొబైల్ హోమ్ పార్కు సౌకర్యవంతంగా వుంటుంది. దీనికి కారణం, చుట్టూ స్థలం, వైశాల్యం గల ఇల్లు, పైన వేరొకరు పంచుకోరు, అలాగే అటువంటి వారితో పంచుకోవలసిన గోడలు మొదలైనవి వుండదు.

సాధారణంగా ఈ మొబైల్ పార్కు యజమానులు నిరాడంబరముగా, ధనిక వర్గం కాని వారై ఉంటారు. కాబట్టి ఇందులో ప్రవేశించి, మౌలికమైన చిన్న చిన్న మార్పులు చేసుకుని, ఆ ఆస్తి విలువను పెంచుతూ లాభదాయంకగా మార్చుతారు. మొబైల్ హోమ్ పార్కులు, కొనుగోలు తర్వాత కొంతకాలం వుంచుకునిన అనంతరం సరియైన కొనుగోలుదారుడు దొరికినప్పుడు వెంటనే అమ్మడానికి అనువుగా వుంటాయి. దీనిని ఉదహరిస్తూ నేను చేసిన మొబైల్ పార్కుల పెట్టుబడిని గూర్చి వివరించనివ్వండి.

ఆకస్మిక మార్పుల కోసం కొనుగోలు

మొదటి రెండు పార్కులకంటే నా మూడవ మొబైల్ పార్కుపైన చేసిన పెట్టుబడి చెప్పుకోదగినది. నేను ఈ మొబైల్ పార్కుని కనుగొని, దాని యజమానులైనటువంటి, పదవీ విరమణకు పూనుకుంటున్న ఒక జంటతోటి నేరుగా చర్చలు జరిపాను. ఆ ఆస్తి, 28 గృహాలు, ఒక వర్క్‌షాప్‌తో కూడి $96,000 డాలర్ల విలువగలదిగా మేము నిర్ణయించాము. ఆ ఒప్పందాన్ని రెండుగా విభజించడానికి నాకు సాధ్యమైంది. స్థలానికి బ్యాంకు పెట్టుబడితో సాగగా, గృహాలు మాత్రము విడివిడిగా అమ్మకానికి వచ్చి, వ్యక్తిగత ఆస్తులుగా పరిగణించపబడ్డాయి. పదమూడు ఎకరాల ఆ భూ భాగానికి బ్యాంకు $800,000 విలువ కట్టి 4.5% చొప్పున $160,000 డౌన్ పేమెంటు (తక్షణ చెల్లింపు) తో 10 సంవత్సరాల ఋణంగా పరిగణించి,

రుణవిమోచన ఇరవై ఏళ్ళకు నిర్ణయించింది. నా చెల్లింపు నెలకు $4,000గా నిలచింది. తదుపరి, నేను ఆ 28 గృహాలను అతి చౌకగా $155,000 డాలర్లలకు అంటే సుమారు $5,535 కి ఒక గృహం చొప్పున బేరం సాగించాను. వాస్తవానికి వాటి విలువ ఒక్కొక్క గృహానికి $10,000 నుండి $20,000 వరకూ వుండవచ్చును. అదనంగా, నేను ఒక జీరో డాలర్ డౌన్ పేమెంట్ (అంటే తక్షణ చెల్లింపు లేకుండా) పదేళ్ళ నోటును చర్చల ద్వారా సాధించి వడ్డీలేకుండా పదమూడేళ్ళకు రుణ విమోచనకు మార్గం చూసుకున్నాను. దానికి నెలకు చెల్లింపు $1,000 మాత్రమే.

ఈ తరుణంలోనే ఉత్తేజపరచే ఘటనలు జరిగాయి. ఆ ఆస్తి నగదు ప్రవాహాన్ని వెంటనే సృజించింది. కొన్ని అభివృద్ధి పనుల తరువాత అద్దె పెరిగి, నెలకు $14,000 లాభాన్ని ఆర్జించింది. మొదటి సంవత్సరం తరువాత నాకు నగదుకి నగదు రాబడిగా (Cash on Cash return) 105% గా నిలచి, $168,000 డాలర్లు లాభం సంపాదించి పెట్టింది. వాస్తవానికి మొదట్లో డౌన్ పేమెంటు కేవలం $160,000 మాత్రమే.

ఆ ఆస్తిని $1.2, మిలియన్ల డాలర్లకు, సరిగ్గా ఒక ఏడాదిపైన ఒకరోజు తరువాత నేను విక్రయం చేసాను. ఆ లావాదేవీ వలన $240,000 లాభం ఉత్పన్నం కాగా $168,000 నగదుకి నగదు రాబడి (Cash on Cash return) మొదటి సంవత్సరానికి చెందినవి కలుపుకుని పెద్ద మొత్తం $480,000 కేవలం ఒక్క సంవత్సరానికే లాభంగా నిలిచింది. నేను సరిగ్గా ఏడాది గడిచాక ఒక రోజు తరువాత అమ్మకం చేయడం వలన 'స్వల్పకాలిక మూలధన లాభాల పన్ను' (short term capital gains tax) నుండి తప్పించుకోగలిగాను. నేను ఏడాది లోపునే విక్రయం చేసివున్నట్లయితే సాధారణ ఆదాయ పన్ను రేటులో నాకు పన్ను విధింపు జరిగేది. మీ పన్ను పరిధి మీద ఆధారితమై దీర్ఘకాలిక మూలధన లాభాల పన్ను అంటే(Long term capital gains tax) 15-20% తగ్గించబడుతుంది.

1031 మార్పిడి ఉపయోగం

రియల్ ఎస్టేట్ పెట్టుబడి గురించి నా దగ్గర మరిన్ని శుభవార్తలున్నాయి. దీర్ఘకాలిక మూలధన లాభాల పన్ను నుండి తప్పించుకోవడానికి, మీకు వచ్చిన లాభాన్ని తిరిగి రియల్ ఎస్టేట్‌లోనే పెట్టుబడిగా పెట్టడానికి ఒక

మార్గం వుంది. 1031 మార్పిడి అనేటువంటి ఒక ఆర్థిక పరికరం అది. దానిని మీరు మీకు అనుకూలంగా ఉపయోగించుకోవచ్చు. ఒక పార్కు విక్రయం ద్వారా వచ్చినదానితో, నేను 2 అదనపు పార్కులు కొనుగోలు చేసి నా నెలసరి నగదు ప్రవాహాన్ని రెండింతలు ఈ పరికరం ద్వారానే చేసుకున్నాను.

1031 మార్పిడి

1031 మార్పిడికి అటువంటి పేరు యు.ఎస్. ఇంటర్నల్ రెవెన్యూ కోడ్‌లోని సెక్షన్ 1031 నుండి వచ్చింది. దాని ద్వారా పెట్టుబడిదారులు మూలధన లాభాల పన్నును (Capital gains tax) 'వాయిదా' వేసే అవకాశం వుంది. ఏదైనా ఆస్తి అమ్మకం జరిగినప్పుడు, వచ్చిన లాభంతోటి "అటువంటిదే ఆస్తి" (like-kind property) కొనుగోలు చేసినట్లైతే ఆ అవకాశం వస్తుంది. క్లుప్తంగా దాని సారాంశం – ఒక పెట్టుబడిదారుడు మూలధన లాభాల పన్ను నుండి నిరవధికంగా తప్పించుకోవచ్చును. ఒక ఆస్తి అమ్మకానంతరము ఇదే ప్రణాళికను అమలు చేస్తూ ఆ పన్ను నుండి విముక్తి పొందవచ్చును.

ఈ ఉదాహరణ నుండి రెండు గొప్ప పాఠాలు నేర్చుకొనవచ్చును. మొదటగా మీరు నియమాలనూ, పెట్టుబడి ప్రామాణికాలను కలపోసుకుంటూ వున్నట్లయితే లాభార్జన జరిగి, నష్టభయం తగ్గుతుంది. మీకు కూడా నేను సాధించుకున్నటువంటి ఈ ఒప్పందం లాంటి అద్భుతమైన ఒప్పందాల వెల్లువ కనపడుతుంది.

రెండవది ఏమిటంటే మొబైల్ పార్కులపై మదుపు పెట్టడానికి నేను ఎలా వివరాల సేకరించాను అన్నదానికి సంబంధించినది. నేను ఒక గురువుని నియమించుకుని, ఆయనకు జీతం చెల్లిస్తూ వుంటే, ఆయన నాకు ఆ వ్యాపారంలోని మెలుకువలు, ఒప్పందం రూపకల్పన ఎలా చేయాలో, ఇత్యాదులు వివరించేవాడు దానిని నెమ్మదిగా అభివృద్ధి చేసుకున్నాను. దురదృష్టవశాత్తు, నా గురువు నా కొరకు ఏ ఒప్పందాలు తీసుకురాలేదు. దానికి కారణం ఆయన తన పనిలో నిమగ్నం అయి వుండడం చేత, నా దాకా ఏ ఒప్పందం తీసుకురాలేదు. ప్రస్తుతం, నా లయన్ క్లయింట్లు నాతో పని

చేయడానికి ఇష్టపడతారు. ఎందుకంటే నేను ఒప్పందాలను కనిపెట్టి, రూపకల్పన చేయడంలో వారికి సహాయం చేసి, చర్చలలో కూడా పాలుపంచుకొని, కొన్ని సృజనాత్మక పద్ధతుల ద్వారా నష్టభయం తగ్గించి, నగదు ప్రవాహం వుండేటట్లు చూసి, త్వరగా మూలధనం వెనకకి వచ్చేలా చూసి, పన్నుల భారం నుండి తప్పుకునేలా చేస్తాను. నేను బోధనకు, శిక్షణకు ఉపక్రమించిన కారణం, నాకే గనుక ఇరవై ఏళ్ళ క్రితం ఇలాగే కొంతమంది నాతో ప్రణాళికలకు, పద్ధతులను పంచుకునే వారు వున్నట్లయితే, నేను నా పోర్టుఫోలియో (portfolio)ను ఇంకా పటిష్టంగా, లాభదాయకంగా, ఇంతకన్నా తక్కువ కాలపరిమితిలో చేసుకొని వుండేవాడిని.

ప్రైవేటు రియల్ ఎస్టేట్ ఫండ్ పెట్టుబడి తీరు

క్రిందట అధ్యాయంలో నేను ప్రైవేటు బహుళ కుటుంబ వాణిజ్య సంఘం గురించి ప్రస్తావించాను. అది సూటిగా చేసినటువంటి ఒక రియల్ ఎస్టేట్ పెట్టుబడికి ఉదాహరణ. అందులో మీరు ప్రత్యేక దస్తావేజులున్నటువంటి మీరు సొంతం చేసుకోబోయేటువంటి ఆస్తి మీద నేరుగా పెట్టుబడి పెడతారు (ఉదాహరణ గృహము, అపార్ట్‌మెంట్, మొబైల్ హోమ్ పార్కు, గిడ్డంగి) నేను చెప్పిన ఆ ఉదాహరణలో, నాకు యాజమాన్య వడ్డీ ఆ ఆస్తిని నేరుగా సొంతం చేసుకున్నందుకుగాను సంపాదించి పెట్టి, నగదు చెల్లుబాటు వెంటనే జరిగేలా ఏర్పాటు జరిగింది.

ఇక్కడ, నేను ప్రైవేటు రియల్ ఎస్టేట్ ఫండ్లలో మదుపు పెట్టడం గురించి చర్చిస్తాను. దీనిని, ఇదివరకు నేను చెప్పిన ఉదాహరణలాగానే, చాలామంది దీనిని కూడా ఒక మార్గంగా భావించరు. రియల్ ఎస్టేట్ ఫండ్లలో పెట్టుబడి పెట్టడం అంటే సూటిగా కాకపోయినా రియల్ ఎస్టేట్ లోనే పెట్టడమే! ఎందుకంటే మీరు నేరుగా ఆస్తిపై మదుపు పెట్టుటలేదు కాని ఒక ఫండ్‌లో లేదా ట్రస్ట్ యొక్క షేర్లు కొంటున్నారు. ఆ ఫండ్ లేదా ట్రస్ట్ యాజమాన్యంలో చాలా ఆస్తులు వుంటాయి.

రియల్ ఎస్టేట్ ఫండ్ పెట్టుబడులు పబ్లిక్ మార్కెట్టులో స్టాక్ ఎక్స్ఛేంజ్ ద్వారాగాని రియల్ ఎస్టేట్ ఇన్వెస్ట్‌మెంట్ ట్రస్ట్స్ (REITs) ద్వారాగాని చేయవచ్చు. నేను ప్రైవేటు రియల్ ఎస్టేట్ ఫండ్లలో పెట్టుబడి పెట్టడానికి మొగ్గు చూపుతాను. ఎందుకంటే అస్థిరత తక్కువగా వుంటుంది.

సాధారణంగా నగదు చెల్లుబాటు అధికంగా వుండే అవకాశం వుంది. పైగా మొత్తం మీద రాబడి అధికంగా వుంటుంది. (ఈ ఫండ్లలో పెట్టుబడులను గురించి పెట్టుబడి ప్రామాణికం-6 "ఆదాయ విస్తారకాన్ని కొనుగొనుట" అనే అధ్యాయంలో సవివరంగా వివరిస్తాను)

ఉదాహరణ: ప్రైవేటు రియల్ ఎస్టేట్ ఫండ్లు

ఒక పెట్టుబడి బృందంలో, గొప్ప పరిశీలకుడైన ప్రతినిధిని నేను కలుసుకోవడం జరిగింది. దాని వలన మేము ఎంతగానో లాభపడ్డాము. మాకిద్దరికి చాలామంది స్నేహితులున్నారు. వారందరూ ఈయన అంటే గౌరవ ప్రపత్తులు కలిగినవారు. నా కన్నా బాగా విశ్లేషణాత్మక తత్వం కలిగినవాడు. అందుచేత మేమిద్దరమూ మంచి జట్టుగా ఏర్పడ్డాము. ఆయన సాధించిన ఫలితాలు, ఆయన కీర్తి ప్రతిష్టల మీద ఆధారపడి ఆయన మార్కెట్టు విశ్లేషణని విశ్వసించవచ్చని నేను భావించాను. మేమిద్దరము పెట్టుబడి అవకాశాలను విశ్లేషించడం మొదలుపెట్టి, ఇద్దరికి విడి విడిగా నచ్చిన ఒప్పందాలు, ఇద్దరికి జంటగా కూడా నచ్చినట్లైతే, అది మంచి అవకాశంగా పరిగణించవచ్చును అని భావించాము.

ఈ ప్రతినిధి నాతో కొన్ని ఒప్పందాలను పంచుకొనగా, నేను కూడా అట్లే చేసాను. ఇప్పటివరకూ మా ఇద్దరి కలయిక, ఒక్కరుగా వ్యక్తిగతంగా చేసినదానికంటే గొప్పగా రాణించింది. మేమిరువురమూ కలసి చాలా ప్రైవేటు రియల్ ఎస్టేట్ ఫండ్లలో వివిధ ఆస్తులు, అద్భుతమైన రాబడినందించే వాటిల్లో పెట్టుబడి పెట్టాము.

ఆలోచనాసరళి

నేను కొంత సమయం వెచ్చింది, ఒక శక్తివంతమైన రియల్ ఎస్టేట్ ప్రతినిధిగా అవ్వాలంటే ఏమి అవసరమో అధ్యయనం చేసినందువలన ఇతరులచే నడుపబడుతున్న ప్రక్రియలలో దేని కొరకు వెతకాలో నాకు బాగా తెలుసు. నేను ఫండు రూపకల్పన పట్ల అభిమానం కూడా కలవాడినని చెప్పవచ్చును.

ఒక ఫండు వంద ఆస్తులను కలిగి వున్నట్లయితే, అందులో ఒకటి రాణించకపోతే, మొత్తం ఆదాయం మీద పెద్దగా ప్రభావం చూపకపోవచ్చును.

ఎందువలన అంటే మిగిలిన తొంభైతొమ్మిది బాగా నడిచే అవకాశం వుంది గనుక. నేను నేరుగా ఒక్క ఆస్తిపై పెట్టుబడి పెట్టినట్లైతే, నేను డబ్బును కోల్పోయే అవకాశం వుంది. ఒక ఫండు ద్వారా పెట్టుబడి పెట్టడం అంటే నష్టభయాన్ని తగ్గించుకుంటూ మీ పెట్టుబడి వివిధ రకాలుగా, వివిధ ప్రదేశాలలో, విభిన్న ఆస్తులపై పెట్టడం అని అనుకోవచ్చు.

రూపకల్పన

చాలా ఏడాదుల తరబడి వివిధ నిబంధనలను కలిగిన విభిన్న ఫండ్ల రూపకల్పనలో నేను పాలుపంచుకున్నాను. ఉదాహరణలుగా నిలబడే అంశాలు ఇవిగో:

- ఆశించిన రాబడి (Preferred return) 8 – 10%
- నెలసరి పంపకాలు (కొన్నిసార్లు త్రైమాసిక పంపకాలు)
- రాబడి యొక్క అంతర్గత రేటు (Intgernal Rate of return IRR) 15-25%
- రెండు మూడు ఏళ్లలో పెట్టుబడి తిరిగి రావడం
- మూలధనం తిరిగి పొందిన తరువాత లాభాల విభజన (అయితే ఈ విభజన ప్రతీ ఒప్పందానికి మారుతూ వుండవచ్చు. ఈ మార్పులో 80% పెట్టుబడిదారునికి, 20% ఫండు నిర్వాహకునికి (మేనేజర్‌కి) వుండవచ్చు లేదా అలాగే మార్పులు చెందుతూ ఇద్దరికీ సరిసమానంగా 50% విభజనగా మిగలవచ్చు. సాధారణంగా వీటిని 80/20, 70/30, 60/40, మరియు 50/50 గా చెప్పవచ్చును.)
- పెట్టుబడిదారుని నిష్పత్తిగా తరుగుదల పరిగణించబడుతుంది (మంచి లాభాలపై పన్నులుండవు, తరచూ, పెంపొందించిన తరుగుదల వలన మీరు మొదట్లో అధిక కోతలు తీసుకునినందువలన అసలు పన్నులు లేనట్లే లెఖ్ఖ)

వడపోత

ఈ పెట్టుబడి వలన అందుకునే నిరంతర నెలసరి లేదా త్రైమాసిక నగదు ప్రవాహం వలన నాకు ఈ విధానం అంటే ఇష్టం. పైగా రియల్ ఎస్టేట్‌లో

పెట్టుబడి పెట్టడానికి ఇది ఒక సురక్షితమైన మార్గం. ఫండ్‌లో అనేక ఆస్తులు వుండడం వలన నష్టభయం అనేది పూర్తిగా మాయమవుతుంది. అయితే ఇక్కడ వున్న కిటుకు ఏమిటంటే ఏ ఫండ్లకి చెందిన సాధారణ భాగస్వాములు పేరెన్నికగల వారై వుంటారో, దానికి చెందిన స్థానిక ప్రతినిధులు రియల్ ఎస్టేట్‌లో ప్రత్యేకంగా ఇటువంటి పెట్టుబడులలో ఆరితేరి వుంటారో అవి ఉపయోగకరం. మరొక ముఖ్య అంశం నేను చూసుకునేదేమిటంటే ఆర్థిక స్థితిగతులు మార్కెట్టు కనుగుణంగా వున్న ఆస్తులతో కూడుకుని వుండడం.

నేను మదుపు పెట్టే ఫండ్లకు చెందిన ప్రతినిధులు అంతులేని అనుభవం కలిగి వుండి, నాకు గొప్ప రాబడిని అందించే ఆర్థిక స్థితిగతులు కలిగి వున్నవారై వుంటారు. నేను మదుపు పెట్టే మరొక రకం ఫండ్లు ఏమిటంటే వారు కొనుగోలు చేసే ప్రత్యేక ఆస్తులు ఆర్థిక మాంద్యానికి అతీతంగా నిలబడగలిగే శక్తిగలిగి వుంటాయి. అటువంటి ప్రక్రియ గలిగిన ఫండ్ల వైపు నేను మొగ్గు చూపుతాను.

చర్చలు

నేను ఫండ్లలో పెట్టుబడి పెట్టేటప్పుడు కూడా అనేక నిబంధనలను చర్చిస్తాను. కొన్ని ఫండ్లు ప్రత్యేకంగా నెలకొల్పబడి వాటిని చేరుకునే అవకాశం కష్టతరమౌతుంది. అదీకాక, వాటికి తరచుగా కనీస పెట్టుబడులు అధికంగా వుంటాయి. అంతా చర్చలు ద్వారా సాధించవచ్చును. నేను, ఫండు కనీస మదుపు ఎంతైనా కావచ్చు, నాకు అనువైనంత తక్కువలో కనీసం పెట్టుబడి కోసం చర్చిస్తాను.

ఎక్కువమంది పెట్టుబడిదారుల బృందం నాతోబాటు పెట్టుబడి పెట్టేటందుకు సిద్ధంగా వున్నప్పుడు, ఆ పరపతిని ఉపయోగించుకుని నేను ఆశించిన నిబంధనలకొరకు (Preferred terms) చర్చించడానికి కూడా ఇష్టపడతాను. ఈ నిబంధనలు– ఫీజును రద్దు చేయడం, ఆశించిన రాబడి (preferred return) అధికంగా చెల్లించడం, లాభాల విభజన అధిక శాతం మొదలైనవి మా వైపుగా వుండేటట్లు చర్చిస్తాను. అదనంగా, భవిష్యత్తులో వారేదైనా ఫండ్లను ప్రారంభిస్తునట్లైతే అవి ఇతర పెట్టుబడిదారులకు అందుబాటులోకి వచ్చే ముందుగానే మాకు అందుబాటులోకి వచ్చేటట్లు బేరసారాలు సాగిస్తాను. తరువాత అధ్యాయంలో,

నేను సైడ్‌కార్ ఒప్పందాల (side car agreements)ను ఉపయోగించుకుని ఆశించిన నిబంధనలు (preferred terms) ఎలా సాధిస్తానో సవివరంగా వివరిస్తాను.

ఒప్పందం-పరిశీలన

నగదు చెల్లుబాటు (ప్రవాహం) వెంటనే జరగాలంటే పైన చెప్పిన నియమాలన్నిటిని పాటించాలి, ముఖ్యంగా వడపోత, ఒప్పందాల పరిశీలనలో భాగంగా ఆర్థిక పరిస్థితులను, ఆస్తుల విభాగాలను పరిశీలించి, సాధారణ భాగస్వాములను, ప్రతినిధులను కూడా గమనించుకోవాలి. ఎందుకంటే వారు దానిని ముందుకు తీసుకెళ్తారు గనుక. విజయవంతమైన పెట్టుబడిదారులు, అనుభవజ్ఞులైన సాధారణ భాగస్వాములు మరియు శక్తివంతమైన ప్రతినిధులు, బలమైన ఆర్థిక స్థితిగతులు లాగానే అత్యావశ్యకమని గ్రహించుతారు. వీటిల్లో ఒకటి వుండి రెండవది లోపించడం అనేది మంచి ఒప్పందంగా పరిగణించబడదు. ఖచ్చితంగా రెండూ ఆవశ్యకమే.

అటుపైన, కొన్నిసార్లు అసందర్భమైన ఎదురుచూడని పెట్టుబడులు చక్కటి నగదు చెల్లుబాటును ఉత్పన్నం చేస్తాయనిన విషయం గుర్తించడం ముఖ్యం. మొబైలు హోమ్ పార్కులు పారిశ్రామిక గిడ్డంగులు దీనికి చక్కటి ఉదాహరణలు. వీటిని తరచుగా ప్రైవేటు రియల్ ఎస్టేట్ ఫండ్ల ద్వారా కొనుగోలు చేస్తారు. మొదటి పరిశీలనలో, అవి చాలా ఆకర్షణరహితంగా, విసుగు గొలిపేవిగా గోచరిస్తాయి. అయితే, వాటికి కొద్దిపాటి డౌన్ పేమెంటు (మొదట చెల్లించే రుసుము), కొంత నష్టభయం వుంటాయి (ముఖ్యంగా వాటిని మరింత చౌకగా కొనుగోలు చేస్తున్నప్పుడు). పెట్టుబడి సాధారణంగా యజమాని ముఖతః జరుగుతుంది అవి సంస్థాగతం కానప్పుడు - మార్పులు చేసే అవకాశం సులువుగా వుంటుంది, కనుక నగదు చెల్లుబాటు అధికంగా జరిగేటట్లు చూడవచ్చు. చాలా సందర్భాలలో, మార్పులు అవసరమౌతాయి.

ఆర్థిక వ్యవస్థ పుంజుకున్నప్పుడు అయినా, మాంద్యం వైపు దారితీసినా తక్కువ ఆదాయ గృహ నిర్మాణాలు, అంటే మొబైల్ హోం పార్కుల లాంటివి మంచి పెట్టుబడి అని చెప్పవచ్చు. ప్రతీవారికి నివాసయోగ్యమైన ప్రదేశం కావాలి. ఒక పట్టణంలోకాని, నగరంలోకాని అవి అందుబాటులో వుండే

నివాసాలు. అదే విధంగా, పారిశ్రామిక పంపకాల సెంటర్లు (Industrial distribution centres) కూడా మంచి పెట్టుబడి అవకాశలున్నవే. ఈ-కామర్స్ పుంజుకుంటున్న ఈ తరుణంలో వీటికి డిమాండ్ అధికంగా వుంది. వీటికి తోడుగా ఇవి రియల్ ఎస్టేట్‌గా పరిగణించబడతాయి గనుక పన్ను మినహాయింపులు అధికం. ఒక తెలివైన పెట్టుబడిదారుడు ఆస్తుల విభాగం వైపు దృష్టి సారించి ఇటువంటి పెట్టుబడులలో మదుపు పెడితే మంచి రోజులలోనైనా, చెడ్డ రోజులలోనైనా శాశ్వతమైన సొమ్ము చేసుకోవచ్చును.

పెట్టుబడి ప్రామాణికం 6: ఆదాయం పెరిగే మార్గాన్ని కనుక్కోవటం

"మీ నిర్ణయాలకు కట్టుబడి ఉండండి.
కానీ మీ విధానాలు మృదువైనవిగా వుండేటట్లు చూసుకోండి"
– టోని రాబిన్స్

కాస్త ఆగండి, ఇంకా చాలా వుంది!" ఈ విధంగా సమాచారపరమైన ప్రకటన వుండి మనం కాదనలేని అవకాశాన్ని సృజిస్తుంది – వివిధ రకాల బోనస్‌ల తోటి (ప్రోత్సహకాలతోటి), మనకి ఒక ఉత్పత్తిని అదనంగా సౌకర్యంగా అందిస్తుంది.

మీరు ఒక సాధారణ పెట్టుబడిదారుడై, 8–15% లాభం సంవత్సరానికి పొందుతూ వుంటే, సంతోషమే కదా, అవునా? మీ మూలధనం వెనక్కి ఇవ్వగలిగి, వడ్డీని కూడా జత చేసే ప్రత్యామ్నాయ మార్గం దొరికితే? మీ ఆనందానికి అంతం వుండదు, నిజమేనా? ఒక్కదాని వెలకి రెండు పొందినట్లుగా వుంటుంది.

ఈ అధ్యాయంలో నేను ఆదాయ విస్తరకాలను (Income amplifiers) గుర్చి పరిచయం చేయబోతున్నాను. వివిధ ఆదాయ విస్తారకాలు ఒక చోట ప్రోగేసినప్పుడు ఒక పెట్టుబడిదారునికి అవి ఎలా సహాయపడతాయో

వివరిస్తాను. ఆదాయ విస్తారకం అంటే పెట్టుబడి ద్వారా వచ్చే రాబడిని అభివృద్ధి చేసే ఏదైనా ప్రక్రియ లేదా కుదుర్చుకున్న నిబంధన. ఇటువంటి ఒప్పందం యొక్క నిబంధనలను రూపకల్పన చేయడానికి అనేక మార్గాలున్నాయి. ఆదాయ విస్తారకాలు ఎన్ని వుంటే, అంత అధికంగా మీ పెట్టుబడుల మీద రాబడి వుంటుంది.

ఈ ఆదాయ విస్తారకాల గురించి మాట్లాడే ముందు నేను ఒక తప్పుడు అభిప్రాయాన్ని - ఏదైతే క్రొత్త పెట్టుబడిదారులలో (అనుభవజ్ఞులైన పెట్టుబడి దారులలో కూడా) వుంటుందో దానిని దూరం చేయాలనుకుంటున్నాను. వారి అభిప్రాయం ప్రకారం 'నిబంధనలంటే నిబంధనలే' మార్పుకి తావు వుండదు అని. కాని చాలాసార్లు అది నిజం కాదు.

నిబంధనలు, చర్చనీయ అంశములు

నిబంధనలు ఏర్పరుచుకున్న తరువాత, నేను పునఃపరిశీలించి, పెట్టుబడిని అభివృద్ధిని చేసే దానిని దేనినైనా ప్రస్తావనకు తెచ్చే ప్రయత్నం చేసేవాడిని. అది కేవలం నేనొక్కడినే పెట్టుబడి పెట్టినా, లేకపోతే ఒక బృందంతో కలసి పెట్టుబడి పెట్టినా సరే. కొన్నిసార్లు, ఒక బృందంగా వున్నప్పుడు ఎక్కువ పరపతిని, ప్రభావాన్ని, చర్చించే సావకాశాన్ని గలిగి వుండి మరిన్ని మంచి నిబందనలు ఏర్పరచుకునే అవకాశం వుండేది.

పెట్టుబడిపై వచ్చే రాబడి మార్గాలు

ఒక సాధారణ పెట్టుబడిదారునికి అవకాశం వున్నాగాని, అతడు తక్కువగా ఉపయోగించుకునే వివిధ రకాల విస్తారకాలు వున్నాయి. నేను సాధారణంగా ఉపయోగించుకునే రాబడి విస్తారకాల పట్టిక ఇదిగో:

- **ఆశించిన నిబంధనలను** (Preferred terms) చర్చల ద్వారా ప్రస్తావించడం: పెట్టుబడి యొక్క ఆర్థిక స్థితిని మెరుగుపరచే నిబంధనలు.
- **సైడ్‌కార్-ఒప్పందాలు** (side-car agreements): ముందుగా చర్చింపబడిన ఆశించే నిబంధనల (preferred terms) లతో కూడిన అనుబంధం లేదా ఒప్పందం.

- **సహ-పెట్టుబడి అవకాశం** - ఫండ్ మేనేజర్లతో బాటు ఫండ్‌కి అతీతంగా వున్న ప్రత్యేక ఒప్పందంలో పెట్టుబడి పెట్టే అవకాశం.
- **ఈక్విటీ కిక్కర్లు** - ఒక పెట్టుబడిని మరింత అనుకూలంగా మలచడానికి ఇచ్చే ప్రోత్సహకంలా ఉపయోగపడే ఉచిత ఈక్విటీ.
- **వారంట్లు** - ముందుగా నిర్ణయించబడిన ధరకు భవిష్యత్తు ఈక్విటీ కొనుగోలు చేసే అవకాశం.
- **ఆదాయ వాటాలు** (Revenue shares) నెలసరి పంపకాలతోబాటు పెట్టుబడిదారునికి అందించే అత్యుత్తమ ఆదాయంలో కొంత శాతం.
- **పరిసమాప్తి ప్రాధాన్యత** (Liquidation preference) - ఒక కంపెనీ అమ్మకం లేదా ఇతర కార్పొరేట్ పరిసమాప్తి కారణంగా జరుగు చెల్లింపు క్రమాన్ని శాసించే ఒప్పందంలోని ఒక ప్రత్యేక అంశం.
- **సలహాలకు అందించే షేర్లు** (వాటాలు) (advisory shares) - వ్యాపార సలహాదారులు కంపెనీతో వారికున్న సంబంధానికి బదులుగా సాధారణ స్టాక్ ప్రాధాన్యతలు పొందే అవకాశం వుంది. కాలక్రమేణ అది ఈక్విటీగా పరిణమించే అవకాశం వుంటుంది.

పైన చెప్పినవాటికి అదనంగా, మూడు చెప్పుకోదగిన అంశాలని ఇక్కడ సవివరంగా అందిస్తున్నాను.

- **రుణ పెట్టుబడి** (Debt investment) - నేరుగా ఈక్విటీ రూపంలో కాకుండా రుణం రూపంలో పెట్టుబడి పెట్టడం. రుణ పెట్టుబడి వలన మనకు మూలధనం వడ్డీ సహితంగా వచ్చే అవకాశం వుంటుంది. అలాకాకుండా ఈక్విటీ పెట్టుబడి జరిగినట్లైతే అసలు మొత్తము (principal) తిరిగి రావడం వుండకపోవచ్చు లేదా చాలాకాలం అనంతరం వుండవచ్చును. (అదనంగా మరికొన్ని ఆదాయ విస్తారకాలు రుణంతోబాటుగా (చర్చ) లావాదేవీలలో పొందవచ్చును).
- **వేగవంతమైన పంపిణీ షెడ్యూల్** (పద్ధతి) - నేరుగా ఈక్విటీ రూపంలో పెట్టుబడి పెట్టడం. కాని ఇక్కడ వేగవంతంగా తిరిగి చెల్లింపు జరిగే పద్ధతి వుంటుంది. రుణ ప్రస్తావన వుండదు. ఈ

విస్తారకం ద్వారా మనం తొలుత చేసిన పెట్టుబడి అతి త్వరలో చెల్లించబడుతుంది. ఆపరేటింగ్ ఎగ్రిమెంట్ (operating agreement-LLC ఉపయోగించుకునే ఒక ముఖ్య పత్రం. దీనిలో వ్యాపారానికి సంబంధించిన ఆర్థిక, క్రియాశీలాత్మక నిర్ణయాలు, నిబంధనలు, అవకాశాలు మొదలైనవి పొందుపరచబడతాయి) లో పేర్కొనబడిన ఈక్విటీ విభజనల రూపంలో జరిగే సాధారణ పంపిణీ షెడ్యూల్ కంటే ఇది వేగవంతమైనది.

- **లాభాలపై వడ్డీ** (Profits interest) - భవిష్యత్తులో కంపెనీ విలువపై ఆధారపడిన ఒక ఈక్విటీ హక్కుగా ఈ విస్తారకాన్ని పరిగణించవచ్చును. పన్ను అనే దృష్టికోణపరంగా ఇది, ఈక్విటీ కన్నా బాగా వుంటుంది అని చెప్పవచ్చు ఎందుకంటే మన దగ్గర వున్నంతకాలము దీనిపైన పన్నులు విధింపబడవు. లాభాలపై వడ్డీ (Profits interest) మీద పన్ను విధింపు అనేది ధీర్ఘకాలిక మూలధన లాభాలపై (Long term capital gains tax) గా వుంటుంది. అంతేకాని స్వల్పకాలిక మూలధన లాభాలపై పన్ను (Short term capital gains tax) లాగ, సాధారణ పెట్టుబడిపై పన్నులాగ, వారెంటుపై పన్ను విధించినట్లుగా కాదు.

చాలావరకూ ప్రజలు ప్రారంభ దశలో పెట్టుబడి పెడతారు. కంపెనీ లాభాలు ఆర్జించక మునుపే, అది నిలకడగా వ్యాపారంలో నడవక, మునపే, కొంత ఈక్విటీని ఆశించి, కంపెనీ దానిని చెల్లిస్తుందనే ఆశతో, ఆరంభ దశలోనే మదుపు పెట్టడం జరుగుతుంది. అయితే లిక్విడిటీ ఈవెంట్ (ద్రవ్యత సందర్భం) తలెత్తినప్పుడు, వారు పెట్టుబడి పెట్టిననాడు కంపెనీ యొక్క విలువ మరియు లిక్విడిటీ ఈవెంట్ జరిగేనాటికి కంపెనీ విలువ యొక్క గుణిజం (multiple) పై ఆధారపడి, వారికి చెల్లింపు జరుగుతుంది. అయితే కొన్ని సందర్భాలలో అందరూ ఆశించే విధంగా లిక్విడిటీ ఈవెంట్ జరుగుకుండానే పరిసమాప్తికి వచ్చి, పెట్టుబడిదారులు తమ నగదుని తిరిగి చూడకుండానే అయిపోతుంది.

అందుచేత నేను ఆరంభ దశలోని పెట్టుబడిని ప్రత్యేకంగానే రుణ పెట్టుబడిగా (Debt Investment) గా రూపకల్పన చేసే ప్రయత్నం చేస్తాను. అంతేకాని నేరుగా ఈక్విటీ పెట్టుబడిగా కాదు. అప్పుడు, రుణ

రూపం దాల్చిన తరువాత అదనంగా, నేను ఈక్విటీలోని కొంత భాగాన్ని పొందే అవకాశం కోసం బేరం ఆడతాను లేదా ఒక కిక్కర్ (ప్రోత్సాహకం) లాగా వారంట్లు పొందేటందుకు ప్రయత్నాలు సాగించుతాను. ఇలా వచ్చిన అదనపు ఈక్విటీ లేదా వారంట్లు నాకు ఉచిత కిక్కర్లలాగా ఉపయోగపడి ఏ ఖర్చు లేకుండా కొనసాగుతాయి!

వారంటు అనగా ఒక కంపెనీ షేర్లలను నేటి విలువ ఆధారంగా చేసుకుని ముందస్తుగా నిర్ణయించుకున్న నిర్ధిష్ట వెలకు (Strike price) భవిష్యత్తులో కంపెనీ విలువ ఇంతకన్నా పెరిగేటప్పటికి కూడా సరిపడేటట్లు కొనుగోలు ధర నిర్ణయించడం. వారంట్లు, ఈక్విటీని పోలి వుంటాయి. కాని 'పరిసమాప్తి ప్రాధాన్యత (liquidation preference) కలిగి వుండి కంపెనీ అమ్మకం జరిగినప్పుడు, ఈక్విటీ కలిగినవారికన్నా, రుణ ప్రదాతలకన్నా ముందుగా మీకు చెల్లింపు జరిగే విధంగా మీరు వాటిని రూపకల్పన చేసుకోవచ్చును.

కాబట్టి, ఒక కంపెనీలో ఈక్విటీ కొరకు నేరుగా పెట్టుబడి పెట్టకుండా, ఎందుకంటే అలా చేస్తే మీకు రాబడి దీర్ఘకాలం తరువాత వస్తుంది కనుక, మీరు నేను ప్రాధాన్యనిస్తున్న రూపకల్పనల్లో దేనినో ఒకదానిని ఉపయోగించుకోవచ్చును. మీరు వేగవంతమైన పంపిణీ షెడ్యూల్ కలిగిన ఈక్విటీని ఎంచుకుని త్వరగా మీ పెట్టుబడి వెనకకు తీసుకోవచ్చును, లేదా మీరు ఒక ఈక్విటీ కిక్కర్ కలిగిన రుణం పొంది, తద్వారా మంచి రాబడిని పొంది, నగదు చెల్లుబాటు వెంటనే జరిగేటట్లు చూసుకుని అటుపైన మీ మూలధనాన్ని త్వరితంగా పొందే మార్గాన్ని చూసుకోవచ్చును. అదనంగా, మీకున్న ఈక్విటీ కిక్కర్ వలన కంపెనీలో మంచి స్థానాన్ని నిలబెట్టుకోవచ్చును.

నేను ఈ మధ్యకాలంలో పేరు ప్రఖ్యాతులు కలిగిన ఒక కంపెనీ పెట్టుబడులలో భాగస్తున్నయ్యాను. ఆ కంపెనీ పేరు 'ద ఫ్రాంక్లిన్ మింట్', ఆ కంపెనీ టీవీ ద్వారా, ఆన్‌లైన్ ద్వారా, పత్రికల ద్వారా, మెయిల్-ఆర్డర్ ద్వారా నాణెములను విక్రయించుతుంది. పెట్టుబడి ప్రామాణికం 3 "అగపడని ఒప్పందాలని కనుగొనుట" అనే అధ్యాయంలో, నేను డ్రెస్‌బార్న్ గురించి మీకు చెప్పాను - ఏదైతే కాలపరిణితి చెందకుండా, ఈ-కామర్స్‌కి మారకుండా కష్టాల్లో పడిందో ఆ కంపెనీ అన్నమాట. అదే తరహా కష్టాల్లో 'ద ఫ్రాంక్లిన్ మింట్' కూడా పడింది.

నేను భాగస్తునిగా వున్న ఒక పెట్టుబడి సంఘం (సిండికేట్) తన సభ్యులను సమకూర్చుకుని ఒక అసాధారణ పెట్టుబడి రూపకల్పనకు పూనుకుంది. అయితే ఇది అర్ధమయ్యే రీతిలోనే వుంది. పైగా "ఆగండి, మరింత అందుకోండి" అనే అవకాశాన్ని ఉదహరిస్తూ వుంది. 15–20% వడ్డీకి బదులుగా వారు కొన్ని మార్పులు చేయ పూనుకున్నారు. సంఘ సభ్యులందరూ కలిసి 10% మొత్తం అమ్మకాలలో నెలసరి పంపిణీగా అంగీకరించి, దానిని శాశ్వత చెల్లింపు (రాయల్టీ)గా పరిగణించి (ఆ వివరాలు తరువాత ముఖ్యమైనవిగా నిలుస్తాయి) అదనంగా చాలా రకాలైన రాబడి విస్తారకాలని జతగూర్చుకున్నారు. అవి ఇవిగో:

- **ఆదాయ విస్తారకం # 1:** స్థూల ఆదాయం (gross revenue) లోనిది నెలసరి పంపిణీగా చేసేటందుకు చర్చలు నడిపారు.
- **ఆదాయం విస్తారకం # 2:** ప్రతికూల ప్రమాదాన్ని అరికట్టేందుకు ప్రత్యామ్నయ మార్గంగా ఒక 'హోల్డింగ్ కంపెనీ' (కార్పొరేషన్ లేదా ఎల్ ఎల్ సి అయినటువంటి వ్యాపార సంస్థ), దాని విలువ $100 మిలియన్లు. అటువంటిదానిని చర్చల ద్వారా సాధించారు. పెట్టుబడి వికటిస్తే, హోల్డింగ్ కంపెనీ రంగంలోకి వచ్చి రక్షణ కల్పించి, నష్టం లేకుండా కాపాడుతుంది. మేము పెట్టిన ఈ చిన్న పెట్టుబడి కంటే హోల్డింగ్ కంపెనీ విలువ చాలా ఎక్కువ. "ద ఫ్రాంక్లిన్ మింట్' యొక్క ఖరీదు విలువకంటే ప్రత్యామ్నాయంగా ఎంచుకున్న కంపెనీ విలువ ఇరవై రెట్లు అధికమైన విలువ కలది.
- **ఆదాయ విస్తారకం # 3:** ప్రధాన పెట్టుబడిపై ఆధారపడిన 20% నగదు బోనస్‌ని, మూడో ఏడు చివరలో చెల్లించేటట్లు చర్చలు జరిపాము.
- **ఆదాయ విస్తారకం # 4:** పెట్టుబడిలోని ప్రతీ $1,000,000 లకి 6% ఈక్విటీ కిక్కర్‌ని కలుపుకున్నాము. అది కిక్కర్ గనుక, ఈక్విటీ ఉచితం, అందుచేత పెట్టుబడిలో ఏది కూడా ఈక్విటీ కొనుగోలు వైపు వెళ్ళలేదు. కిక్కర్‌గా ఇవ్వబడే ఈ ఈక్విటీ సొమ్ము అమోఘం. ఎందుకంటే సాధారణంగా, కిక్కర్‌లు ఇచ్చినట్లైతే అవి చాలా తక్కువగా వుంటాయి.
- **ఆదాయ విస్తారకం # 5:** 2 X (పెట్టుబడిపై 100% రాబడి)

అసలు మొత్తం తిరిగి యివ్వడానికి పరిమితం చేసింది. పెట్టుబడి పెట్టిన ఈ బృందం కోరుకున్నది అదే. వారు అత్యధికంగా మూడేళ్ళలో మా మూలధనాన్ని రెట్టింపు అయ్యేలా హామీ ఇచ్చారు, కాని మా అంచనాల ప్రకారం అది రెండేళ్ళలోనే రెట్టింపు అవుతుంది. ఆ విధంగా ఆ క్యాప్ (పరిమితి) మా బృందానికి రక్షణ కల్పించడమేకాక, మా బృందానికి తక్కువ కాలంలో చక్కటి ఆదాయమని చెప్పవచ్చును.

ఈ ఒప్పందం యొక్క నిబంధనలు మీకు సవివరంగా వివరించి ఎంత రాబడిని ఆశిస్తున్నాయో వివరించనివ్వండి. మిమ్మల్ని ఇక్కడ మీరు ఒక పెట్టుబడిదారునిగా ఊహించుకోండి.

	నగదు మొత్తం	ఈక్విటీ	రాయల్టీ	నగదు బోనస్
మీ పెట్టుబడి	$1M	6%	10%	20%
రాయల్టీ తరువాత మీకు వచ్చేది	$2M			
మూడేళ్ళ తరువాత మీకు వచ్చేది				$200K
మొత్తం రాబడి మీకు వచ్చేది	$2.2M			

అసలు మొత్తం 2X రాబడినందించడానికి పూర్తిగా మూడేళ్ళ సమయంపడితే, దానికి 20% బోనస్ చేరిస్తే అది ప్రతీ సంవత్సరం 10% ఆదాయంలా పరిగణనలోకి వచ్చి ఆ మూడేళ్ళపాటు మొత్తం రాబడి 120% గా నిలబడుతుంది. అదే రెండేళ్ళలోనే జరిగితే ప్రతీ సంవత్సరం 60% రాబడిగా నిలబడుతుంది. ఎలా జరిగినా కాని, ఒప్పందం ప్రకారం అత్యధికంగా అనుకూలత, తక్కువ పరిమాణం అననుకూలత వున్నాయి.

ఇటువంటివే నా కిష్టమైన ఒప్పందాలు – వీటికి 'అసమాన ప్రమాదం/ బహుమానం' (asymmetric risk/reward) జతకూడి వుంటాయి. అంటే ప్రతికూల ప్రభావం నుండి కాపాడుతుంది. నేను నగదు కోల్పోవలసి వస్తే, అలా చాలావరకూ జరుగదు, ఒకవేళ వస్తే చాలా తక్కువగా వుంటుంది, కాని అనుకూల ప్రభావం మాత్రం అభివృద్ధి పథంలో వుంటుంది.

ఇటువంటి అనేక ఒప్పందాలు ప్రోగేసుకుంటే, పెట్టుబడి పెట్టడం అనేది ఉత్సాహభరితంగా వుంటుంది. అందులో ఒకటి ప్రతికూలంగా నడచినా, తక్కినవి బాగా నడచి నన్ను అభివృద్ధి వైపుకి లాక్కొనిపోతాయి. వీటి రూపకల్పన ఏ విధంగా జరుగుతుందంటే అయిదు లావాదేవీలు ప్రతికూలంగా నడచినా, కేవలం ఒక్కటి సరిగ్గా ప్రణాళిక ప్రకారం ముందుకు సాగినా, నేను అభివృద్ధి దిశగానే సాగుతూ వుంటాను.

నేను ఎలా ఒప్పందాల రూపకల్పన ఏ విధంగా చేస్తాను అనే దానికి ఇది ఒక ఉదాహరణ. ఇవన్నీ ధీర్ఘకాలిక రాబడిని, చేతినిండా నగదు ప్రవాహం (చెల్లుబాటు) పెట్టుబడి కాలపరిమితిలో వుండేటందుకు కుదుర్చుకొనబడినవి. వీటి వెనుక లక్ష్యం అత్యధిక రాబడి, నష్టభయం లేకుండా వుండడం. ఈ ఉదాహరణలో, అయిదు ఒప్పందాలు ప్రతికూల ప్రభావం చూపడం అనేది సాధారణంగా జరగదు ఎందుకంటే నా పెట్టుబడులన్నిటికి నష్టపరిరక్షణ వుండేటట్లు నేను చూసుకుంటూ వుంటాను. కనుక అది అసాధ్యమనే చెప్పవచ్చును.

సైడ్ కార్ ఒప్పందాలు

మీ పరికరాల మూటలోకి జేర్చుకోవడానికి, మీకు ఆదాయ విస్తారకాలుగా పనిచేసే సైడ్‌కార్ ఒప్పందాలని పరిచయం చేయాలనుకుంటున్నాను. ఒక సాధారణ పెట్టుబడిదారుడు పొందే సదుపాయాలకంటే ఇనుమడింపబడిన నిబంధనలతో కూడిన నిబంధనల పత్రమే ప్రభావవంతమైన సైడ్‌కార్ ఒప్పందం. నేను మదుపు పెట్టినప్పుడు నాకు ఫలితం నేను ఆశించిన రీతిలో పొందే హామీ కొరకు 'సైడ్ కార్ ఒప్పందా'లను ఉపయోగించుకుంటాను. నేను ఒక బృందంతో కలసి పెట్టుబడి పెట్టినప్పుడు వారికి కూడా అటువంటివే, అంటే వారు ఆశించిన నిబంధనలనే వారు పొందేటట్లు నేను చూసుకుంటాను. సైడ్‌కార్ ఒప్పందాలని ఈ క్రింద విధంగా ప్రోగేసుకుంటాను:

1. మొట్టమొదటిగా నేను ఆశించిన నిబంధనలను గూర్చి (preferred terms) ప్రస్తుతం చేస్తున్న పెట్టుబడి లావాదేవీలలో చర్చిస్తాను. నాకు చెందిన లయన్స్ నెట్‌వర్క్ కూడా నాతోబాటు పెట్టుబడిలో భాగస్వాములైతే వారి తరఫున కూడా నిబంధనలను

చర్చిస్తాను. వాటిల్లో నిర్వహణ ఫీజు, (రుసుము) పాలనా యంత్రాంగం తాలూకు ఫీజు (లేదా ఇతర ఫీజులలో) తగ్గింపు, 'క్యారీడ్ ఇంటరెస్ట్' (carried interest-ఆమోదం పొందిన వడ్డీ), అనగా లాభాలలో పెట్టుబడి నిర్వాహకులకు పరిహారంగా ఇవ్వబడే వాటాలో తగ్గింపు, ఆశించిన రాబడి (preferred return) లో పెంపుదల, లేదా వడ్డీ చెల్లింపులో పెంపుదల, లాభాల విభజనలో ఆధిక్యత లేదా కనీస పెట్టుబడి విషయంలో తగ్గింపు మొదలైనవి వుంటాయి. ఒక్కోసారి ఈ ఆశించిన నిబంధనలలో 'హర్డల్ రేటు (hurdle rate-అటుగా వచ్చు లేదా విపత్తు రేటు) లో పెంపుదల కూడా వుండవచ్చు. 'హర్డల్ రేటు' అనగా ఒక పెట్టుబడికి అవసరమైన కనీస రాబడి రేటు. ఈ తరుణంలో నా దృష్టి నా సమగ్ర ఆదాయం పెంచే నిబంధనలను చర్చించే దిశగా వుండి, నాకు వీలైనంత సొమ్ముని పెట్టుబడిగా పెట్టే రకంగా వుంటుంది.

2. తరువాత, ఏదైనా రాబోయే పెట్టుబడుల విషయంలో ఆశించిన నిబంధనల కోసం, ప్రపథమ-బేరగాడుగా వుంటే వచ్చే సౌకర్యం కోసం చర్చలు నడుపుతాను. ఇవే ఆశించిన నిబంధనలు కలిగి వుండిన వీలైనన్ని ఒప్పందాల నగదు విషయంలో ప్రథముడిగా వుండదలుచు కున్నాను. భవిష్యత్తులో రాబోయే ఒప్పందాలలో పెట్టుబడి పెట్టగలిగే మొదటి హక్కుని పొందడానికి ప్రయత్నిస్తాను. ఇతరులకన్నా ముందుగా అవకాశం పొందేటందుకు ప్రయత్నించి, ప్రతీ పెట్టుబడి విషయంలోనూ ఎంతవరకూ పాలుపంచుకుంటానన్న దానిలో పరిమితి లేదని వెల్లడిస్తాను.

3. చివరగా, అదనపు పెట్టుబడులలో భాగస్వామ్యం పొందే అవకాశం నేను ఆశించే నిబంధనలుగా ప్రస్తావిస్తాను. ఉదాహరణకి, నేను ఒక నిధిలో (ఫండ్) లో పెట్టుబడి పెడుతున్నాననుకోండి, అప్పుడు ఆ ఫండ్‌కి చెందిన అదనపు పెట్టుబడులు ఈ ప్రతిపాదనలోకి రాకుండ వుండవచ్చును లేదా ఒక్కటే అయిన పెట్టుబడి పరిధికి మించినవిగా గాని వుండవచ్చు.

> అలాంటప్పుడు నేను చర్చల ద్వారా ఒక అదనపు ఒప్పందాన్ని, తదుపరి ఒప్పందాలలో సహ పెట్టుబడిదారునిగా (Co-invester) వుండేటందుకు ఏర్పరుచుకుంటాను. ఇంతకు పూర్వం వున్నవాటికంటే మెరుగైన ఆశించే నిబంధనలను అంటే మొదటి సైడ్ కార్ ఒప్పందంలో తీర్చిదిద్దిన వాటికంటే మెరుగైనవిగా వుండేవాటిని సమకూర్చు కుంటాను. ఈ సహపెట్టుబడులు (Co-invester) తరచుగా పరిమితంగా వుండి మొదటి స్థానంలో పొందడం కష్టతరంగా వుంటాయి. కాని వాటిని సాధించినట్లైతే నాకు ఇంకా అనువైన ప్రధాన నిబంధనలు ఆ పెట్టుబడుల విషయంలో వుండే అవకాశం వుంటుంది.

సహ-పెట్టుబడులను గూర్చి వివరంగా నేను ప్రస్తావిస్తాను. కాని దానికంటే ముందు ఆశించిన (ప్రాధాన్యత కలిగిన) నిబంధనలను చర్చించడాన్ని గూర్చి మీరు అర్థం చేసుకోవాలి. మీరు ఏ ఒప్పందంలోనైనా కాని మీ రాబడిని పెంచుకోవడానికి ఆశించిన (ప్రాధాన్యత కలిగిన) నిబంధనలు (preferred terms) ని చర్చించు కుని సాధించవచ్చును. కాని మీ ఒప్పందాన్ని అనువైనదిగా చేసుకునేటందుకు ఆశించిన నిబంధనలకు బదులుగా ఒక సైడ్ కార్ ఒప్పందం లాంటి విస్తారకాన్ని కూడా వినియోగించుకోవచ్చును. ఇలా మీరు నేరుగా పెట్టుబడి పెడుతున్నప్పుడు కాని లేదా ఫండ్ ద్వారా పెట్టుబడి పెడుతున్నప్పుడు కాని చేసుకోవచ్చును.

ఫండ్లలో సహ-పెట్టుబడులు

నేరుగా పెట్టే పెట్టుబడులను గూర్చి నేను విశదంగా, లోతుగా ప్రస్తావించాను. కాబట్టి కొంత సమయాన్ని నేను ఇప్పుడు ఫండ్లలో పెట్టుబడులను గూర్చి వాటిని పెంచుకోవడం గురించి మాట్లాడుకుందాం.

వ్యక్తిగతంగా నేను ఫండ్లలో పెట్టుబడులంటే ఇష్టపడతాను. ఒకే పెట్టుబడి పరిమితిలోకి తీసుకుని రాబడిన వివిధ పెట్టుబడుల సమూహమే ఫండ్స్ (నిధులు). నిజమైన పెట్టుబడిదారులు వీటిని ఇష్టపడేటందుకు కారణం ఏమిటంటే ఏకైక పెట్టుబడిలో వున్న నష్టభయాలు కొన్నిటిని ఇవి మాయం చేస్తాయి. ఒక ఫండ్‌లో ఒక మదుపు చేతి కందకపోతే, మరేం

ఫర్వాలేదు, ఎందుకంటే మిగతా పెట్టుబడులు సవ్యంగా నడచి, ఈ నష్టాన్ని పూరించి మొత్తంగా శక్తివంతంగానే నిలబడి ఉంటాయి. ఈ విధంగా మంచి, చెడు పెట్టుబడులు సమతౌల్యం పాటించుట చేత ఇది నేరుగా పెట్టిన పెట్టుబడి నష్టం ఎదుర్కొన్నప్పుడు ఉన్న పరిస్థితిలా వుండదు. **నేను తెలివిగా పనిచేసి ఆస్తులు కొనగలిగితే, నేను మరింతగా సంపాదించగలుగుతాను.**

ఇప్పుడు ఒక ఉదాహరణ చూద్దాము. ఒక్కొక్కసారి, మీరు సరియైన ఫండులోకి సరియైన మనుష్యులతో జేరినట్లైతే, మీరు ఒక సైడ్‌కార్ ఒప్పందం కుదుర్చుకోవచ్చును. మీరు ఫండులో భాగస్తులుగా మీ డబ్బుని అన్ని ఒప్పందాలకి అనుగుణంగా వుంచవచ్చును. కాని ఒప్పందాలకతీతంగా, ఒక లావాదేవీ మీకు నచ్చియుండవచ్చును. మీకు మార్కెట్టు పరిచయం వున్నందువలననో, లేదా దాని తాలుకు ప్రతినిధులు పరిచయం వున్న కారణాన్నో లేదా అక్కడ వున్న ఉపయోగం మీకు గోచరించినందుకు గావచ్చును, అది మీకు అమోఘమైన సావకాశంగా కనిపించవచ్చు. లేదా అక్కడ ఈక్విటీనిగాని వారంట్లనుగాని పొందే అవకాశం కనిపించవచ్చును.

అటువంటి పరిస్థితులలో, మీరు ఆశించే నిబంధనలు (preferred terms) ఆ ఒక్క పెట్టుబడి గురించి చర్చించవచ్చును. దీనినే 'సహ-పెట్టుబడి' (Co-inverstment) గా పరిగణిస్తారు. మొత్తంగా పరిగణిస్తే మీకు మంచి రాబడిని, అంటే కేవలం ఫండ్‌లో వుండి సంపాదించిన దానికంటే ఎక్కువగా చవిచూస్తారు. మీరు ఫండ్‌లో వున్నారు ఆ ఒప్పందం తాలుకు వివరాల పట్ల అవగాహనలో వుంటారు, కాని ఫండ్ అందించిన దానికంటే ఎక్కువ లోతైనవి మీకు అవసరపడవచ్చు. అలా జరిగిన పక్షంలో, మీకు ఖచ్చితంగా అది లాభదాయకమైన లావాదేవీ అని తెలిసినప్పుడు మీరు ఆశించే నిబంధనలు (preferred terms) కొరకు ప్రయత్నించవచ్చును లేదా ఆ ఒక్క పెట్టుబడి కొరకు అంతకుపూర్వమే ప్రతిపాదించిన ఆశించేటువంటి నిబంధనలు గల సైడ్‌కారు ఒప్పందాన్ని ఉపయోగించ్చును. ఈ రకంగా, మీరు ఆర్థికపరంగా ఒక సాధారణ భాగస్వామి (general partner) పాల్గొనిన విధంగా ఒప్పందంలో భాగస్తులై అధిక రాబడి పొందే విధానాన్ని, అంటే ఈక్విటీ, వారంట్లు లేదా మొత్తం మీద ఎక్కువ వడ్డీ లేదా తక్కువ రుసుముతో ఆశించిన రాబడిని పొందవచ్చును.

కన్పించని ద్వారా సంపాదించుట

పెట్టుబడి ప్రపంచంలో 'ఫాంటమ్ ఇన్కమ్' (Phantom Income) అంటే మనుగడలో లేనట్టుగా అగుపించే ద్రవ్యం నుండి కూడా రాబడిని సంపాదించే నైపుణ్యం. దీనికి ఉదాహరణగా మీరు అద్దెకు ఇచ్చిన ఆస్తి పెంపొందుతూ వుంటే, ఒక ఏడాదికంటే తదుపరి వచ్చే ఏడాదికి వచ్చే సొమ్ములో పొడసూపే వ్యత్యాసపు మొత్తం లేదా ధీర్ఘకాలికంగా అలా కొనసాగినందు వలన కలిగే అదనపు ఆదాయాన్ని 'ఫాంటమ్ ఇన్కమ్‌గా చెప్పవచ్చును. 'రిచ్ డ్యాడ్ పూర్ డ్యాడ్' (Rich Dad Poor Dad) పుస్తక రచయిత రాబర్ట్ కియోసకీ, 'ఫాంటమ్ ఇన్కమ్' (అదృశ్య ఆదాయం) ని గూర్చి మాట్లాడుతూ మీ కౌలుదారులు కౌలు చెల్లిస్తూ వుండిన కారణంగా మీరు తనఖా విడిపించుకోగలిగి, రుణభారం తగ్గి మీ ఆస్తి విలువ పెరగడమేనని అంటారు. ఒక్కసారి మీ ఆస్తికి చెల్లుబాటు మొత్తం జరిగాక, పూర్తిగా రుణభారం తొలగి మీ నగదు ప్రవాహం పెరగడం కూడా ఒక విధమైన 'ఫాంటమ్ ఇన్కమ్' (అదృశ్య ఆదాయమే). ఇది కాక అదనంగా, మీ ఆస్తులూ, వాటి మీద వచ్చే ఆదాయంపై తరుగు విలువ కట్టేటప్పుడు కూడా మీరు 'ఫాంటమ్ ఇన్కమ్' (అదృశ్య ఆదాయాన్ని) సృజిస్తారు ఎందుకంటే వాటిమీద వచ్చే లాభం, మీరు వాటికై కట్టే పన్నుల కంటే అధికంగా వుంటుంది.

ఈ ఫాంటమ్ ఇన్కమ్ (అదృశ్య ఆదాయం) యొక్క ముఖ్య ప్రయోజనం వాడుకకు కనపడని ధనం నుండి కూడా మీరు నిరంతర ఆదాయం సంపాదిస్తారు. అయితే మీరు సరియైన మార్గంలో దానిని ఉపయోగించుకోవడం ముఖ్యం. పరిస్థితిని బట్టి మీరు ఈ అదృశ్య ఆదాయం సృజించుకునే నేపథ్యంలో అనేక ప్రయోజనాలను, లోటుపాట్లను ఎదుర్కొనవలసి వచ్చును. ప్రత్యేకంగా పెట్టుబడిదారులకు, అనేక సదుపాయాలను అందించే సంపూర్ణ-జీవిత భీమా (whole-life insurance) ని నేను పెట్టుబడియే జీవనశైలిగా అవలంబించి అదృశ్య ఆదాయాన్ని పొందేటందుకు సాధానముగా వివరించదలచుకున్నాను.

ప్రత్యేకంగా రూపొందించిన సృజనాత్మకత విషయంలో తారాస్థాయికి చేరుకున్న సంపూర్ణ జీవిత భీమా కాబట్టి అది కాలక్రమేణ ఘాతాంక విలువలో ఆదాయాన్ని పన్ను మినహాయింపుతో సహా పెంపొందిస్తుంది. నేను వివరిస్తున్న రీతిలో పనిచేయడానికి మీరు కొనుగోలు చేసే చాలా జీవిత భీమా

ఉత్పత్తులు సరిపోవు. చాలామంది జీవిత భీమా ప్రతినిధులకు నేను ఉపయోగించుకునే పాలసీలను ఎలా రూపొందించాలో కూడా తెలియదు. నేను ఉపయోగించుకునే పాలసీల కొరకు ఒక ప్రతినిధి భీమారంగంలో నైపుణ్యం కలిగి, ప్రత్యేకంగా సంపూర్ణ జీవిత భీమా మంచి ప్రోత్సాహకాలతో కూడినటువంటిది రూపొందించగలిగి వుండాలి. ఆ జీవిత భీమా నిపుణుడు దానికి ఉత్ప్రేరకాలు అదనంగా జోడించగలిగి, తద్వారా ఆ పాలసీ ఘాతాంక విలువలతో పెరుగగలిగినదై కొనుగోలుదారునకు అత్యంత ఉపయోగకారిగా వుండాలి - ఇదంతా ప్రతినిధికి చెల్లించే తక్కువ కమీషను (రుసుము), నగదు విలువను ఉత్తేజితంగా పెంపొందించడం, ప్రీమియమ్ చెల్లుబాట్లను ఇనుమడింపజేయడం లాంటివాటి మీద ఆధారపడి వుంటుంది.

ఉదాహరణకి, చాలామందికి తమకి అందుబాటుగా తమ సంపూర్ణ జీవిత భీమా పాలసీ వున్నదని, దానిని ఆధారంగా చేసుకుని రుణం పొందవచ్చునని, ఆ సొమ్మునే వేరొక చోట పెట్టుబడిగా వాడుకోవచ్చునని తెలియదు. మరొక విధంగా చెప్పాలంటే, సంపూర్ణ జీవిత భీమాలో వున్న నగదు రాబడిని ఆర్జిస్తూనే వుంటుంది, ఎందుకంటే దానిని ఆధారంగా చేసుకుని రుణం తీసుకోవడం అంటే ఆ నగదుని ఉపసంహరించుకోవడం కాదు కదా! అలా పొందిన రుణం తాలుకు సొమ్ముని వేరొక ఒప్పందంలో పెట్టి రాబడిని ఆర్జింపవచ్చును. అంటే మరొక మాటలో చెప్పాలంటే, ఒకే సొమ్ముతో రెండు విధాలుగా ఆదాయాన్ని పొందవచ్చును. సంపూర్ణ జీవిత భీమా పరంగా డివిడెండ్ (dividend) ని సంపాదించుకోవచ్చును, చాలావరకు అది కనీస రాబడిని కలిగి వుంటుంది. అదే సమయంలో వేరొక ఒప్పందం ద్వారా రాబడి కల్గిన సంభావ్య ఈక్విటీని పొందవచ్చును. ఇదంతా అవే డాలర్లలతో సాధించవచ్చును.

రాబడి మరింతగా విస్తరించుకోవడానికి, వారికి గనుక నా పెట్టుబడి ప్రామాణికం నాలుగు (4), "మూలధనాన్ని త్వరితంగా తిరిగి పొందుట" అన్నది అనుసరించే అలవాటు వుంటే, ఆ రెండవ పెట్టుబడిలో ఈక్విటీని కొనసాగిస్తూ, మరల అవే డాలర్లను వేరొక ఒప్పందంలో పెట్టి, మూడవసారి అదే సొమ్ముపై ఆదాయాన్ని పొందవచ్చును. అలా జరిగినట్లైతే, వారు అదే సొమ్ముపై మూడవసారి ఆదాయం పొందుతూ, మూడు వేరు వేరు పెట్టుబడులలో ఈక్విటీని పొందుతారు. ఇదంతా ఒకటే పెట్టుబడి అంటే మూలధనం నుండి జరుగుతుంది.

అదృశ్య ఆదాయం తరహాకు చెందిన ఈ ఉదాహరణ, 'ఫ్రాక్షనల్ రిజర్వ్ లెండింగ్' (fractional reserve lending) కి బ్యాంకు విధానానికి కూడా ఉదాహరణగా నిలుస్తుంది. బ్యాంకులు మీ డిపాజిట్‌లను తీసుకుని దానిలో పాక్షిక భాగం మాత్రమే అందుబాటులో వుంచుకుని, తక్కిన మొత్తము-సాధారణంగా అదే ద్రవ్యాన్ని పదింతలుగా రుణాలుగా మార్చి ఇచ్చి వేస్తాయి. ఇది నిజంగా అసాధ్యమనిపిస్తుంది. కాని బ్యాంకులు చేసే పని అదే. మీ డిపాజిట్లలోని ఎక్కువ భాగాన్ని అధిక నష్టభయం కలిగిన ఉత్పన్నాలు (high risk derivatives) లో పెట్టుబడిగా పెడతాయి. ఇలాంటిదే 2008లో మార్కెట్టు విధ్వంసానికి దారితీసింది. అయితే, నేను పైన చెప్పిన దృష్టాంతములో, నేను ఒకటే మూలధనానికి మూడుసార్లు రాబడిని గడించగలిగాను. బ్యాంకులు చేసే పనిని నేనూ చేయగలిగాను, కాకపోతే సురక్షితమైన పెట్టుబడి మార్గాలలో, కొద్దిగా చిన్న తరహాలోనన్నమాట.

ఇంతకుముందు ఉదాహరణగా పేర్కొన్నదానిలో నేను అదృశ్య రాబడిని ఉపయోగించుకునడం జరిగింది. ఎందుకంటే నేను మొత్తం సొమ్ము వినియోగించి నా మొదటి పెట్టుబడిలో లాభం ఆర్జించాను అయినా గాని నాకు ఈక్విటీ వుంటుంది. నగదు ప్రవాహం కూడా నేను ఒప్పందంలో వున్నప్పటికి లాగానే వుంటుంది. అయితే ముఖ్యంగా, నేను నా నిబంధనలతో, నా పోర్టు ఫోలియోని బ్యాంకులు చేసే విధంగా నా కనుగుణంగా చేయగలను. ఇదే పనిని మీరు కూడా చేయవచ్చును.

పెట్టుబడి ప్రామాణికం 7లో, "ఒప్పందానికి అదనంగా జోడించుట" లో, నేను ఒక వాస్తవ ఉదాహరణని వివరిస్తూ, నేను ఎలా నా సంపూర్ణ జీవిత భీమా పాలసీని ఉపయోగించి ఒకేసారి రెండుచోట్ల రాబడిని పొందగలిగానో, ఎలా ధరల తేడాల మధ్యన ఈక్విటీ, పెట్టుబడివలన వచ్చిన రాబడిని కలగలుపుకుని సాధించానో వివరిస్తాను. ఆర్బిట్రేజ్ (ధరల తేడాల మధ్యన భేదం) అనగా మీరు రెండు వేరు వేరు ధరల మధ్యనగల వ్యత్యాసం వలన గాని లేదా రెండు ఆదాయపు రేట్ల మధ్యనగల వ్యత్యాసం వలనగాని నష్టరహితమైన లాభం పొందగలిగితే దానిని ఆర్బిట్రేజ్ (ధరల తేడాల మధ్యన భేదం) గా పరిగణించవచ్చును.

ఉదాహరణ: డ్రెస్‌బార్న్

పెట్టుబడి ప్రామాణికము 3, 'అగపడని ఒప్పందాలు కనుగొనుట' లో నేను డ్రెస్‌బార్న్ ఒప్పందం గురించి ఇంతకుముందే వివరించాను. కాని నేను మరింత వివరంగా ఎలా నా ఆదాయ విస్తారకం ప్రణాళిక పని చేసిందో, ఎలా మీకు ఒక సంబంధాన్ని అత్యంత లాభదాయకమైన నగదు చెల్లుబాటు గల పెట్టుబడిగా మార్చుకోవచ్చునో అని తెలియజేస్తాను.

ఆలోచనా సరళి

మరొక పెట్టుబడిదారినితో ఒకానొక సమావేశంలో పాల్గొని పరిచయాన్ని స్నేహంగా మార్చుకున్నాను. మేమిద్దరం మాకున్న పరిచయస్థుల జాబితాని ఒకరితో ఒకరు పంచుకున్నాము. తనకు పరిచయం వున్న కొంతమంది ప్రసిద్ధులైన పెట్టుబడిదారులు, వ్యాపారవేత్తల వివరాలలు నాకందిస్తే నేనూ అదే పనిచేసాను. సరియైన వ్యక్తులను, సరియైన సమయంలో కలుసుకోవడం దీని యొక్క ప్రాధాన్యత ఎందుకంటే ఇటువంటి లావాదేవీలో పాలుపంచు కోవడం కొద్దిమందికే సాధ్యం. నాకు ఈ ఒప్పందం సానుకూలంగా కనిపించడానికి కారణం నా మూలధనం త్వరగా తిరిగి పొందగలుగుతాను. మరొక కారణం, మొదటి సంవత్సరంలో ఈ కంపెనీ ఎదుర్కొనిన ఒడుదుడుకులు ఎక్కువ సంఖ్యలో ఉండకపోవడం. ఈ కంపెనీ రెండు సంవత్సరాలు దుష్పరిణామాలని ఎదుర్కొనినా, నాకు సంబంధించిన సొమ్ము నాకు వచ్చేస్తుంది. పైగా, ఆన్‌లైన్‌లో ఈ బ్రాండ్ వస్తువుల అమ్మకం పెంచి, నేరుగా మార్కెట్టులో అమ్మకాలు పూర్తిగా తగ్గించడమే ఈ పరిశ్రమ యొక్క భవిష్యత్తుగా నాకు గోచరించింది.

రూపకల్పన

ఆ ఒప్పందం యొక్క రూపకల్పన ఈ విధంగా వుంది.

- ఒక్క సంవత్సరం నోటు
- 20% వడ్డీ
- నెలవారీ పంపకాలు

- ఒక సంవత్సరకాలం తరువాత పెద్దమొత్తం చెల్లుబాటు (Balloon Payment) - అసలు మొత్తం (investment principal) పూర్తి చెల్లుబాటు.
- నోట్‌లోని ఒక భాగాన్ని కాని లేదా మొత్తం నోటునిగాని విస్తరింపజేసుకునే అవకాశం. రెండు సంవత్సరాలకు గాను అదే 20% వడ్డీతోను, అదనంగా 15% నగదు బోనస్ చేర్చి, నోట్ కాలం సంపూర్ణం అయ్యేటప్పుడు ఒక అదనపు 10% వారంటు కిక్కర్‌తో కూడిన అవకాశం.
- కొంత సమయం తరువాత నా నోటులోని కొంత భాగాన్ని కాని లేదా పూర్తిగా గాని ఈక్విటీగా మార్చుకునే అవకాశం, అది కూడా నేను కంపెనీని, పెట్టుబడిని కూడా అంచనా వేయగలిగే సమయం నాకు చిక్కినప్పుడు మాత్రమే జరుగుతుంది.
- ఒక మిలియన్ డాలర్ల పెట్టుబడికి 3% ఈక్విటీ కిక్కర్.
- మేథాశక్తిని తనఖాగా వుంచడం, అది పెట్టుబడి కంటే చాలా విలువైనది.

వడపోత

ఒక శక్తివంతమైన బ్రాండ్ పేరుతో ఎక్కువ విలువ గల్గిన ఆస్తి తక్కువ వెలకి అమ్ముడుపోవడానికి ఇది సరియైన ఉదాహరణ. దానికి సంబంధించిన ప్రతినిధులు ప్రఖ్యాతి నొందినవారు. వారి ప్రతిష్ఠకు భంగం కలిగించే విధంగా ఈ ఒప్పందం దిగజారడాన్ని వారు సహించలేరు. ఒడుదుడుకులను సవరించుకునే ఆర్థిక వనరులు కూడా వాళ్ళకి అందుబాటులో వున్నాయి. పెట్టుబడికి తనఖాగా డ్రెస్‌బార్న్ మేథాశక్తి అనే ఆస్తి వుండగా, దీనితో బ్రాండ్ పేరు, సుమారు ఎనిమిది మిలియన్‌ల కొనుగోలుదారుల జాబితా కూడా జోడింపబడినది.

చర్చలు

చాలా అంశాలు చర్చలలో చోటు చేసుకున్నాయి. వీటిల్లో వ్యాపారం సవ్యంగా సాగుతున్న పక్షంలో రుణం సంవత్సరం కాలం గడిచిన తరువాత కూడా పెంచుకునే అవకాశం, మేథాశక్తిని తనఖాగా ఆస్తులు, భవిష్యత్తులో

చితికిపోయే వాటిల్లో పెట్టుబడి పెట్టే అవకాశం నాకే మొదటగా వుంటుంది. తద్వారా నేను వాటిల్లో విడివిడిగా పెట్టుబడి పెట్టి, నా స్థానాన్ని బహుముఖంగా చేసుకుని, చితికిపోయే బ్రాండ్లను రిటైలు కంటే ఆన్‌లైన్‌లో అమ్మకాలు వుండేటట్లు చూసుకుని నా పోర్టుఫోలియోని నిర్మింపజేసుకోవచ్చును.

చాలా పెట్టుబడులకు ఇన్ని ప్రోత్సాహకాలు వుండవు. ఈ ఒప్పందంలో పొందిన ఉచిత ఈక్విటీని పెద్ద కిక్కర్‌గా పేర్కొనవచ్చును. ఒకసారి అసలు మొత్తాన్ని తిరిగి పొందాక ఇంకా ఈక్విటీని కలిగి వుండడం చాలా అరుదుగా జరుగుతుంది. పైగా, కిక్కర్‌గా చెల్లింపబడే ఈక్విటీ మొత్తం చాలా అధికంగా వుంది. సాధారణంగా, కిక్కర్‌లు ఇచ్చినా గాని అంత మొత్తంలో ఇవ్వరు.

పరిశీలనలో ఒప్పందం

నా లయన్స్ నెట్‌వర్క్ చాలా నాణ్యతగల 60 ఏళ్ళ క్రితం బ్రాండును చాలా చవుకగా కొనేసారు. ఏదైనా తేడా వస్తే మేము వెంటనే లాభసాటిగా అమ్మడానికి వీలుగా మేమే ఒప్పందాన్ని చర్చల ద్వారా సాధించాము. చాలా బృందాలు ఈ ఆస్తి కొరకై లావాదేవీలు కొనసాగించాయి. వాటిల్లో కనీసం ఒకటి మాకన్నా అధికంగా (మేము పెట్టిన దానికంటే మిలియన్ల డాలర్లు అధికంగా) ఇవ్వడానికి సిద్ధపడినది. అయితే, మాతృ సంస్థ అయిన 'అసీనా రిటైల్ గ్రూప్' (Ascena retail group)కి మా కాలపరిమితి, మా బృందం అన్నిటికంటే నచ్చుకోలుగా వున్నాయి. అదనంగా, సంవత్సరాంతానికి, పెద్దమొత్తం నోటునుసరించి చెల్లింపవలసిన సమయంలో, కంపెనీ విఫలం చెందుతున్నది అన్నమాట వాస్తవదూరంగా వుంది. మా పెట్టుబడి మొత్తం తిరిగి పొంది, ఉచిత ఈక్విటీని నిలబెట్టుకుని, కంపెనీ అభివృద్ధిలో భాగం పంచుకుగలుగుతున్నాము. ఎందువలన అంటే ఆ ప్రతినిధుల బృందం ఈ–కామర్స్ అభివృద్ధిని కొనసాగిస్తూనే వుంది.

పెట్టుబడి ప్రామాణికం 7: ఒప్పందానికి అదనంగా చేర్చుట

మీరు దేనికీ హద్దుని నిర్ణయించలేరు, మీరు కలలు కనడం కొనసాగించుతూ వుంటే, మరింత పొందగలుగుతారు.

– మైఖెల్ ఫెల్ప్స్

క్రిందటి అధ్యాయంలో నేను ప్రారంభంలో ఆగండి, ఇంకా చాలా వుంది!" అంటూ ఆరంభించాను. ప్రతీ ఆదాయ విస్తారకం ఒక అదనపు బోనసు. ఇప్పుడు, నేను ఒక ఒప్పందానికి, బోనసులకి ఏ మాత్రం ఖర్చు లేకుండా, సురక్షితమైన ద్రవ్యంతో ఎలా పెట్టాలో చూపిస్తాను. మార్కెటింగ్ ప్రపంచంలో, ఈ ప్రణాళికను "తక్కువ ధరకి ద్రవ్య విక్రయం" (Selling money at a discount) గా పిలుస్తారు.

క్రిందటి అధ్యాయం ఒక ఒప్పందానికి ఆదాయ విస్తారకాలని జోడించి పెట్టుబడిపై అధిక రాబడి ఎలా రాబట్టుకోవాలో అన్న విషయం విశదీకరించింది. సాంకేతికపరంగా చెప్పాలంటే ఏ ఆదాయ విస్తారకం లేకుండానే మీరు గొప్ప పెట్టుబడులు పెట్టవచ్చును. కాని నేను కనీసం ఒకటి అయినా (సాధారణంగా అనేక ఆదాయ విస్తారకాలు) వుండేటట్లు చాలావరకు చూసుకుంటాను.

ఈ అధ్యాయం అదనపు ఆదాయ విస్తారకాలు, నష్టభయం తగ్గించే సురక్షణ కవచాలు, లేదా రెండింటిని గూర్చి చేసే అదనపు చర్చలపై దృష్టి

సారిస్తుంది. ఈ అదనపు చేరికలు చర్చల ప్రారంభంలో కాని చివరలో పెట్టుబడి ఖరారు చేసేటందుకు చేసే కాంట్రాక్ట్ (ఒప్పందం) సంతకం చేసే ముందుగాని జరుగుతాయి.

సంపూర్ణత గల్గిన ఒప్పందం అనే అపోహ

ఒకసారి ఒప్పందం కుదుర్చుకున్నాక అంతా సవ్యంగా వుంటుందనే అపోహ ఒకటుంది. అయితే కాంట్రాక్ట్ సంతకం జరిగేవరకూ లావాదేవీ నిర్ధారితం కాదు. అది జరిగేవరకు, పెట్టుబడి నిబంధనలను మార్పు చేసుకునే అవకాశం వుంటుంది. నేను ఒప్పందాన్ని అందరూ పరిగణించిన రీతిలో పరిగణించను. ఎప్పుడైనా సరే ఒక ప్రయోజనం చూసినప్పుడు దానిని వినియోగించుకోవాలి అని అనుకుంటాను. దిద్దుబాట్లకు అవకాశం వున్నా లేదా నేను మొదటి పర్యాయం చర్చలలో కన్నా అధికంగా ఏదైనా సావకాశం వుంటే నిస్సంకోచముగా అడుగుతాను. "కాదు" అని అనేటందుకు వారికి ఎప్పుడూ అవకాశం వుంటుంది.

ఒక్కొక్కసారి నేను అడిగినప్పుడు, ద్రవ్య ఉత్పత్తికి అంతకన్నా అవకాశం లేక, వారు తదుపరి చర్చలకు సిద్ధంగా వుండరు. కానీ తరచూ, నేను ఎటువంటి పరిస్థితిలో పెట్టుబడి పెడతానంటే వారు అత్యంత ఆవశ్యక పరిస్థితులలో వుండి, వారు ఎప్పుడు నిధులు సమకూర్చుకోవాలో కాలపరిమితి నిర్ణయించేసుకుని వుండడం వలన కొన్ని వెసులుబాట్లను సాధారణంగా కల్పిస్తారు.

నేను అదే పనిగా ఒక ఒప్పందం గూర్చిన చర్చలు చేస్తూ పోతూ వుంటాను. ఎప్పటివరకూ నేను నా నష్టభయాన్ని పూర్తిగా పోగొట్టుకోవడమో, లేదా చాలా వరకూ తగ్గించుకోవడమో జరిగి ఆ నిబంధనలన్నీ నాకనుకూలంగా వుండేటంత వరకూ దానిని నేను కొనసాగిస్తాను.

ఒకటికి రెండు చేకూర్చే ఒప్పందం

నష్టభయం లేకుండా ఒకటికి రెండు చేకూర్చే ఒప్పందాన్ని మీ ముందు వుంచుతున్నాను. అది పనిచేసే విధానం ఇదిగో! నేను ప్రత్యేకంగా సమకూర్చబడిన సంపూర్ణ జీవిత భీమా పాలసీ (ఇతర పాలసీలకన్నా

భిన్నమైనది)ని నా పెట్టుబడులకు మదుపుగా వాడుకుంటాను. అది బ్యాంకు రీతిగా పనిజేస్తుంది. కాని దాని నిబంధనలు, నేను క్రిందట అధ్యాయంలో చర్చించినట్లుగా బ్యాంకు కన్నా మెరుగైనవిగా వుంటాయి. అయితే నేను బ్యాంకు లాగానే భర్తీ ప్రణాళికను ఉపయోగించుకొని, అంటే నా సంపూర్ణ జీవిత భీమా పాలసీపై రుణాలు పొంది, అదే ద్రవ్యం నుండి అనేక విధాలుగా రాబడిని పొందే విధానంలో పనిచేస్తాను.

నేను ఈ ప్రణాళిక నుపయోగించి డ్రెస్‌బార్న్‌లో పెట్టుబడి పెట్టాను, దానితోబాటు మిగిలిన రిటైల్ బ్రాండ్‌లలో అంటే మా లయన్స్ నెట్‌వర్క్ కొనుగోలు చేసిన వాటిలో (Pieri imports, Linens & things, The Franklin Mint, Modell's, Radio shack stein Mart మరియు ఇతరమైనవి) కూడా పెట్టుబడి పెట్టాను. నాకు చెందిన మొబైల్ హోం పార్కులలోను, ప్రాతినిధ్యం కలిగిన కంపెనీలలోను (వీటిని గురించిన వివరాల ఈ అధ్యాయం చివరలోను తరువాత అధ్యాయంలోను తెలియ జేస్తాను) ఇంకా ఇతర పెట్టుబడులలోను ఈ ప్రణాళికను ఉపయోగించు కున్నాను.

నోటు: అందరూ భీమా ప్రతినిధులు సమానమైనవి సృజించరు, అన్ని భీమా పాలసీలు సమానత కల్గినవి కావు. నేను చెప్పబోయే సేవలను అన్ని జీవిత భీమా కంపెనీలు అందించవు.

మీకు కావల్సిన జీవిత భీమా కంపెనీ డివిడెండ్ల రూపకల్పనలో 'ప్రత్యక్ష గుర్తింపు' ని పరిగణించకుండా వుండేటువంటిదై వుండాలి. 'నాన్-డైరెక్ట్ రికగ్నిషన్' (Non-direct recognition- ప్రత్యక్ష గుర్తింపు లేకుండుట) అన్న పదాలకి అర్థం ఏమనగా మీకు మీ పాలసీపై రుణం వున్నా లేదా లేకపోయినా కంపెనీ మాత్రం ఒకే డివిడెండ్ చెల్లిస్తుంది. చాలావరకూ భీమా కంపెనీలు 'ప్రత్యక్షగుర్తింపు' (direct recognition)ని ఉపయోగించుకుని, మీరు పాలసీ మీద రుణం తీసుకునినట్లైతే తక్కువ 'డివిడెండ్' (dividend) చెల్లిస్తారు. అయితే ఇది కూడా ఎప్పుడైతే మీరు 'ధరల వ్యత్యాసం' బట్టి మధ్యవర్తిత్వం (arbitrage) సృజించేటంత సంపాదిస్తారో అప్పుడు మంచిదే – కాని ఇది 'ప్రత్యక్ష గుర్తింపు' లేకుండా (non-direct recognition) జీవిత భీమా కంపెనీ అందించే 'ఆర్‌బిట్రేజ్' (ధరల వ్యత్యాసం బట్టి మధ్యవర్తిత్వం-arbitrage) – తో ఏ మాత్రం సరితూగదు. సాధారణంగా ప్రత్యక్ష గుర్తింపు (direct recognition) తో మీకు 'నెగెటివ్ ఆర్‌బిట్రేజ్'

(negative arbitrage) - ప్రతికూల వ్యత్యాసం) పరిస్థితి వచ్చి మీరు ద్రవ్యాన్ని కోల్పోవలసిరావచ్చును. కాబట్టి మీరు కంపెనీ ఎంపిక విషయంలో జాగ్రత్త వహించండి.

ప్రజలు సాధారణంగా మరణానంతరం వచ్చే ప్రయోజనం కొరకు జీవిత భీమాను గురించి ఆలోచిస్తారు. వారు ద్రవ్యాన్ని చెల్లించి, మరణానంతరం వారి వారసులకు కొంత ఆదాయాన్ని అందిస్తారు. అయితే, సరిగ్గా రూపొందించిన సంపూర్ణ జీవిత భీమా పాలసీ మీరు ఉపయోగించుకోదగిన సదుపాయాలను మీ జీవితకాలంలోనే మీకు అందిస్తుంది. వాస్తవమేమిటంటే జీవిత భీమా అందుబాటులో వున్న ఒక గొప్ప ఏకైక సురక్ష ఏర్పాటు ప్రజలు, ట్రస్టులు ఇందుకు ఉపయోగ పడతాయనుకుంటారు కాని పూర్వనిర్ణయాధారిత న్యాయశాస్త్రం (casel-aw) ద్వారా నిరూపితమైనది ఏమిటంటే రుణదాతల నుండి ఆ ఆస్తులను కాపాడేటందుకు ఏకైక గొప్ప మార్గం జీవిత భీమా.

మీ డబ్బు పన్నులు లేకుండా అభివృద్ధి చెందడానికి, పదవీ విరమణ తదుపరి పన్నుల రహితముగా పంపకానికి (అనకూడదు కాని మీ వారసులకు మీ మరణానంతరం పన్నురహిత ప్రయోజనం కూడా వుంటుంది) జీవిత భీమా ఒక సాధనంగా అది ప్రతి సంవత్సరం 6.5% డివిడెండ్, దానితో బాటు 4% రాబడి ఖచ్చితంగా చెల్లుబాటు చేస్తుంది. పెద్ద పెద్ద భీమా కంపెనీలు ప్రస్తుతం 5–7% డివిడెండ్లను చెల్లిస్తూ వుండగా, జీవిత భీమాకు చెందిన ఖర్చులను తీసివేయగా, మొత్తం అంతర్గత రాబడి రేటు (Internal rate of return (IRR) 4–6% గా వుంటుంది.

జీవిత భీమాలోని ఈ రాబడి 'వాస్తవ రాబడి రేటు' (actual rate of return). అది సగటు రాబడి రేటు (average rate of return) కాదు. దీనిని గురించి ఇంతకు పూర్వం ఇదే పుస్తకంలో 'అపోహ!' అన్న శీర్షిక క్రింద వివరంగా తెలసుకున్నాము. కాబట్టి 10% సగటు రాబడి రేటుని వాగ్దానం చేసే ఇతర పెట్టుబడులులా కాకుండా – స్టాక్ మార్కెట్టులోకి పెట్టుబడి పెట్టిన ఒక ఆర్థిక సలహాదారులా – ఇది వాస్తవ రాబడి రేటు అన్నమాట. అది వాస్తవ సంఖ్య నేర్పుగా సమకూర్చినది కాదు, కాబట్టి రాబడి అంటే వాస్తవంగా రాబడే, నిరంతరమూ, సంవత్సరం తరువాత మరో సంవత్సరం నిరాటంకంగా వస్తుంది.

ఒకసారి ఒకటికి రెండు చేకూర్చే ఒప్పందం గూర్చి పరిశీలిద్దాము. మీకు గనుక నాకు లభించినట్లే, నేను వివరించిన విధముగా వున్న సదవకాశం లభించినట్లైతే, మీ పాలసీపై రుణం తీసుకుని, దానిని తనఖాకి ఉపయోగించుకుని, అనువైన చెల్లుబాటు నిబంధనలతో, 5% వడ్డీ రేటుతో పొందవచ్చును. కష్టకాలంలో, రుణాన్ని చెల్లింపలేని పక్షంలో కూడా పాలసీ అక్కరకు వచ్చి ఆదుకుంటుంది. ఒకవేళ మీరు మరణించినట్లైతే, భీమా కంపెనీ, మరణానంతరం మీ వారసులకు ఇచ్చే సొమ్ముతో రుణభాగాన్ని తీసివేసి మిగిలినది అందజేస్తుంది.

ధరల వ్యత్యాసం బట్టి మధ్యవర్తిత్వాన్ని (arbitrage) వినియోగించు కోండి

నేను మధ్యవర్తిత్వాన్ని ఒక ఒప్పందంలో ప్రణాళికలాగ ఎలాగ వినియోగించు కున్నానో నిజ జీవితంలోని ఉదాహరణ ద్వారా వివరించుతాను. నేను మొదటి మొబైల్ పార్కు కొనుగోలు చేసినప్పుడు నా సంపూర్ణ జీవిత భీమా పాలసీని ఉపయోగించుకున్నాను. ఏ ద్రవ్యాన్ని నేను మొబైల్ హోమ్ పార్కు పెట్టుబడిగా పెట్టదలచుకున్నానో, ఆ సొమ్ముని నేను మొదటగా నా సంపూర్ణ జీవిత భీమా పాలసీకి మదుపుగా పెట్టుకున్నాను. అటుపైన దాని మీద రుణం తీసుకున్నాను. దానినే మొబైల్ హోమ్ పార్కు పై పెట్టుబడిగా పెట్టాను. ఫలితంగా ఒకే నగదు మీద రెండుసార్లు రాబడి పొందాను. రెండు విధాలుగా రాబడి సదుపాయం వున్నప్పుడు, అందునా, ఒకటి ఖచ్చితమైన రాబడి హామీనిస్తూ వుంటే కాదనగలనా?

సంపూర్ణ–జీవిత భీమాకి హామీ ఇచ్చిన కనీస రాబడి సదుపాయం కలిగి వుండడం వలన ఆ కంపెనీలు డివిడెండ్ల రూపంలో కనీస నగదు కంటే ఎక్కువే చెల్లిస్తుంటాయి. ప్రతీ సంవత్సరమూ, భీమా కంపెనీ పెట్టుబడులపై పనితీరును పరిశీలించి హామీ ఇచ్చిన కనీస రాబడి (Minimum guaranteed return) లేదా డివిడెండు, రెండిటిలో ఏది అధికమైతే దానిని చెల్లించుతుంది. ఈ డివిడెండు ప్రత్యేకత ఏమిటంటే దీనిని మూలధనం తిరిగి ఇస్తునట్లుగా భావిస్తారు. అంతేకాని పన్ను వేయబడేటువంటి పంపకం లెఖ్ఖన కాదు. కాబట్టి ఈ డివిడెండ్‌కి పన్ను వుండదు.

నేను మొదటి సంవత్సరం నా మొబైల్ హోమ్ పార్కు పెట్టుబడిపై 36% నగదుకి బదులుగా నగదుని పొందాను. అయితే అదే నగదుపై 6.5% డివిడెండ్‌ని కూడా పొందాను, ఆ సొమ్ము ఇప్పటికీ నా సంపూర్ణ జీవిత భీమా పాలసీలో వుంది, ఎందుకంటే మొబైల్ హోమ్ పార్కుకి నా తక్షణ చెల్లింపు, పాలసీపై తీసుకున్న రుణం ద్వారా జరిగింది. నేను ఇంతకు పూర్వం ఉద్ఘాటించినట్లు జీవిత భీమా తీసుకునేటందుకు కొన్ని ఖర్చులు తప్పవు. కాబట్టి మనం 6% ఐఆర్ఆర్‌ని ఉపయోగించుకుని 6.5% డివిడెండ్ చెల్లింపు కోసము అయ్యే ఖర్చులను భరించుతాము. మొత్తం మీద, నేను 42% (36%+6%) రాబడిని నా నగదుపై సంపాదించగలిగాను. ఆ సొమ్మును నేను సంపూర్ణ జీవిత భీమా పాలసీపై తీసుకొనిన రుణం చెల్లుబాటుకి వినియోగించుకున్నాను – ఇదే పంథా నా తదుపరి మొబైల్ హోమ్ పార్కు పెట్టుబడి విషయంలో కూడా కొనసాగించాను. ఆ రెండవ ఒప్పందం 54% నగదు కి బదులుగా నగదు రాబడిగా ఆర్జించింది, దీనికి నేను 6% ఐఆర్ఆర్‌ని కలుపగా, నా సంపూర్ణ జీవిత భీమా పాలసీపై, నేను సంపాదించిన మొత్తం రాబడి 60% గా నిలచింది.

పన్ను మినహాయింపుతో కూడిన అభివృద్ధి కలిగిన పెట్టుబడుల కోసం అన్వేషించడం ఇదే చెప్పుకోదగిన అభివృద్ధి. ఇటువంటి వాటి వలననే మీ సొమ్ము త్వరగా అభివృద్ధి చెందడానికి అవకాశం వుంది. ఇలా ఒకటికి ఒకటి చేరిక జరిగి రాబడి అత్యంత వేగవంతంగా పెరుగుతుంది. ఈ రెండు ఉదాహరణల విషయంలోనూ అభివృద్ధి పన్ను మినహాయింపుతో జరుగుతుంది. పైగా నేను మొబైల్ హోమ్ పార్కుని ఆస్తిగా పరిగణించి తరుగు కట్టడం వలన, వచ్చిన లాభం కూడా పన్ను మినహాయింపుతో కూడినదైనది.

సూచన : ఇటువంటి పన్ను మినహాయింపుతో కూడిన అభివృద్ధి సాధనాలు ఎక్కువగా లేవు, ఉన్నటువంటి వాటికి కూడా ప్రభుత్వం పరిమితులు, అంటే రోత్ ఐఆర్ఏ (Roth IRA), రోత్ 401 (కె) (Roth 401(K)) లాంటి పరిమితులతో కూడుకుని వున్నాయి.

ఈ రుణానికి సంబంధించిన ఖరీదును గూర్చి హేతుబద్ధతతో కూడిన వివరణ తరువాత అందించబోతున్నాను.

మొదటగా, కొన్ని రుణదాతలైన సంస్థలు రుణదానంలో ప్రత్యేకతలు కలిగి, తక్కువ శాతానికే రుణదానం చేసి జీవిత భీమా కంపెనీకంటే అనువుగా మీ పాలసీని తనఖా పెట్టుకుని, మీకు కొంత శాతం ఆదా చేసే

సందర్భాలు వున్నాయి. కాబట్టి జీవిత భీమా సంస్థ ద్వారా రుణం పొందే బదులుగా, ఇటువంటి రుణదాతలైన సంస్థలలో సంపూర్ణ భీమా పాలసీని తనఖా పెట్టి రుణం పొందవచ్చును. మీరు నిర్ధిష్ట వడ్డీ (fixed interest) గాని, లేదా మార్పు చెందేటువంటి వడ్డీని (Variable interest) గాని ఎంచుకోవచ్చును.

నేను ఇంతకుముందు వివరించిన ఒప్పందానికి, నిర్ధిష్ట వడ్డీ 4% కాగా, మార్పు చెందేటువంటి వడ్డీ 3% గా వుంది. కాబట్టి నేను మార్పు చెందేటువంటి వడ్డీతో కూడిన రుణాన్ని ఎంచుకున్నాను. నాకు కనిపించిన వాటిల్లో, అప్పట్లో నాకు చవకగా అనిపించింది. చాలాకాలం వరకు వడ్డీరేటు పెరగకుండానే వుంది (ఎప్పుడైతే అది పెరిగిందో, దానిని నేను నిర్ధిష్ట వడ్డీరేటుగా మార్చుకోవచ్చును). కాబట్టి సంపూర్ణ జీవిత భీమా కంపెనీకి రుణానికి 5% వడ్డీని చెల్లించడానికి బదులుగా నేను ఈ ప్రత్యేక రుణదాత అయిన సంస్థకు కేవలం 3% చెల్లించి, 2% వడ్డీని ఆదా చేసాను. పైగా, వడ్డీతో సరితూగేటంత సొమ్ము తిరిగి చెల్లించే వెసులుబాటు గలిగి వున్న కారణాన చెప్పుకోదగిన నగదు ప్రవాహం సృజించే అవకాశం కలిగింది.

ఈ ఒప్పందాన్ని సోదాహరణంగా వివరిస్తే మీకు ధరల వ్యత్యాసం వలన ఉద్భవించే మధ్యవర్తిత్వం (arbitrage) ఎలా వుంటుందో తెలుస్తుంది. మీరు 20% వడ్డీ చెల్లించే ఒక ఒప్పందంలో పెట్టుబడి పెట్టారనుకోండి. అది కూడా నేను చెప్పినటువంటి పెట్టుబడి ప్రామాణికాలు, ఆదాయ విస్తారకాలు, కిక్కర్లు వంటి వాటిని ఉపయోగించుకుంటూ పెట్టారనుకోండి. దానిని మీ జీవిత భీమా పాలసీపై రుణంగా తీసుకుని పెట్టుబడి పెడితే అది ప్రస్తుతం 6% ఐఆర్ఆర్‌ని ఉత్పన్నం చేస్తుంది. ఆ రుణంపై మీరు చెల్లించే వడ్డీ కేవలం 3% అది మీకు మొత్తం 23% రాబడిని ఇస్తుంది. (20%+6%-3%=23%)

మనం మరోసారి నా మొదటి ఉదాహరణ అయిన మొదటి మొబైల్ హోమ్ పార్కుని పరిశీలిద్దాము. అది నగదుకి బదులుగా నగదు రాబడి లాగా 36% రాబడిగా ఉత్పన్నం చేసింది. 6% అంతర్గత రాబడి రేటు (Internal rate of return-IRR), సంపూర్ణ జీవిత భీమా ద్వారా వచ్చినది కలపండి, 3% వడ్డీని తీసివేయండి. అప్పుడు మీ దగ్గర 39% మొత్తం రాబడిగా మిగిలి వుంటుంది. అది ఏ నష్టభయం లేనటువంటి, కనీసం తక్కువ శాతం నష్టభయం కలిగిన రాబడి.

ఈ ప్రక్రియనంతటిని అంటే నేను చెప్పే సంపూర్ణ జీవిత భీమాలో పెట్టుబడి పెట్టడం, రుణం తీసుకోవడం, మొబైల్ హోమ్ పార్కు పై మదుపు పెట్టడం మొదలైన ప్రక్రియనంతటిని సంఖ్యారూపకంగా ఈ విధంగా వివరించవచ్చును. ఈ ఒప్పందం మధ్యవర్తిత్వానికి, పరపతిని ఉపయోగించుకోవడానికీ-రెండిటికీ కూడా ఉదాహరణగా చెప్పవచ్చును - నా ద్రవ్యాన్ని రెండు చోట్లు వినియోగం చేసి లాభాన్ని రెండుసార్లు ఆర్జించడం అని చెప్పవచ్చును.

$65,000 నా సంపూర్ణ జీవిత భీమా పాలసీ లోనిది 6% ఐఆర్ఆర్ = $3,900 సంపూర్ణ జీవిత భీమా పాలసీపై రుణం $65,000 X 36% నగదుకి బదులుగా నగదు రాబడి = $23,400

$ 65,000 రుణంపైన 3% వడ్డీ = $1,950

$ 3,900 + $ 23,400 - $ 1,950 = $ 25,350 ఖరారైన లాభం, ఇంకా 39% మొత్తం రాబడి

ఒకవేళ మీరు జీవిత భీమాకు అనర్హులై, అనారోగ్యపరులై, లేదా ఏదైనా ఇతర పరిస్థితుల వలన మీ జీవిత భీమా ఖరీదైనదిగా పరిణమిస్తే? అప్పుడు మీరు జీవిత భీమా పాలసీని - మీ కుటుంబ సభ్యుల పేరిటగాని, క్రింది ఉద్యోగుల పేరిటగాని, లేదా ఎవరైనా మీతో వ్యాపార సంబంధ బాంధవ్యంకలవారి పేరిటగాని, అంటే వారికేదైనా జరిగితే మీ వ్యాపారంపై ప్రభావం చూపే పరిస్థితిలో వున్నవారి పేరిటగాని తీసుకోవచ్చును.

ఇప్పుడు చెప్పబోయే ఉదాహరణ "ఒప్పందానికి అదనంగా చేర్చుట" కు అనేక మార్గాలు చూపిస్తూ, నేను ఎలా అదనంగా ఆదాయ విస్తారకాలను కలుపుకుంటూ, ఈ పెట్టుబడిలోని నష్టభయాన్ని సమసిపోయేటట్లు చేసానో తెలుపుతుంది.

ఉదాహరణ: ఆరెంజ్ థీయరీ ఫిట్‌నెస్ ఫ్రాంచైజీ

ఆరెంజ్ థీయరీ ఫిట్‌నెస్, ఒక ప్రసిద్ధమైన, విజయవంతమైన ఫిట్‌నెస్ ఫ్రాంచైజీ. యూ.ఎస్.లో సుమారు 1,300 కంటే ఎక్కువ స్థావరాలు

ఉన్నాయి. అన్నీ ఎల్లప్పుడు నిండుగా జనసామర్థ్యం కలిగి వుంటాయి. ఈ ఫ్రాంచైజీ మిగతా అన్ని ఫ్రాంచైజీలకంటే లాభం దిశగా పయనిస్తోంది. కాని వాటికి డిమాండ్ అధికంగా వుండడం చేత వాటిల్లో ఒకదానిని కొనుగోలు చేయడం కష్టసాధ్యమేనని చెప్పాలి. ఇప్పుడు ప్రస్తుతం వున్న యజమానులు, స్థానిక ప్రతినిధులు క్రొత్త స్టూడియోలు ప్రారంభాన్ని నిరాకరించేటందుకు అర్హత కలిగి వున్నారు.

ఏదో ఒక సమయంలో, ఇతర ఫ్రాంచైజీలు కూడా ఇటువంటి అవకాశాన్ని పోలిన అవకాశాన్ని పొందవచ్చును. అధిక డిమాండ్, విజయపరంపర కలిగి వుండడం, తక్కువ నష్టభయం, అధిక లాభం కలిగి వుండి, వారి ప్రతినిధులకు రుణ సామర్థ్యత కలిగి వుండి, సాధారణ ప్రజానీకానికి సాధ్యపడని ఒప్పందాలలోకి అవకాశం కలిగి వుండడం. రుణానికి కానీ, ద్రవ్యానికి కానీ అవకాశం వున్నవారికి పెట్టుబడిదారునికి ఇది సదవకాశం.

నా విషయానికి వస్తే, ఇద్దరు ప్రతినిధులతో కూడా ఒక పెట్టుబడిదారునిగా పాలుపంచుకునే గొప్ప అవకాశం నాకు వచ్చింది. అయితే ఈ ఇద్దరు ప్రతినిధులు కూడా రుణ అవకాశం లేనివారు కావడం చేత వారి మేధాశక్తిని, శ్రమను ధారపోయడానికి సంసిద్ధతను వ్యక్తం చేసారు. దీనిన 'స్వెట్ ఈక్విటీ' (Sweat equity) అంటారు. ఈ పెట్టుబడి అవకాశం పొందడానికి సరియైన వ్యక్తులను గుర్తించడం, వారితో బలమైన సంబంధాలను కలిగి వుండడం అవసరం. ఒకసారి నేను ఏర్పరుచుకున్న తరువాత ఆ సంబంధాలు ఏళ్ళతరబడి కొనసాగే అవకాశం వుంది.

ఆ ఒప్పందంలోనికి ప్రవేశించడానికి, నేను ఇదివరకు పనిచేసి, సంతృప్తి చెందిన ఒక జంటతో కలిసి పనిచేయవలసి వచ్చినది. వారికున్న ఒకానొక వ్యాపార సంబంధం వలన వారికి ఈ సంస్థలో పెట్టుబడి పెట్టే అవకాశం చిక్కింది. అయితే వారి వద్ద తగినంత మూలధనం లోపించింది. నేను వారికి ఇదివరకు సలహాలందించి వుండడం వలన వారితో సత్సంబంధం కలిగి వున్నాను. తగిన మూలధనాన్ని అందించ గలిగిన భాగస్వామిగా నన్ను భావించారు. పైగా అనేక కంపెనీలలో మదుపు పెట్టిన అనుభవం

ప్రతి ఒక్కరికి కావలిసినది సాధించుకునేవిధంగా, ప్రతి ఒక్కరు గెలుపు చవి చూసేటట్లు, చర్చలు మార్గాలు చూపుతాయి. ఆ ప్రక్రియ అంతా సమాగమం మాత్రమే, పోటీ కాదు.

కలిగినవాడిగా నేను నా అనుభవాన్ని వారితో పంచుకుని సలహాలు ఇస్తూ వుంటానని వారు భావించారు.

మేము అందరికి అద్భుతంగా లాభదాయమైన చిన్నతరహా వ్యాపార నిర్వహణ (small business administration -SBA) రుణాన్ని ఒక స్థానిక బ్యాంకు ద్వారా పొంది, తక్షణ చెల్లుబాటు లెఖ్ఖన 16% చెల్లించాము.

ఆలోచనాసరళి

నేను ఫ్రాంచైజీ వ్యాపారంలోకి ఒక శక్తివంతమైన బ్రాండ్ పేరిట ప్రవేశించాలనుకున్నాను. నేను కొంతకాలంపాటు ఆరెంజ్ థీయరీ ఫిట్‌నెస్ కోసం ప్రయత్నించాను. కాని దానికున్న అధిక డిమాండ్ వలన దాని లైసెన్సు పొందడం కష్టతరమనిపించింది. ఒకటే మార్గం గోచరించింది, దానిని అమ్మకం చేయదలచిన వారి వద్ద నుండి రెండవ పార్టీగా పొందడం. ఈ ఫ్రాంచైజీని సొంతం చేసుకుని విజయవంతమైన వ్యాపారం చేస్తున్న ఎంతోమంది స్నేహితులు నాకున్నారు. ఈ లైసైన్స్‌ను పొంది, వ్యాపారాన్ని సమర్థవంతముగా నడుపగలిగిన ప్రతినిధులు నాకు పరిచయస్తులుగా వున్నారు. అదనంగా, ప్రైవేటు ఈక్విటీ సంస్థలు ఆరెంజ్ ఫిట్‌నెస్ ఫ్రాంచైజీల యొక్క పోర్టుఫోలియోలను ఆకర్షణీయ ధరలకు ఎక్కువ మొత్తంలో కొనుగోలు చేసేసినవి. నాకు అటువంటి పెట్టుబడులే ఇష్టం.

రూపకల్పన

ఈ క్రింద చెప్పబడిన విధముగా నేను ఆ ఒప్పందాన్ని రూపకల్పన చేసాను.

- $120,000 ని ఆరంభ చెల్లుబాటుగా ఈక్విటీ పెట్టుబడి.
- వ్యాపారంలో 33% ఈక్విటీ.
- 67% వేగవంతమైన పంపకం పద్ధతి. ఈ విధంగా రుణం మొత్తం చెల్లుబాటు అయ్యే వరకు జరగాలి.
- అటు తరువాత నిరంతరం 33% పంపకాలు.
- ఒక సంవత్సరం లోపల మొదట ఈక్విటీ పెట్టుబడి $120,000 డాలర్లు తిరిగి చెల్లించాలి.
- 20% ఎస్‌బిఏ లోన్ లోనిది, వ్యక్తిగత హామీగా, అదనంగా ద్రవ్య బోనస్ $35,000 చెల్లుబాటు చేయాలి.

వడపోత

ఈ బ్రాండు యొక్క చరిత్ర నిష్కలంకమైనది. ఏ ఒక్క ఫ్రాంచైజీ కూడా మూతపడలేదు. పైగా యూఎస్‌లోనూ అంతర్జాతీయంగానూ చాలా వేగంగా అభివృద్ధి చెందుతున్న కంపెనీ. అదీకాక, ఈ ఫ్రాంచైజీ కొరకు సృజించబడిన పద్ధతులు, (అంతకు పూర్వం వున్న పద్ధతులు) కూడా యజమానులు తిరిగి పాటించే విధంగా వుండడం వలన అభివృద్ధి దిశగా పయనించింది. నా భాగస్వాముల నుండి నేను పొందిన నిబంధనలు గొప్పవి: నష్టభయం తక్కువ, నెలవారీ నగదు ప్రవాహ చెల్లుబాటులతో కూడిన అధిక రాబడి, వేగవంతమైన పంపకం పద్ధతి వుండడం వలన నా మూలధనం నాకు త్వరితంగా చేతికి వచ్చి అదనపు పెట్టుబడులకు తోడ్పడింది.

చర్చలు

నేను కనీస ఈక్విటీ స్థాయి నుండి బేరసారాల వలన మూలధనంలో అధికభాగం అందించి, శ్రమతో ఏ మాత్రం పాలుపంచుకోకుండా సమాన భాగస్వామిగా నిలబడ్డాను. నా పెట్టుబడి వేగంగా తిరిగి రావడం కోసమే నేను వేగవంతమైన పంపకాల పద్ధతి నెంచుకున్నాను. దాని ప్రకారం నా మొత్తం పెట్టుబడి తిరిగి వచ్చేదాక నెలవారీ మూడింట రెండువంతులు (2/3) పంపకాలు వచ్చేటట్లు చూసుకున్నాను. బ్యాంకుతో నేను కుదుర్చుకున్న వ్యక్తిగత హామీలో తక్కువ భాగాన్ని నగదు రూపేణ మార్చుకున్నాను. వేగవంతమైన పంపకాల పద్ధతితోబాటు పైన చెప్పిన నగదుకి సరితూగేటట్లుగా నగదు బోనసు వచ్చేటట్లు చూసుకున్నాను. చివరికి వచ్చేసరికి నాకు ఈ రుణానికి దన్నుగా కేవలం 20% వ్యక్తిగత పూచీకత్తు వుంది. ఇదంతా బ్యాంకుతో చర్చల ద్వారానే జరిగింది– నిజానికి నేను ఒప్పందంలో సమాన భాగస్వామిని కనుక నా ఇద్దరు భాగస్వాములకంటే ఎక్కువ మొత్తం అందుబాటులో వుండే అవకాశం వుంది.

పరిశీలనలో ఒప్పందం

పెట్టుబడియే జీవనశైలిగా నిలవడానికి ఇది సరియైన ఉదాహరణ. ఇక్కడ పని డబ్బు చేస్తుంది. శ్రమ లేదా సమయం వెచ్చింపబడవు (కాబట్టి మీకు అత్యంత విలువైన వనరు అయినటువంటి 'కాలం' పరిరక్షింపబడుతుంది). నెలవారీ నగదు పంపకాలు, దీర్ఘకాలిక ఈక్విటీ మరియు భవిష్యత్తులో బయటకు

రావడానికి అద్భుతమైన అవకాశాలు, అదనపు ఫ్రాంచైజీలు ఇవన్నీ పొందవచ్చు. ఒకటే నష్టభయం ఏమిటంటే ఆ ఫ్రాంచైజీకే కష్టకాలం వచ్చి, పేరు ప్రఖ్యాతలు దెబ్బతింటే, ఇప్పుడున్న ఆర్థిక వాతావరణంలో కోలుకోవడం కష్టం. అయితే ఈ పుస్తకం రచన జరుగుతుండగా, అంటే 2020 మధ్యకాలంలో గృహ నిర్బంధ పరిమితులు వుండగా కూడా లాభదాయకంగానే నిలిచింది. దానికన్న శక్తివంతమైన బ్రాండు కారణంగా ఇది జరిగింది).

ఈ మధ్యకాలంలో నేను ఈ ఇద్దరు వ్యాపార భాగస్వాములతో కలిసి మరొక కంపెనీ కొనుగోలులో భాగం పంచుకున్నాను. దీని స్థావరం మా ఆరెంజ్ థీయరీ ఫిట్‌నెస్ స్టూడియోకి దరిదాపులలోనే వుంది. వీరితో సన్నిహితంగా పనిచేయడం వలన మేమందరం కలసి మా పోర్టుఫోలియోని అభివృద్ధి చేసుకోవాలని ఆకాంక్షించాము. నేను మరల మూలధనం మదుపుగా పెట్టే భాగస్వామిగా నిలువగా, ఆ ఇద్దరులో ఒకరు క్రొత్త వ్యాపార కార్యకలాపాలు చూసుకోవడం మొదలుపెట్టగా, మిగిలిన ఒక భాగస్వామి ఆరెంజ్ ఫిట్‌నెస్ స్టూడియో కార్యకలాపాలు చూసుకోవడం కొనసాగించారు.

అది కూడా పేర్కొనదగిన పెట్టుబడియే. ఎందుచేతనంటే శక్తివంతమైన ఆర్థిక వనరులు, బ్రాండు ప్రతిష్ఠ, ఖరీదైన స్థావరం, నైపుణ్యం కలిగిన ప్రతినిధులు వున్నారు. 'ఒప్పందానికి అదనంగా చేర్చుట' కొరకు నాకు అనేక మార్గాలు కనిపించాయి. నేను వేగవంతమైన పంపకాల పద్ధతినెంచుకున్నాను. నాకు చెల్లింపు శాతం పెరిగేటట్లు చూసుకున్న కారణాన నా మూలధనం నేను ఫ్రాంచైజీని సొంతం చేసుకొనిన ఏడాది లోపలే తిరిగి పొందగలిగాను. నేనూ, నా భాగస్వాములు ఆ ఫ్రాంచైజీలోని లాభాలనుపయోగించుకొని వేరొక వ్యాపార కొనుగోలుకు పూనుకున్నాము. ఈసారి ఆరెంజ్ థీయరీ ఫిట్‌నెస్ ఫ్రాంచైజీ కన్నా ఎక్కువ నగదు చెల్లుబాటుకి అవకాశం వుంది. పైగా, నేను బ్యాంకు నుండి వ్యక్తిగత పూచీకత్తు 100% నుండి 20% కి తగ్గించగలిగాను. ఆ కారణాన తక్కిన నష్టభయాలనన్నింటిని తగ్గించ గలిగాను. చివరగా, ఈ వ్యాపారంలోనికి నా ప్రవేశం నా సంపూర్ణ జీవిత భీమా పాలసీపై నేను తీసుకున్న రుణం కారణంగా జరిగింది. ఆ విధంగా నేను ఒకే నగదు తోటి రెండుసార్లు రాబడి పొందగలిగాను.

పెట్టుబడి ప్రామాణికం 8:
వృధాని తొలగించుట

చిన్న చిన్న ఖర్చులపట్ల జాగురుకత వహించండి:
ఒక చిన్న రంధ్రం పెద్ద ఓడను ముంచివేయగలదు

– బెంజమిన్ ఫ్రాంక్లిన్

మీరు దేని కొరకైనా ఎక్కువ చెల్లించినప్పుడు ఎలా మదనపడతారు? ఉదాహరణకి మీరు ఒక మంచి నగల దుకాణానికి వెళ్లి $7,000 చెల్లించి ఒక ఉంగరం కొంటారనుకుందాము. ఆ తరువాత 'కాస్ట్‌కో' కి వెళ్లి అదే వుంగరాన్ని $3,200 ఖరీదుకి చూసారనుకోండి – తేడా ఏమిటంటే అది కొంచెం పెద్దది, నాణ్యతగలది.

మీరు అరుదైన దాచుకోదగిన వస్తువులను పొందుపరచు కునేవారనుకోండి, అటువంటి వాటిని క్షుణ్ణంగా వెదకి, ఫోనులు చేసి, మీకు కావల్సినది మీకు సంపాదించి పెట్టే వ్యక్తి యొక్క విలువ మీకు తెలుసు గనుక, ఒప్పందం మీద 40% మీకు ఆదా అవుతుంది అనుకుందాము. ఈ సేవ విలువ తెలుసు గనుక మీరు నిస్సందేహంగా ఆ వ్యక్తికి మంచి కమీషను గాని, లేదా మంచి రుసుముగాని చెల్లిస్తారు. ఆ వ్యక్తి సహాయం మీరు మరల మరల పొందుతారు. ఈ వ్యక్తితో మీ బంధానికి అనేక స్థాయిలలో విలువనిస్తారు.

పెట్టుబడుల ప్రపంచానికి సంబంధించిన ఇటువంటి కథనం చూడనివ్వండి. మొదట గతంలోకి తొంగి చూసి తరువాత భవిష్యత్తు వైపు దృష్టిని సారిద్దాము.

మీరు క్రిందటి అధ్యాయాలలో నావైన అనేక పెట్టుబడులను గూర్చి తెలుసుకున్నారు. నా మొదటి మూడు మొబైల్ పార్కులకి నేను బ్రోకర్ (మధ్యవర్తి) లేకుండా ఒప్పందం చేసుకుని, కొనుగోలు ధర మొత్తానికి లేదా అందులో భాగానికి నేనే విక్రేత ఫైనాన్సింగ్ చేసుకున్నాను. అప్పట్లో నా దగ్గర వెచ్చించడానికి డబ్బు కంటే సమయం ఎక్కువగా వుండేది. నేను ఒప్పందాన్ని కనిపెట్టి, చర్చల ద్వారా నిబంధనలను ఏర్పరుచుకుని, బ్రోకర్‌ను నివారించి కొంత కమీషన్లలను, జీతాలను వెనకేసుకున్నాను. అంతా కలిపి సుమారు $100,000 డాలర్లు నేను ఆదా చేసుకున్నాను. విక్రేత ఫైనాన్సింగ్ ద్వారా నేను 15% చిన్నతరహా ఆరంభ చెల్లుబాటును 5% వడ్డీని పదేళ్ళకాలానికి చర్చల ద్వారా కుదుర్చుకుని, తద్వారా నేను తక్షణ నగదు చెల్లుబాటును, లాభాన్ని ఆస్తిని అభివృద్ధి చేసి అద్దెలు పెరగక ముందే సాధించాను.

ఆ తరువాత నా వద్ద సమయంకంటే ఎక్కువగా నగదు వుండడం చేత, నేను మధ్యవర్తులను, బ్రోకర్లను వినియోగించడం నేర్చుకున్నాను. నేను మొదట్లో చేసిన శ్రమను వీరి సేవల ద్వారా పొంది, వారికి కొంచెం జీతాన్ని చెల్లించడం మొదలుపెట్టాను. అలా నా సమయాన్ని ఆదా చేసుకున్నాను.

సంబంధ బాంధవ్యాలు అనే వనరులు

మీరు ద్రవ్యాన్ని వెచ్చించి సమయాన్ని ఆదా చేసుకుంటూ గొప్ప ఒప్పందాలు ఈ సూచనలు పాటించి చేసుకోవచ్చు.

- మంచి బ్రోకర్లు (మధ్యవర్తులు) మీకు తెలియనటువంటి ఒప్పందాలను, పరిచయం చేసి మీకు లెఖ్ఖలేనంత సమయాన్ని ఆదా చేస్తారు.
- గొప్ప ఆర్థిక సలహాదారులు, భీమా ఉద్యోగులు మీరు ఎప్పుడూ విననటువంటి ఆర్థిక ఉత్పత్తులను మీకు పరిచయం చేయగలరు.
- మంచి బ్యాంకర్లు (బ్యాంకు ప్రతినిధులు), ఆర్థిక సంస్థలు వారితో గల అనుబంధం ద్వారానే సాధ్యపడే ఆర్థిక సాధనాలకు మిమ్మల్ని పరిచయం చేయగలరు.

మీరు ఈ వనరులని కనిపెట్టాక, మీ పెట్టుబడి సాధనాలలో చాలా పొందికైనా సాధనాన్ని చేర్చుకున్నారన్నమాట - సంబంధ బాంధవ్యాలు. వీటిని మీ ఇతర సాధనాలతో కలుపుకుంటే, వారు మీకు మంచి ఒప్పందాలను చూపిస్తారు. మరింత పరపతి, మరిన్ని మంచి నిబంధనలు, ఆలోచనలు– వీటిని గూర్చి మీకు వేరే వారి దగ్గర సమాచారాన్ని పొందలేరు.

ఈ పుస్తకం, ఈ సాధనాలన్నీ కూడా నా పదేళ్ళ కష్టానికి ఫలితం. నేను నా వ్యక్తిగత వికాసానికై $1 మిలియన్‌లు ఖర్చు చేసాను. వందలకొలది, వేలకొలది డాలర్లు న్యాయసంబంధమైన, వ్యాపార సంబంధమైన విషయాలలో ఫీజులాగా, విద్య, శిక్షణ మొదలైనవాటి గురించి ఖర్చు పెట్టాను. ఈ వనరుల వలన నేను మిలియన్ల డాలర్లలో నిర్మించుకో వలసిన పోర్టుఫోలియోను పదులలోనే సాధించగలిగాను.

పెట్టుబడి సంపద పెరగడం నెట్వర్క్ ఒక ఆటలా మారింది. నేను ఏర్పరచుకున్న తెలివైన వారి సముదాయం లేనట్లైతే ఎటువంటి అవకాశాన్నైనా వినియోగించుకునే సామర్థ్యం నాకు వుండేది కాదు.

సరియైన సలహాదారులని వినియోగించుకొనుట

అన్ని సంబంధ బాంధవ్యాలలోను కొన్ని ఆరోగ్యకరమైనవి. కొన్ని కావు. పెట్టుబడుల సంబంధాలు, మధ్యవర్తుల విషయంలో కూడా అంతే. కాబట్టి జాగ్రత్త వహించాలి. మనకు ఆదాయ విస్తారకాలుగా, వ్యాపారంలో భాగస్వాములుగా వుండే సంబంధాలని కనిపెట్టాలి అంతేకాని వాటివిలువ కంటే ఖర్చు ఎక్కువగా వుండే సంబంధాలు కావు. డబ్బుని అనవసరంగా ఖర్చు చేయకుండా వుండడమే త్వరగా డబ్బు ప్రోగేసుకునే మార్గం.

కాస్ట్‌కో, సామ్స్‌క్లబ్ మరియు వాల్‌మార్ట్ మొదలైనవి మధ్యవర్తులు లేకుండా, ఎక్కువ లాభాన్ని ఆర్జించి, తక్కువ ధనానికి వినియోగదారులకి ఎక్కువ సరుకులు అందచేయగల సామర్థ్యం కలవి. అమెజాన్ కూడా మధ్యవర్తులు లేకుండా ఒక్కరోజు లోపల మీ యింటికి వారి సరుకులు అందజేసే సదుపాయం కలిగి వున్నది.

వారిపై పెట్టిన ఖర్చును అధిగమించే విలువను కలిగిన మధ్యవర్తులను మీరు గుర్తించాలి, అంతేకాని వారి విలువకంటే ఖర్చు అధికంగా గల మధ్యవర్తులను కాదు. అలాంటి వారిని మీరు గుర్తించగలిగితే మీరు శక్తివంతులుగా మారతారు. మీరు గెలుస్తారు.

మీరు ఎవరి విలువను మరియు వారితో వచ్చే ఖర్చుని విశ్లేషించి పరిగణించాలో వారి జాబితాని ఇక్కడ ఇస్తున్నాను. వీరిలో కొంతమంది "అధిక క్రొవ్వు"ను జోడించి అసౌకర్యం కలుగజేయవచ్చు – అటువంటివారు (వనరులు కాదు) ఫీజులు, కమీషన్లు మొదలైన వాటి కారణంగా ఖర్చును పెంచి నష్టభూయిష్టమైన ఒప్పందాలు కుదుర్చుతారు.

- ఆర్థిక సలహాదారులు
- బ్రోకర్లు
- భీమాలను అమ్మే ప్రతినిధులు
- ఫండు నిర్వాహకులు
- సాధారణ భాగస్వాములు
- ద్రవ్య లబ్ధికి తోడ్పడేవారు (మనీ రైజర్లు)
- బ్యాంకులు మరియు ఆర్థిక సంస్థలు
- మొత్తం మీద, అందరు మధ్యవర్తులు

నిరాకరణ ప్రకటన (Disclaimer): అయితే పైన చెప్పిన చాలావృత్తులను నేను ప్రేమిస్తాను – కానీ నిబంధనలు, ఒప్పందాల రూపకల్పన సరిగ్గా జరిగినట్లైతే! ఆర్థిక సలహాదారులైన, వారు బ్రోకర్లుగా వున్నవారు, రుణదాతలు, భీమా ప్రతినిధులుగా వుండి, తమ క్లయింట్లకు పనికి వచ్చేవిధంగా పనిచేసేవారు అనేకమంది నా స్నేహితులుగా వున్నారు. అయితే అందరూ వీరిలాగానే వుంటారు అని అనుకోవడానికి ఆస్కారం లేదు.

ఎలా మీరు ఒక కండరం నుండి క్రొవ్వును విడదీయగలరు? అలా చేయడానికి పనికి వచ్చే 'క్రొవ్వును తొలగించుట' కుపయోగించే పరికరాలను, పద్ధతులను నా పరికరాల సమూహం నుండి విడదీసి, మీరు డివిడెండ్లు, ఆదాయం పెంచుకునే సౌలభ్యం కోసం అందిస్తున్నాను. వీటిలో ప్రతీ ఒక్కదానిని వుపయోగించుకుని మంచి ఒప్పందాలను కుదుర్చుకుని క్రొవ్వుని తొలగించండి.

వృధాని కనుగొనుట

1. మీరు ఓటమిని చవిచూసినప్పుడు వారు గెలుస్తారా?

బ్రోకర్లు, ఆర్థిక పెట్టుబడులకు అంతర్గతమైన రుసుములు వుంటాయి. చాలా మ్యూటువల్ ఫండ్లు, 401(కె) ప్రణాళికలు, మరియు భీమా పాలసీలు అధిక రుసుములతోటి, అదనంగా జతపరచబడిన షరతులు, పరిమితులు మీ జేబును ఖాళీ చేస్తాయి. ఏ విధంగా ఈ ఉద్యోగులందరూ జీతం పొందుతారో తెలుసుకోవలసిన ఆవశ్యకత వుంది. పారదర్శకత లేని ఒప్పందాలు మీకు అనుకూలంగా పనిచేయవు.

2. ఈ పెట్టుబడిలో వీరికి భాగం వుందా?

కేవలం రుసుము–ఆధారిత ఒప్పందాలకి తావు ఈయక పనితీరుపై ఆధారపడిన ఒప్పందాలని అందించాలని అనుకునే భాగస్వాములను కనుగొనండి. అయితే మీరు విశ్వాసపాత్రులైన, వృత్తిపట్ల నీతి నియమాలున్నవారు అంటే ఉదాహరణకి నామమాత్రపు రుసుము తీసుకుని పారదర్శకత కలిగినవారితో పనిచేస్తున్నారా లేదా అని తెలుసుకోవడం అవసరం. ఆర్థిక సేవల రంగంలో అధిక శాతం ప్రతినిధులు, ఏజెంట్లు, బ్రోకర్లు విశ్వసనీయులు కారు – వారు వారికి అనుగుణమైన నిర్ణయాలు తీసుకుంటారు కాని క్లయింట్లకు అనుగుణమైనవి కావు. చట్టబద్ధంగా, వారు చేయవలసిన పని ఏమిటంటే మీకు "అనువైన" ఉత్పత్తిని అందించడం. మరీ దిగజారినదిగా వుంటే మీ ఆర్థిక భవిష్యత్తుకి అది తోడ్పడదు. మనం కలత చెందవలసినది దేనికంటే కేవలం కొద్ది శాతం మంది మాత్రమే విశ్వాసపాత్రులు.

3. వారు బోధించినది వారు అనుసరిస్తారా?

అధిక బరువుగల ఆహార సలహాల నిపుణుని లేదా వ్యక్తిగత శిక్షణనిచ్చేవారిని మీకు విశ్వసిస్తారా? ఆర్థిక సలహాదారుల విషయంలో కూడా అంతే జరుగుతుంది. వారు మీకు అమ్మజూపబోయే దానిపై పెట్టుబడిని వారు పెడతారా లేక ఆ ఉత్పత్తి వారికి అదనంగా

కమీషను చేకూర్చుతున్నందువలన అమ్మజూపుతున్నారా? వారు కూడా పెట్టుబడి పెడతారా? వారి చరిత్ర ఏమిటి? వారి ఆదాయం విలువ ఎంత? మీరు ఎవరికైతే మీ డబ్బు అప్పగిస్తారో వారి యొక్క యోగ్యత, వ్యక్తిత్వాన్ని పరిశీలించండి.

4. ఎక్కడ మీరు మీ డబ్బుని, సమయాన్ని ఆదా చేసుకోగలరు?

మీకు ఇప్పుడు ఏది ముఖ్యమైనదో ఏది విలువైనదో మీరు తెలుసుకోవాలి– మీ డబ్బా లేక మీ సమయమా? మీ సమాధానం మీరు జీవితంలో ఆ క్షణంలో ఎక్కడ వున్నారన్న దానిపై ఆధారపడి, ఎక్కడ మీరు క్రొవ్వును తగ్గించగలరో అన్న విషయాన్ని నిర్ధారిస్తుంది.

ఒక భయంకరమైన పెట్టుబడి కథనాన్ని మీతో పంచుకోనివ్వండి. వాల్‌స్ట్రీట్ ప్రపంచంలో బ్రోకర్లు, ఆర్థిక సలహాదారులు ఒక పద ప్రయోగాన్ని వినియోగిస్తూ వుంటారు. అదే సగటు రాబడి రేటు (average rate of return)! ఒక క్షణం పాటు మీ దగ్గరికి ఎవరో వచ్చినట్లు ఈ క్రింద విధంగా చూపించినట్లు ఊహించుకోండి:

- ప్రథమ సంవత్సరం, మీరు 50% పోగొట్టుకున్నారు.
- దితీయ సంవత్సరం, మీరు 50% లబ్ధిపొందారు.
- తృతీయ సంవత్సరం, మీరు 50% పోగొట్టుకున్నారు.
- చతుర్ధ సంవత్సరం, మీరు 50% లబ్ధిపొందారు.

ఈ పరిస్థితులలో మీ సగటు రాబడి రేటు ఎంత వుంటుందని మీరు అనుకుంటున్నారు? ఎక్కువ మంది దీనిపై ఒక్కసారి దృష్టి సారించి, 0% సగటు రాబడి రేటు అని అనేస్తారు.

కాని వాస్తవ సంఖ్యల వైపు దృష్టిపెడదాము. మేమందరము వీటిని "వాల్‌స్ట్రీట్ సంఖ్యలు" అంటాము. మీరు $100,000 డాలర్లు పెట్టుబడి పెట్టారని అనుకుందాము.

- మొదటి సంవత్సరం, మీరు 50% కోల్పోయారు, అంటే మీ ఖాతాలో $50,000 వున్నట్లు లెఖ్ఖ, దీనిలోకి బ్రోకరు రుసుము చేర్చబడలేదు.

- రెండవ సంవత్సరం, మీరు 50% లబ్ధిపొందారు, ఇది మొత్తం $75,000 లాగా అనుకోవచ్చు, ఎందుకంటే మిగిలిన సొమ్ములో సగం గనుక.
- మూడవ సంవత్సరం, మీరు 50% కోల్పోయారు, దానివలన మీ ఖాతాలో $37,500 వుండేటట్లు చేస్తుంది.
- నాలుగవ సంవత్సరం, మీరు 50% లబ్ధిపొందారు, దానివలన మీ ఖాతాలో మొత్తం $56,250 డాలర్లు వుంటుంది.

అంటే మైనసు (–) 43.75% రాబడి రేటు!

వాస్తవానికి, మీ ఖాతా మొత్తం ఇంకా దిగజారిపోతుంది. ఎందుకంటే మీరు బ్రోకరు ఫీజు, కనపడని రుసుములు మొదలైనర చెల్లింపులు చేసి, దారి పొడవునా శూన్యవాదుల ఆక్రమణకు గురౌతారు.

అయితే ఈ ఒప్పందం భయంకరమైనదని ఎలా చెప్పవచ్చునంటే, ఏమి జరిగినా మీ ఆర్థిక సలహాదారునికి చెల్లింపులు జరిగిపోతాయి.

కాని కొన్నిసార్లు బ్రోకర్లు మన సమయాన్ని, డబ్బుని, శక్తిని వ్యయం కాకుండా అడ్డుకుంటారు. అటువంటి పరిస్థితులలో వారికి రుసుము లేదా కమీషను చెల్లించడానికి నాకేం అభ్యంతరం వుండదు. అలా కాని పక్షంలో, వారికి డబ్బు చెల్లించడం అవసరం. విలువైన సేవలనందిస్తే, వారికి సగౌరవముగా చెల్లిస్తాను. అలా కాకుండా నేను చేసకోగలిగిన పరిస్థితులలో వుండి, వారికి అదనపు చెల్లింపులెందుకు? నేనే వేగంగాను, నైపుణ్యంగాను చేసుకోగలిగిన దానికి ఇతరులకు చెల్లించడం హాస్యాస్పదంగా అనిపిస్తుంది. ఇందుకు భిన్నంగా వారే నిష్ణాతులై వున్నప్పుడు, వారి సేవలు సేవల నందుకోవడం వలన నేను ముఖ్యమైన వాటిల్లో నిమగ్నమై, వారి సేవలకు తగిన మూల్యం చెల్లించుకోవడం నయమనిపిస్తుంది.

విశ్వాసపాత్రులైన వారి గురించి నేనేమన్నానో గుర్తువున్నదా? అటువంటి సంబంధం గురించి మీరు ఎదురుచూడాలి. అనుభవం కలిగి వుండిన వారితో భాగస్వామ్యం వలన మీరు సొమ్ముని ఆదా చేసుకోవచ్చును.

వ్యక్తిగత అనుబంధం వలన విజయంపట్ల ఆకాంక్ష

వ్యక్తిగత అనుబంధం కలిగి వుండి విజయాకాంక్ష కలిగి వుండడానికి ఇదిగో ఉదాహరణ. క్రిందటి అధ్యాయంలో ఇచ్చిన ఉదాహరణకు మరిన్ని వివరాలు

ఇవిగో. నేను క్రిందటి అధ్యాయంలో నేను ఆరెంజ్ థీయరీ ఫిట్‌నెస్‌లో పూర్వ విద్యార్థులు తీసుకుని వచ్చారని, పెట్టుబడి పెట్టానని చెప్పాను. పెట్టుబడి పెట్టడానికి వారి వద్ద సొమ్ము లేదు (నా దగ్గర వుంది), నా దగ్గర వ్యవధి లేదు, వారి వద్ద అందుకు తగిన సమయం వుంది. వారి ఆనందంగా శ్రమను ధారపోయడానికి సిద్ధపడ్డారు. వ్యక్తిగత అనుబంధం దానిపట్ల వుండడానికి వారు వారి జీవితకాలం ఆదా చేసిన సొమ్ము $15,000 పెట్టుబడిగా పెట్టేసారు. $120,000గా నిలిచిన నా పెట్టుబడితో పోలిస్తే వారిది చాలా తక్కువ మొత్తమే కాని అది వారి జీవితకాలం పొదుపు చేసిన సొమ్ము పైగా వారిని వ్యాపారస్తులుగా నిలబెట్టే సొమ్ము.

ఈ పరిస్థితులలో, నాకు ధీర్ఘకాలిక ఈక్విటీ వుంటుంది. ఇక నా భాగస్వాములకు ఆ సంస్థ విజయం పట్ల ఆకాంక్ష వుంటుంది. నా విషయానికొస్తే, వారి సమయం, వనరులు ధారపోసారు గనుక, విజయం పొందే విధంగా పనితీరు, విధివిధానాలు వుంటాయి గనుక నాకు ప్రయోజనంగా వుంటుంది. నా పరిధిలో వున్న సలహాదారులను, నిపుణులను నేను సంప్రదించాను. ఎందుకంటే నా భాగస్వాముల వద్ద అందుకు తగిన సొమ్ము, సమయం, అటువంటి సంబంధాల నేర్పరుచుకునే సావకాశం లేవు. అందుచేత అది అన్ని వైపుల నుండి విజయపరంపర.

అనవసరపు ఖర్చు

వృధాని నివారించడానికి ఉదాహరణ ఇదిగో! ఇంతకుమునుపు పెట్టుబడి ప్రామాణికం 5, "నగదు ప్రవాహం వెంటనే సృజించుట" లో, నా మూడు మొబైల్ పార్కులు చాలా విజయవంతమైన కారణాన, మూడవ మొబైల్ పార్కువలన నా నిష్క్రియ ఆదాయం నేను సంపాదిస్తున్న ఆదాయాన్ని మించిపోయింది. మొదటి రెండు పార్కులు విక్రేత ఫైనాన్సింగ్ (seller financing) ద్వారా కొనుగోలు చేయబడ్డాయి. కాని మూడవ పార్కు విషయంలో ఒక ప్రత్యేక పరిస్థితి నెలకొన్నది. అది ఒక రహస్య ఒప్పందం ఎందుకంటే అది మార్కెట్టుకి భిన్నమైన పద్ధతిలో కొనుగోలుదారుడు, ఆ ఆస్తి సొంతదారునిని సంప్రదించి పార్కు అమ్మకం పట్ల అతని ఆసక్తి గురించి వాకబు చేసాడు. రెండు వైపుల వారు కాంట్రాక్ట్ ఒప్పందం సంతకాలు చేసారు. వారు బ్రోకరు లేదా రియల్టర్ వలన సంభవించే ఖర్చులని నివారించారు.

నాకు వ్యాపార వేత్తలు, స్నేహితులతోటి పటిష్టమైన సంబంధాలు వున్నాయి. ఈ పార్కు, పార్కుని కాంట్రాక్ట్ ద్వారా కొనుగోలు చేయడానికి పూనుకొన్న కొనుగోలుదారుడు నాకు మంచి స్నేహితుడు. అతను పార్కుని కొనుగోలు చేయకూడదని నిశ్చయించుకుని, అతనికి బదులుగా నేను కొనుగోలు చేస్తానేమోనని కనుక్కొన్నాడు. నాకు ఆ ఆస్తి నచ్చి, అతని దగ్గర నుండి ఆ ఆస్తి అప్పగింత (assignment) ఒక కాంట్రాక్ట్ ఒప్పందం ద్వారా బ్రోకర్లు లేదా రియల్టర్లు లేకుండా జరుప నిశ్చయించాను.

అప్పగింత (ఎసైన్‌మెంట్-Assignment) అనగా ఎవరి వద్దనన్నా ఆస్తి కాని, ఆస్తిగా పరిగణించబడే వస్తువుగాని కొనుగోలుకు సిద్ధపడి వున్నట్లు, ధృవీకరిస్తూ వున్న ఒప్పందం, అంటే కొనుగోలు విక్రయ ఒప్పందం (Purchase sale agreement, (PSA) లాంటిది కలిగి వుండి, ఆ లావాదేవీని అక్కడితో ముగించకుండా, కాంట్రాక్ట్ హక్కులను వేరొకరికి బదలాయించడానికి నిశ్చయిస్తారు. సరళంగా చెప్పాలంటే, కొనుగోలు దారునికి దానిని నిభాయించి ముగించడం, లేదా వేరొకరికి అప్పగించే హక్కు వుంటుంది. ఒకసారి కాంట్రాక్ట్ ఒప్పందం అప్పగించబడ్డ తరువాత, ఎవరైతే అప్పగించుకున్నారో వారు కాంట్రాక్ట్‌కి చెందిన అన్ని నిబంధనలు పాటించబడేటట్లు చూసుకుంటారు.

ఈ కాంట్రాక్ట్ విషయంలో, విక్రేతకు ఎవరుకొన్నారన్న విషయంలో అభ్యంతరం వుండదు. ఎందుకంటే వారు మొదట వ్రాసుకొనిన కాంట్రాక్ట్ ఒప్పందం పట్ల నిబద్ధత వుంటుంది – అంతేకాని మొదటి కొనుగోలుదారుని పట్ల వుండదు. కాంట్రాక్ట్ భాషలో అటువంటి అప్పగింతలకు తావు వుండవచ్చని వ్రాసి వుంటుంది. నేను ఉపయోగించుకునే అన్ని కాంట్రాక్ట్‌లలో ఇటువంటి అప్పగింతలకు ఆస్కారం వుంటుంది.

నేను చాలామంది నిపుణులు చేత ఈ ఒప్పందాన్ని పరిశీలన చేయించగా, అందరికి ఇది నచ్చింది. పైగా, నా స్నేహితుడు ఈ ఒప్పందం గురించి విపరీతంగా పరిశీలనాత్మక కృషి చేసాడు. కాబట్టి నేను చేయవలసినదేమీ పెద్దగా మిగలలేదు. అందుకే నేను ముందుకు వెళ్ళి నా స్నేహితుని దగ్గర నుండి $20,000 కి కొనుగోలు చేసాను. నా స్నేహితునికి 'ఫైండర్' ఫీజు (కనుగొన్నందుకు ధర) చెల్లించినందుకు నాకు బాధ కలుగలేదు. ఎందుకంటే ఆ పార్కుని కనుగొని, పరిశీలించినందుకు అది ప్రతిఫలమనిపించింది, నేను సమయాన్ని వెచ్చించకుండా, అంత పని నేను

చేసుకోకుండా తోడ్పడినందుకు ఆ మాత్రం ప్రోత్సహకం అందించడం నాకు సంతోషమనిపించింది. నేను గనుక బ్రోకరు ద్వారా చేసుకున్నట్లయితే నేను దీనికి రెట్టింపు చెల్లించవలసి వచ్చేది. ఈ చెల్లింపు ఇద్దరికి ఉపయోగపడుతూ ఉభయతారకంగా వుంది.

ఈ ఒప్పందం గురించి నేను చెప్పవలసినది ఇంకా వుంది. నా స్నేహితుడు ఈ విషయంలో కృషి చేసిన మాట నిజమే కాని, నాకు ప్రత్యేకంగా ఇంతకు ముందు అధ్యాయాలలో వివరించినట్లుగా, మంచి ఒప్పందం ఏర్పరుచుకోవడానికి కొన్ని ప్రణాళికలు వున్నాయి. పార్కు సొంతదారుని వద్దకు మరల వెళ్ళి, కొన్ని అదనపు నిబంధనల గూర్చి చర్చించి సుమారు $100,000 వరకు ధరని తగ్గించగలిగాను. పార్కుతో అనుబంధంగా వస్తున్న వ్యక్తిగత ఆస్తి అయినటువంటి మొబైల్ గృహాలు, ట్రాక్టర్లు, పరికరాలతో నిండివున్న పెద్ద షెడ్లు, అదనంగా $50,000 తగ్గింపు ధరకు నాకే విక్రయించేటందుకు ఒప్పందం కుదుర్చుకున్నాను. కాబట్టి అన్నీ కలిపి మొత్తం మీద అమ్మకం ధర సుమారు $150,000 తగ్గింపుకి గురయ్యేటట్లు చర్చలు నడిపాను. మంచి పెట్టుబడి మీద ఇది అదనంగా వచ్చిన సానుకూలత.

మనకు పెట్టుబడి పెట్టేటందుకు ఒక ద్రవ్య నిర్వాహకుడూ (money manager), స్టాక్‌మార్కెట్టు పట్ల అవగాహన వుండాలనే పెద్ద అపోహ వుంది. అది పనికి రాదని నేననట్లేదు – కాని అవి 'మాత్రమే' అవసరమైనవి కావు. స్టాక్ మార్కెట్టు పట్ల అవగాహన కొంతవరకు అవసరమే, కాని నా పెట్టుబడులన్నీ ఒకే బుట్టలో వేసిన మొత్తం గ్రుడ్లలా వుండడం నాకిష్టంలేదు. వాటిని విడదీయడానికి నేను ఇష్టపడతాను. నా పెట్టుబడులన్నిటి మీద నా ప్రభావం, ఆధిపత్యం కొంతవరకు వుండాలని నేను కోరుకుంటాను.

నాకు వీలయినంతవరకూ, మధ్యవర్తులను నివారించి లాభాన్ని నా కుటుంబ సభ్యులతోను, లేదా భాగస్వాములతోను పంచుకుంటాను. అయితే, వారి పనితీరు బాగున్నట్లయితే, వారు సాధారణంగా పొందనటువంటి లబ్ధి వారికి కూడా చేకూరేటట్లు నేను చూస్తాను. ఒకవేళ వారే నేరుగా విలువను పెంచి, వారి లబ్ధిని వారు న్యాయంగా పొందజూసినట్లయితే నేను సంతోషంగా వారికి చెల్లిస్తాను. చాలామంది గొప్ప బ్రోకర్లతోటి పనిచేసి, వారి ఫీజు వారికి చెల్లించినమాట వాస్తవమే అయినా నేను విక్రేత ఫైనాన్సింగ్‌కి అవకాశం వుండి ఆర్థిక సంస్థలను మధ్యవర్తులుగా నివారించగలిగే అవకాశం

వుంటే, దానిని తప్పక వినియోగించుకుంటాను. ద్రవ్య నిర్వాహకులు మధ్యవర్తులుగా వుండి, వారికి కొంత శాతం చెల్లింపవలసిన అవసరం వస్తుందనుకుంటే, అటువంటి దానిని నివారించడానికి ప్రయత్నించుతాను.

అవగాహన వలన లాభం

మీరు తప్పిదాలు చేసి ఏదో క్షణంలో డబ్బు నష్టపోవడం జరుగుతుంది. పాఠాలు వాటి నుండి నేర్చుకోండి.

ఏ ప్రశ్నలను ఎప్పుడు వేయడం ద్వారా అధిక వృధా తగ్గించుకోవచ్చునని తెలుసుకోవడమే పెద్ద రహస్యం. సంవత్సరాల తరబడి తప్పిదాల చేస్తూ వాటి నుంచి వచ్చిన అనుభవం ద్వారా జ్ఞానాన్ని సంపాదించడం లేదా మీ అమూల్యమైన సమయాన్ని కాపాడడానికి వందలకొలది, కొన్నిసార్లు వేలకొలది డాలర్లు పరిరక్షించుకోవడానికి ఒక శిక్షకునిపై వెచ్చించడం అవసరం. శిష్యరికం అనేది సులభమైన పద్ధతి.

సాధారణంగా, నిపుణుల నిర్వహణలో వినియోగించబడుతున్న డబ్బుపై ఫీజుగా చెల్లించుతున్న రుసుమును గమనిస్తే, మీ నుంచి వసూలు చేస్తున్న దానిని చూచి మీకు ఆశ్చర్యం వేస్తుంది. నా పెట్టుబడుల పోర్టుఫోలియోలో ఎక్కువ శాతం స్టాక్‌మార్కెట్టులో వున్నప్పుడు దాని నిర్వహణ కనిపెట్టుకుని వుండడానికి నాకు వ్యక్తి సహాయం వుండేది. అప్పట్లో నా స్టేట్‌మెంట్‌ను పరిశీలిస్తే, నన్ను ఎత్తి కుదేసినట్లపించేది. దాని ప్రకారం నా సగటు రాబడి రేటు (average rate of return) 7% గా వుండేది. అంతా బాగానే వుందని నేననుకున్నాను. అంత సగటు రాబడి రేటు వున్నట్లయితే నేను బాగానే సొమ్ము చేసుకుని వుండవచ్చును. కాని నేను కొంచెం లోతుకి వెళ్ళి తరచి చూస్తే, నాకు నష్టం జరిగిందని నేను గ్రహించాను. నా వాస్తవ రాబడి రేటుకి నా సగటు రాబడి రేటుకి తేడా వుంది. సక్రియాత్మక సగటు రాబడి రేటు చూపిస్తూ వుండగానే నేను ధనం నష్టపోయాను.

నిజానికి గడచిన అయిదు నుంచి పది సంవత్సరకాలం సక్రియాత్మక శాతం చూపిస్తూ వున్నా కాలగమనంలో ఏదో ఒక సంవత్సరం క్రిందకు పడిపోవడం వలన నేను నష్టపోయాను. మిగతా సంవత్సరాలలో ఎక్కువ శాతం చూపిస్తూ వున్నందువలన నాకు మొత్తం మీద సగటు రాబడి రేటు ఎక్కువ శాతంగానే చూపించినా, నేను లాభపడుతున్నానని అనుకోకూడదు.

నేను పొందిన ఈ అనుభవం వలన నా కళ్ళు తెరపించినట్లయినది. నేను మోసపోయినట్లనిపించింది. నాకు అందిన సమాచారాన్ని బట్టి చూస్తే నేను సొమ్ము చేసుకున్నట్లే వుంది. కాని నేను మోసపోయాను. అప్పుడు నేను, తప్పుడు సమాచారం, తప్పుడు లెఖ్ఖలు ఆర్థిక సేవల పరిశ్రమలోను, సంప్రదాయ పెట్టుబడి ప్రపంచంలోను అలవాటేనన్న విషయాన్ని గ్రహించాను.

ఆ తరుణంలో, నేను నాకై నియమించుకొనిన వ్యక్తులు స్వార్థచింతనతో వున్నారు కాని, నా గురించి ఆలోచించట్లేదనిన విషయాన్ని గ్రహించాను. చింతించవలసిన విషయం ఏమిటంటే నా ఆర్థిక విషయాలు చూసుకుంటున్న వ్యక్తి, నేను స్వయంగా నష్టపోయినప్పుడు కూడా సొమ్ము చేసుకోగలిగాడు. ఈ విషయం నేను జీర్ణించుకోలేకపోయాను. నా పెట్టుబడి వ్యాపారంలో గణనీయమైన మార్పు అక్కడ చోటు చేసుకుంది. నేను నా పెట్టుబడుల పగ్గాలని స్వయంగా చేతిలోకి తీసుకుని, నా ఆర్థిక విషయ జ్ఞానాన్ని పెంపొందించుకుని నా అంతట నేను పెట్టుబడులు పెట్టడం మొదలుపెట్టాను.

సంబంధబాంధవ్యాల వలన లాభాలు

అనవసర క్రొవ్వును తగ్గించుకోవడమేకాక, మీరు మీ సమయాన్ని ఎవరితో గడుపుతున్నారన్నది ముఖ్యం – మీరు మెచ్చుకునే వారి సాంగత్యంలో, మీరు జీవితాంతం ముడిపడి వుండాలనుకునేవారితో కాలం గడపడంపై దృష్టిపెట్టాలి. సత్సాంగత్యం వలన మీరు కూడా వారిలాగానే మార్పు చెందే అవకాశం వుంది కనుక మీ సంబంధ బాంధవ్యాల విషయంలో తెలివిగా ప్రవర్తించాలి. నేను ప్రజలతో కాలం గడపడానికి ఇష్టపడతాను. కాబట్టి నేను చెప్పుకోదగినంత సమయం నాతోటి పెట్టుబడిదారులతోనూ, వ్యాపారస్తులతోనూ గడుపుతాను. ఈ సంభాషణలలో క్రొత్త క్రొత్త ప్రణాళికలను గూర్చి తెలుసుకుని వాటిని అమలులో పెడుతున్నాను.

ఈ విధంగా క్రొత్తవారిని కలుసుకోవడమేకాక, నేను చాలా పెట్టుబడి బృందాలలోకి ప్రవేశించాను. సానుకూల వ్యక్తులను కలుసుకోవడమేకాక, నాకు భిన్నంగా ఆలోచించే వ్యక్తులను కలుసుకోవడం పట్ల కూడా ఆసక్తుడనే

– జీవితాన్ని ఉన్నత ధృక్కోణం నుంచి చూచేవారినన్నమాట. నేను వున్న పరిస్థితులకంటే పైకి, అంటే ఉన్నత స్థితికి ఎదగాలని నేను నిరంతరం ప్రయాస పడుతుంటాను; ఇది వ్యక్తిగతంగాను, వృత్తిపరంగానూ కూడా వుండేటటువంటి విధంగా చూసుకుంటాను. వృత్తిపరంగా ఎలా చేస్తానంటే కొంతమంది గురువుల ద్వారా, నిపుణుల బృందాల ద్వారా, పుస్తకాల ద్వారా, పోడ్‌కాస్ట్‌ల ద్వారా మార్గాలు కనిపెడుతూ వుంటాను.

ఒక లక్ష్యంతో ఈ సంబంధబాంధవ్యాలను కొనసాగించడం వలన అది నేను ఇతరులకి బోధించేటప్పుడు, వ్యాపారస్తులకు సలహాలనిచ్చేటప్పుడు ఉపయోగ పడుతుందని నా ఆలోచన. పెట్టుబడిరంగంలో నిపుణత నేను కాలానుగుణంగా ఏర్పరుచుకొనిన సంబంధబాంధవ్యాల వలన ఆర్జించగలిగాను. దీనికి తోడుగా పుస్తక పఠనం, పరిశీలన, వ్యక్తిగత–అనుభవాలను జోడించాను. మరో విధంగా చెప్పాలంటే, జ్ఞానసమూపార్జన పట్ల తద్వారా వచ్చే ఔన్నత్యం పట్ల నాకున్న ఆకాంక్ష, ఆర్జించిన జ్ఞానాన్ని ఇతరులతో పంచుకోవాలనే కోర్కె అందరికీ ఉపయోగపడేదిగా నిలబడింది. పెట్టుబడి పట్ల నా అవగాహన నేను చెప్పబోయే రెండు ఉదాహరణలలో ప్రతిబింబిస్తుంది. మొదటిది క్రియాశీల కంపెనీలలో మదుపు పెట్టడం గురించినది. రెండవది సాఫ్ట్‌వేర్ కంపెనీల యొక్క పోర్టుఫోలియోలో ప్రత్యేకంగా మదుపు పెట్టడం. ఈ పెట్టుబడి కోసం ఎదురుచూస్తూ ప్రణాళికలు వేసుకునే కొనుగోలుదారులు కూడా వుంటారు.

క్రియాశీలక కంపెనీ పెట్టుబడులు

నేను చెప్పబోయే తదుపరి ఉదాహరణ, చాలమంది పెట్టుబడిదారులు అసలు లెఖ్ఖలోకి తీసుకోనటువంటిది. ఒకవేళ ముందుకు వచ్చినా ఆ పెట్టుబడికి ఎలాగ రూపకల్పన చేయాలో వారికి తెలియపోవచ్చును. కంటికి ఎదురుగానే రహస్య ఆదాయ విస్తారకాలు చాలా వుంటాయి. అవి ఏమిటి?

మూలధనం లేనటువంటి వ్యాపారాలలో పెట్టుబడి పెట్టి వాటి విలువను పెంచి, అలా చేస్తూనే ఆదాయం పొందుతూ చాలా ధనార్జన చేయడానికి ఆస్కారం వుంది. సరుకు అమ్ముడుపోయినప్పుడు మా ఆదాయాన్ని పెంచే ఎక్కువ మొత్తాన్ని పొందవచ్చును. ఒకసారి మీరు పెట్టుబడి పెట్టి ఒప్పందాల ప్రక్రియను పరికించాక, సమస్యలను పరిష్కరిస్తూ ఆదాయ విస్తారకాలను

కనుగొనడం సులువవుతుంది. దీనికి మీ అనుభవం, సంబంధబాంధవ్యాలు, సలహాలు తోడ్పడుతాయి. మీరు కొంత నగదు లేదా మూలధనంతోటి, మంచి జట్టు, అద్భుతమైన సంబంధాలతోటి, అనుభవంతోటి ఒప్పందంలోకి అడుగిడవచ్చును. మీ యొక్క నిపుణతపై ఆధారితమైన వ్యాపారం యొక్క రాబడి, లాభాలు దానిని పొందాలనే ఆకాంక్ష పెరుగవచ్చు. అందరూ విజయం వైపు దారి తీస్తారు. కాలం గడచిన కొలది, మీరు తక్కువ శ్రమతో సొమ్ము మరింతగా చేసుకోవచ్చును.

అదనంగా, ఈ ఒప్పందం ద్వారా గడించిన ద్రవ్యాన్ని చర్చల ద్వారా బ్రోకరు, ఫండు నిర్వాహకుడు, సాధారణ భాగస్వామి, పెట్టుబడి సలహాదారుడు, లేదా ఆర్థిక సంస్థలు లేకుండానే రూపకల్పన చేసుకోవచ్చును. అవసరమనిపించినప్పుడు వీరిని వినియోగించుకోవచ్చును. మీ ఖర్చులను కూడా ఈ విధంగా చేయడం ద్వారా తగ్గించుకోవచ్చును.

ఉదాహరణ: క్రియాశీలక కంపెనీలలో పెట్టుబడి పెట్టుట

గత పరి సంవత్సరాలుగా నేను నడుస్తున్న కంపెనీలలో పెట్టుబడి పెట్టిన ఉదాహరణలు మీకు నమూనాలుగా నిలబడగలవు. కొన్ని కంపెనీలు నా స్నేహితులవికాగా, కొన్ని కంపెనీల యాజమానులు కేవలం నా గురించి వినియున్నారు. పరిచయం కూడా లేదు. 'ఆపరేటింగ్ కంపెనీ' క్రియాశీలక కంపెనీ) అనగా ఏదైనా సరుకులనుగాని లేదా సేవలను గాని ఉత్పత్తి చేసే వ్యాపారం. దానికి నిత్యము క్రియాశీలత వుంటుంది, ఆదాయం వుంటుంది, ఖర్చులు వుంటాయి. ఒక జట్టు వుంటుంది. అయితే ఆరంభంలో ఒకే వ్యక్తి నడిపిస్తూ వుండవచ్చును. కేవలం ఇటువంటి క్రియాశీలక కంపెనీల ఆస్తి తాలుకు వస్తువుల యాజమాన్యం వహించే 'హోల్డింగ్ కంపెనీ' (Holding company) కి, క్రియాశీలక కంపెనీ (Operating company) కి తేడా వుంటుంది.

కొన్ని పెద్ద కంపెనీలలో పెట్టుబడి పెట్టినా గాని, సాధారణంగా నేను పెట్టుబడి పెట్టే క్రియాశీలక కంపెనీల మొత్తం అమ్మకాల విలువ $500,000 నుండి $30,000,000 వరకూ వుండి, చిన్నవైనవాటి నుండి మధ్యస్తంగా

వుండే వాటివరకు వుండే వ్యాపారాలని చెప్పవచ్చును. ప్రతీ పెట్టుబడి ప్రత్యేకమైనదే. ప్రతీ కంపెనీకి విభిన్నమైన అవసరాలుంటాయి, కాబట్టి ఖచ్చితమైన పెట్టుబడి మొత్తము లేదా రూపకల్పన విధానం వుండవు. కొన్నిసార్లు కేవలం కొంతమందిని నియమించుకుని కంపెనీకి నడిపేటందుకు కొంత రుణం మాత్రం అవసరమౌ వలసిరావచ్చును. మరికొన్నిసార్లు వ్యాపారం ఎలా నడపాలో సలహాలు అవసరమనిపించవచ్చును. పెరుగుతున్న జట్టుని నియంత్రించుట ఎలాగో దాని విషయమై సలహాలు పెద్ద స్థాయి ఉద్యోగులను నియమించుటలో సలహాలు, శిక్షణ నివ్వడంలో సలహాలు; వారు వాడుకోదగిన అదనపు వ్యవస్థలు, అభివృద్ధి విషయ సలహాలు, ప్రకటనల విషయం క్రొత్తదనం. ఇతర మార్కెటింగ్ విషయంలో సహాయం అవసరపడవచ్చును. అన్ని ఒప్పందాలు ఒకటిగా లేకపోయినా, నా దగ్గర అన్నిటికి తూగగల ఉపాయం వుంది.

ఆలోచనా సరళి

చాలా కాలంగా నేను ఇటువంటి క్రియాశీలక కంపెనీలలో పెట్టుబడి పెడుతూ వస్తూ వారికి వ్యాపారరీత్యా సలహాలనిస్తూ, సలహాలను పొందుతూ వచ్చాను. వ్యాపార సంబంధితమైన పుస్తకాలను నిరంతరము చదువుతూ, ఇతర వ్యాపారస్తులతో 'ప్రామాణిక క్రియాశీల వ్యవస్థ'లను (standard operating systems) (SOPS) సృజించడం, ఫండు అభివృద్ధికి ప్రత్యేకమైన రూపకల్పనలు ఉపయోగించుకోవడం వంటి వాటిపై సంభాషణలు సాగిస్తూ వుంటాను. నేను ఎప్పుడు నా 'కత్తిని పదునుగా వుంచుకుంటూ' నాతో పనిచేసేవారికి తగిన విధంగా తోడ్పడడానికి ప్రయత్నించుతాను. తరచూ ప్రజలు నా సంబంధబాంధవ్యాలతో ముడిపెట్టుకోవడానికి నాతో కలసి పనిచేస్తుంటారు. అది నాకు ఆనందదాయకమే. వ్యాపారస్తులకి అది గొప్ప ఆలోచన అని నేను భావిస్తూ వుంటాను.

నా వృత్తిపరంగా ఈ తరుణంలో, కొన్ని అదనపు కిక్కర్లతో కూడిన రుణాలని వ్యాపారస్తులకి అందిస్తూ, వారిని నాకు సంబంధించిన నిపుణులు, అనుభవజ్ఞుల తోటి కలుపుకుంటూ వారికి నా సమయం వెచ్చించకుండానే సహాయపడడం అంటే నాకు ప్రీతికరం. ఈ విధంగా నా మూలధనం నాకు ఉపయోగపడుతుంది. నేను కష్టించి సంపాదించుకున్న జీవనశైలిని

అనుభవిస్తూనే నేను చెప్పుకోదగిన రాబడిని పొందగలను. ఇలా రాబడిని ఆర్జించడం, నా సమయం దుర్వినియోగపరచకుండా వుండడం నాకెంతో ఇష్టం. ఒకసారి మీరు మొదలుపెడితే, మీ సంబంధబాంధవ్యాల విలువ ఘాతాంకాల రేటులో పెరుగుతుంది.

రూపకల్పన

ఒక క్రియాశీలక కంపెనీ ఒప్పందం యొక్క రూపకల్పన ఈ క్రింద విధంగా వుంటుంది. అయితే పెట్టుబడిని బట్టి నిబంధనలు మారుతూ వుంటాయి. ప్రతీ పెట్టుబడికి అన్ని నిబంధనలూ వర్తించవు.

- 8–15% వడ్డీతో 2 నుండి 3 ఏళ్ళ రుణం (నేను సాధారణంగా నా స్నేహితులకి అద్భుతమైన ఒప్పందాల నందిస్తాను. అందుచేతనే ఆరంభంలో తక్కువ వడ్డీ రేటుతో వుండేవి నాకు విస్తృతంగా అందుబాటులో వుంటాయి).
- వడ్డీ – కేవలం ఒక సంవత్సరకాలం చెల్లింపులు (ఇక్కడ నేను కొంత వెసులుబాటు కల్పించవచ్చు, కాని సౌకర్యవంతమైన రుణ చెల్లింపు నేను పెట్టుబడి పెట్టే వ్యాపారాలకు సృజియించి, నష్టభయం తగ్గించాలనుకుంటున్నాను).
- అసలు మొత్తం, మరియు వడ్డీ చెల్లింపులు తక్కిన రుణకాలమంత జరిగేటట్లు చూడడం.
- రుణకాలంలో నెలవారీ చెల్లింపులు.
- రుణానికి తిరిగి చెల్లింపు హామీగా వసూలు కావలిసిన ఖాతాలు (accounts), రియల్ ఎస్టేట్, సమగ్ర జాబితా, పరికరాలు, మేధాసంపత్తి, స్టాక్, ఇతర ఆస్తులు ముఖ్యంగా నా పెట్టుబడి కంటే విలువైనవి పెట్టుకోబడతాయి. (ఒకవేళ ముగింపు (liquidation)కి వస్తే నా సొమ్ము నాకు తిరిగి వస్తుందన్న నమ్మకం నాకు వుంటుంది).
- తరచుగా నేను వారిచే వ్యక్తిగత పూచీకత్తు మీద కూడా సంతకాలు చేయిస్తూ వుంటాను.
- కొన్ని సందర్భాలలో, రుణానికి బదులుగా, నేను ఈక్విటీని వేగవంతమైన పంపకాల పద్ధతిని చర్చల ద్వారా సాధించి అసలు

మొత్తం తక్కువ కాలపరిమితి లోపల నెలవారీ పంపకాల చొప్పున వచ్చేటట్లు చూసుకుంటాను.

- 0.5%-10% ఉన్నతమైన రాబడి వాటా (వారు నా జోక్యాన్ని ఎలా కోరుకుంటారో అన్నదానిపై ఆధారపడి వుంటుంది).
- ఈక్విటీ 0.5–10% ఉన్నతమైన రాబడి వాటా (నిర్వర్తించవలసిన భాద్యతల మీద ఆధారపడి ఉంటుంది).

వడపోత

ఈ కంపెనీలలో కొన్ని నేను మదుపు పెట్టే సమయానికే ఇరవై ఏళ్ళుగా మంచి నిలకడైన రాబడి, లాభాలు గడించిన చరిత్ర కలిగి వున్నాయి. ఈ పెట్టుబడుల వలన నాకు నష్టం వాస్తవానికి తక్కువే ఎందుకంటే చాలావరకూ ఈ కంపెనీలన్నీ అభివృద్ధి దిశగా పయనిస్తున్నవే! అవి అభివృద్ధి దిశగా పయనించడమే కాదు వ్యాపారస్తులు కోరుకునే విధంగా అభివృద్ధి చెందుతున్నాయి. వారి ఉత్పత్తిని నిలకడగా నిలపడం, దానిని విస్త్రతంగా పెంచడంలాంటి కష్టాలు కలిగి వున్నాయి. నాకు నష్టాన్ని నివారించే పెట్టుబడుల పట్ల మక్కువ మాత్రమే కాక విస్తృతంగా పెరిగే రాబడిలో భాగం పంచుకోవడం కూడా ఇష్టమే.

చర్చలు

చాలావరకు ఒప్పందాలు ఎక్కువగా చర్చలు అవసరం లేకుండానే కొనసాగుతాయి. దీనికి కారణం నా దగ్గరకి వచ్చే వ్యాపారస్తులు పరిచయస్తుల ద్వారా వస్తారు. కనుక వారికి తక్కువ వ్యాపారస్తులతో వ్యవహారం చేసేటప్పుడు నేను పెట్టుకున్న నిబంధనలు తెలుసు. అయితే కేవలం రుణం మాత్రమే కాక వేరే ఏదైనా దాని గూర్చి ఆ వ్యాపారస్తులు ఆశిస్తున్నట్లయితే చర్చలకు ఎప్పుడూ తావు వుంటుంది. ఒక్కోసారి మొత్తం ఆదాయం మీద నేను రాబడి వాటాలను రూపకల్పన చేస్తాను, కారణం ఏమిటంటే వ్యాపార కాలపరిమితి వున్నంతవరకు నెలవారీ నగదు ప్రవాహం వుండేటట్లు చేసే నిబంధనలను నేను కోరుకుంటాను. మరికొన్నిసార్లు నేను కంపెనీలో ఈక్విటీని రూపకల్పన చేస్తాను. ముఖ్యంగా పంపిణీ (distributions) లకి అవకాశం వున్నప్పుడు లేదా భవిష్యత్తులో విస్త్రతంగా అభివృద్ధి చెందే

అవకాశం వున్నప్పుడు అలా చేస్తాను. ఒక్కొక్కసారి మేము ఆదాయం మీద వాటా, ఈక్విటీ రెండింటిని అంగీకరిస్తాము.

నష్టభయం నివారించడానికి, నేను మొదటి తరహా రుణదాత స్థానాన్ని పొంది ఆ ఆస్తిపై తాత్కాలిక హక్కులు పొందగలనని నాకు తెలుసు. పైగా, చెల్లింపుల విషయానికి వస్తే నా పేరు మొట్టమొదట వుండడం చేత అది చాలా సురక్షితమైన పెట్టుబడి అని చెప్పవచ్చును. పెట్టుబడి ప్రామాణికం 1, "మొదటగా జీవనశైలి" అన్న అధ్యాయంలో నేను హార్డ్‌మనీ (hard money) (బంగారం వంటి విలువైన భౌతిక లోహ నాణెములను హార్డ్‌మనీ అని అంటారు) రుణాలను గూర్చి ప్రస్తావించాను. అప్పుడు కూడా మొదట తాత్కాలిక హక్కు (first lien positon) పరిగణింపబడుతుంది. వ్యాపార యజమానికీ, నాకూ ఉభయతారకంగా వుండడమే నా లక్ష్యం.

పరిశీలనలో ఒప్పందం

"గ్రుడ్డివారి ప్రపంచంలో ఒంటి కన్నుగలవాడు రాజు!". ఈ సామెతకు అర్థం ఏమిటంటే మీరు కొంత అనుభవంతో ముందడుగు వేస్తే, ఇటువంటి ఒప్పందాలు చేసుకుంటే, అది వ్యాప్తి చెంది, త్వరలోనే మీకు ఇతర వ్యాపార యజమానుల నుండి వేడుకోలు ప్రారంభం అవుతుంది. మీరెన్ని ఒప్పందాలు చేసుకుంటే, మీ విలువ అంతగా పెరిగి, అనుభవం వచ్చి, తద్వారా మీ పరపతి పెరుగుతుంది. మీకు ప్రతీ వ్యాపారీ గురువుగానే కనిపిస్తాడు.

వ్యాపారస్తుల నుండి, పెద్ద పెద్ద వ్యాపారవేత్తల నుండి, భాగస్తుల నుండి నాకు వచ్చే ప్రతిస్పందన ఇలా వుంటుంది. వారి వ్యాపారాన్ని అభివృద్ధి చేసుకోవడానికి నా రుణం ఉపయోగపడినా, అంతకు మించి నా సలహాలు, నా సంబంధబాంధవ్యాలు విలువైనవిగా కనిపించాయిట. అవి వారి అభివృద్ధికి తోడ్పడ్డాయిట. నేను సలహాలనిచ్చే విధానం, నా ఆలోచనలు ప్రత్యేకమైనవి కాగా, ఇక సంబంధబాంధవ్యాలు టేబిల్ దగ్గర సంభాషణలా మొదలై వివిధ బ్రాండ్ల, వివిధ వృత్తుల వారితో భాగస్వామ్యంగా ముగుస్తాయి. ఇది మీ విషయంలో కూడా సహజంగా జరుగవచ్చు.

ఆరంభంలో మీ వద్ద డబ్బు కంటే సమయం ఎక్కువగా వుండి వుండవచ్చు. కాబట్టి కొన్ని పనులు మీకై మీరు చేసుకోవడం ద్వారా 'అధిక క్రొవ్వును తగ్గించవచ్చు'. అంటే అధిక ఖర్చుని నివారించవచ్చును. అదే నేను

ఆరంభంలో చేసాను ఎందుకంటే అప్పుడు సమయ సానుకూలత వుంది కనుక. అదీకాక, ప్రతీ పరిస్థితిలోను, మీరు వ్యక్తులు ఎలా చెల్లింపు అందుకుంటారో మీకు అవగాహన వుండాలనుకుంటారు. అలా వున్నట్లయితే మీరు అవతల వారికి నష్టభయం తాలుకు భయాన్ని సృజించి, మీతోబాటు ఆ భయాన్ని వారూ పాలుపంచుకునేటట్లు చేసి, ఒప్పందం విలువని పెంచగలుగుతారు.

చివరగా, క్రొత్త పెట్టుబడిదారులు చేసే తప్పిదం ఏమిటంటే, ఎక్కడ అధిక ఖర్చు అవుతుందో దానిని గూర్చిన ప్రశ్నలు వేయకుండా, ప్రతీవారు ఎలా సొమ్ము చేసుకుంటున్నారో అవగాహన లేకుండా వుండడం. నా అనుభవసారం ఏమిటంటే, వీలైనన్ని ఎక్కువ ప్రశ్నలువేసి, ఎక్కడ అధిక ఖర్చువుందో దానిని తగ్గించి, చర్చల ద్వారా ఒప్పందాన్ని కుదుర్చుకుని, ఎక్కడయితే వ్యాపారస్తులు, బ్రోకర్లు, బ్యాంకర్లు విజయవంతమౌతున్నారో అలాగే మీరు కూడా అవవచ్చును - వారు వారి వాగ్ధానాలు పూర్తి చేసిన తరువాత లబ్ధి పొందుతారు. ఒకసారి మీరే ఎక్కువ డబ్బు సంపాదించడం మొదలుపెట్టి, అధిక మొత్తంలో ఆస్తులు కలిగి వుండినప్పుడు ఈ నిపుణులతో కలసి పనిచేయడానికి, దానికై వారికి అదనపు చెల్లింపులు చేయడానికి సిద్ధపడతారు. అప్పుడు ఎక్కువ ఖర్చుతో కూడుకుని వున్నాకాని, మీరు అదనపు ఒప్పందాలు కుదుర్చుకునే పంథాలో వుంటారు. దీనికితోడుగా, మీ పరపతిని పెంచే విధంగా ఉద్యోగులను, భాగస్తులను ఏర్పరచుకొని, పెద్ద పెద్ద ఒప్పందాలు కుదుర్చుకుని లాభదిశగా పయనిస్తూ సమయాన్ని ఆదా చేసుకుంటారు.

ప్రతీ పెట్టుబడి నుండి ఒక అవగాహనను పొందండి. అడగండి: నీవు ఈ పెట్టుబడి నిర్ణయాన్ని ఎందుకు తీసుకున్నావో, బోధించు అని అడగండి.

ఉదాహరణ: సాఫ్ట్‌వేర్ పోర్టుఫోలియో

నేను మీతో పంచుకున్న క్రియాశీలక కంపెనీల గూర్చిన ఉదాహరణ సమగ్రమైనదే కాని సునిశితమైనది కాదు ఎందుకంటే ఒకటికాదు, ప్రతీ పెట్టుబడి విభిన్నమైనది, నిబంధనలు కూడా తేడాగా వుంటాయి. అందుచేత

ఇక్కడ నేను పెట్టుబడి పెట్టిన ప్రత్యేకమైన కంపెనీ గురించి, నేను ఏర్పరుచుకున్న ప్రత్యేకమైన నిబంధనల గురించి మీకు పరిచయం చేయదలచుకున్నాను. నేను ఇంతకుముందు చెప్పిన ఉదాహరణకు భిన్నంగా ఈ కంపెనీ యొక్క ఒప్పందం రూపకల్పన వుంటుంది. అయితే ఈ ఒప్పందం, ఈ పుస్తకంలో చెప్పబడిన ఇతర ప్రామాణికాలను కలగలుపుకుని వుంటుంది. మీకు ఎప్పుడైన ఇటువంటి కంపెనీలో పెట్టుబడి పెట్టే అవకాశం వస్తే, మీకు ఎలా రూపకల్పన చేయాలో ఆ విధానాలపై అవగాహన వస్తుంది.

ఆలోచనా సరళి

సాఫ్ట్‌వేర్ కంపెనీల అభివృద్ధికి తోడ్పడే 'స్థిరోష్ణ పేటిక' (ఇంక్యుబేటర్) లాగా ఉపయోగపడే కంపెనీలో పెట్టుబడి పెట్టాను. ఆ కంపెనీ తన ప్రణాళిక ననుసరించుతూ ఆ సాఫ్ట్‌వేర్ కంపెనీలన్నిటిలోను ఈక్విటీ స్థానంలో పెట్టుబడి పెడుతుంది. 'స్థిరోష్ణ పేటిక' (ఇంక్యుబేటర్) సంస్థ అనగా తక్కువ ధరలకు వ్యాపార సహాయక వనరులను, సేవలను అందించే అమరిక కల్గియుండి, ఆ సహాయాన్ని ఆశించే కంపెనీల అభివృద్ధికి, విజయానికి తోడ్పడుతుంది. ఈ కంపెనీ యొక్క ప్రత్యేక గూడు 'సాస్' 'Saas' (సాఫ్ట్‌వేర్ సేవగా) అని చెప్పవచ్చును. అనగా సాఫ్ట్‌వేర్ లైసెన్స్‌లు జారీ చేసే కంపెనీలన్నమాట. నాకు 'సాస్' (Saas) పరిశ్రమ అంటే మక్కువ ఎందుకంటే వ్యాపార ప్రపంచంలో నిష్క్రమణలపట్ల దానికి అధిక గుణిజాలుంటాయి. ఈ సందర్భంలో గుణిజం (multiple) అనగా ఆచరణ యొక్క కొలత, చిన్న లెక్కలు వేసిన తరువాత దీనికి కనుగొంటారు. ఆర్థిక నివేదిక (financial statement) లోని ఒక ప్రత్యేకమైన అంశాన్ని వేరొక సంఖ్యతో గుణకారం చేసి ఆ ఆస్తి మొత్తం విలువని నిర్ధారిస్తారు. ఇదేవిధంగా, గుణిజాలు (multiples), EBITDA (Earnings Before Interest Taxes Depreciation and Amortization)- (సంపాదన-వడ్డీ, పన్నులు, తరుగు, రుణ విమోచనకన్నా ముందుది) దానికి కూడా వర్తింపజేసి తద్వారా కంపెనీ లాభాన్ని గణన చేస్తారు. ఇది ఒక పద్ధతి. అయితే, 'సాస్' (Saas) కంపెనీలు రెవెన్యూ (ఆదాయం) యొక్క గుణిజానికి తగిన విలువకి అమ్మకం చేస్తారు, కాబట్టి నిష్క్రమణల చాలా పెద్ద ఎత్తున వుంటాయి. ఎందుకంటే ఆ విలువ ఖర్చులు తీసివేయక ముందు గల అత్యధిక

ఆదాయంపై ఆధారితమై వుంటుంది. సాస్ (Saas) నిష్క్రమణలు 'వార్షిక పునరావృత ఆదాయం' (Annual Recurring Revenue) పై 8 నుండి 20 సార్లు ఎక్కువ గుణిజాలను (multiples) లేదా అంతకన్నా కూడా ఎక్కువ విలువతో వుండవచ్చును! 'వార్షిక పునరావృత ఆదాయం' (Annual Recurring Revenue) లేదా 'రన్ రేట్' (Run Rate) అనేది ఒక వ్యాపారానికి వున్న చందాల నుండి వచ్చిన వార్షిక ఆదాయం. అభివృద్ధి దిశగా వున్న కంపెనీలకు నెలవారీ పునరావృత ఆదాయం (Monthly recurring revenue- MRR) మీద ఆధారపడి కూడా అమ్మకాలు వుండవచ్చును. ఇలా గనుక పరిస్థితి వున్నట్లయితే పెట్టుబడిదారులు అంచనా వేయడం కూడా సాధ్యమౌతుంది.

రన్‌రేట్ అధికమౌతున్నప్పుడు, ప్రస్తుత అభివృద్ధి నెలకుమించినది మరో నెలకు పెడుతున్నప్పుడు, గుణిజం కూడా ఎక్కువే వుంటుంది. సాధారణంగా చాలావరకు వ్యాపారాలు EBITDA కన్నా ఒకటి నుండి నాలుగుమార్లు ఎక్కువ గుణిజాన్ని కలిగి వుంటాయి. కాబట్టి, 'సాస్' (Saas) కంపెనీల గుణిజాలు ఇతర వ్యాపారాలకన్నా అధికంగా వుండడమేకాక వాటిని అత్యధిక ఆదాయంపై గణన చేస్తారు. EBITDA లేదా లాభం మీద కాకుండా, నేను నా పెట్టుబడిలో కొంతభాగం 'సాస్' (Saas) కంపెనీలకు కేటాయించదలచుకున్నారు. ఎందుకంటే అభివృద్ధి నా లక్ష్యం కనుక.

రూపకల్పన

పెట్టుబడి ప్రారంభదశలో ఈ ప్రత్యేకమైన అభివృద్ధి దోహదకారి కంపెనీలో (incubator company) ఏడు పోర్టుఫోలియో కంపెనీలు \$16,000,000 విలువగలవి వున్నాయి. నేను కంపెనీ విలువపై 36% డిస్కౌంటు పొందగలిగాను. అయితే పోర్టుఫోలియో విలువ అప్పటి నుండి పెరిగింది, కాబట్టి ఆ లావాదేవీ విజయవంతమైన పెట్టుబడిగా చెప్పవచ్చు. నేను చర్చల ద్వారా ప్రతీ \$100,000 (0.5% ప్రతీ \$50,000) పై వారెంటు రూపకల్పనని మాతృ సంస్థలో శాశ్వతంగా ఏర్పరుచుకున్నాను. ఒప్పందంలోని ఈ భాగం వలన ప్రతీసారీ ఆ ఏడు పోర్టుఫోలియో కంపెనీలలో ఏదైనా ఒక కంపెనీ అమ్మకం జరిగినా, మా పెట్టుబడి బృందానికి ఆ ప్రభావం అనుభవంలోకి వస్తుంది ఆ కంపెనీ అమ్మకం ఎంతకాలం పట్టినా సరే!

ప్రతీ ఆరు నుండి పన్నెండు నెలలకొకసారి ఒక పోర్టుఫోలియో కంపెనీ అమ్మకం బాట పట్టుకోవాలన్నది ప్రణాళిక. అలాగనుక అయినట్లయితే ముగింపు (liquidity) సందర్భాలు అధికంగా వుండే ఆస్కారం వుంటుంది. ఇదికాక, నేను అదే వారంటు రూపకల్పనలో మరొక అంశం చర్చల ద్వారా చేర్చాను. మాతృసంస్థ చేర్చుకునే అదనపు పోర్టుఫోలియో కంపెనీల ద్వారా వచ్చే యాజమాన్య వడ్డీ, ప్రతీ క్రొత్త చేరిక జరిగినప్పుడు మాకు కూడా వచ్చేటట్లు అయిదేళ్ళ కాలపరిమితికి సాధించాను. ఇంకా విశదంగా చెప్పాలంటే మొదటి ఏడు పోర్టుఫోలియో కంపెనీలపై పెట్టుబడి శాశ్వతమైనది. ఆ తరువాత చేర్చబడే అదనపు పోర్టుఫోలియో కంపెనీకి మాత్రమే అయిదేళ్ళ కాలపరిమితి హద్దుగా వుంటుంది.

మా లయన్స్ నెట్‌వర్క్‌నకు కనీసం 2X గుణిజం మా పెట్టుబడిపై సంపాదించకపోతే అయిదేళ్ళ కాలపరిమితి తరువాత, ఒప్పందంలోని వారెంటు సంబంధిత భాగం, మరో ఏడాదికి పొడిగించబడి మా లక్ష్యమైన కనీసం 2X గుణిజం చేరుకునేటట్లు చేస్తుంది. ఇప్పటివరకూ, మూడు అదనపు పోర్టుఫోలియో కంపెనీలు మా పెట్టుబడికి జత చేయబడ్డాయి. ఏడు కంపెనీలకు చెందిన అదే వారెంటు రూపకల్పన పరిధిలోనే ఈ మూడు క్రొత్త కంపెనీలు చేర్చబడ్డాయి. మొత్తం మీద పదిహేను పోర్టుఫోలియో కంపెనీలు ఈ పెట్టుబడిలోకి చేర్చబడ్డాయి, ఇంకా చేరే అవకాశం వుంది.

వడపోత

చాలావరకు మీరు సాఫ్ట్‌వేర్ కంపెనీలలో కాని, సాఫ్ట్‌వేర్ కంపెనీలలో పెట్టుబడి పెట్టే క్యాపిటల్ ఫండ్లలో పెట్టుబడి పెట్టినప్పుడు అది దీర్ఘకాలికమైనదిగా, అంటే మీరు ఆదాయాన్ని ఏడు నుండి పది సంవత్సరాలు లేదా అంతకన్నా ఎక్కువకాలం తరువాత గాని చూడరు. కాని ఆ కాలపరిమితి చాలా ఎక్కువగా వున్నట్లుగా భావించి, నా పెట్టుబడిపై ఆదాయం కొరకు చాలాకాలం వేచి వుండాల్సి వచ్చేటట్లు,గా అనిపించడం చేత నేను అదే సొమ్ము వేరే పెట్టుబడులలో పెట్టడానికి అవకాశం కోల్పోయినట్లుగా భావించాను. ఉదాహరణకి, నా మూలధనం రెండేళ్ళ లోపున తిరిగి వస్తే, నేను అయిదు విభిన్నమైన పెట్టుబడులలో, ఆ పదేళ్ళ కాలంలో, అదే సొమ్ముని వినియోగించుకుని పెట్టినట్లయితే, అయిదు భిన్నమైన ఆదాయాలు - కనీసం అయిదు విభిన్న ఈక్విటీ స్థానాలను సంపాదిస్తాను.

ఈ పెట్టుబడి విషయంలో, మొదటి సంవత్సరంలోనే నిష్క్రమణకి పూనుకోవడం వాస్తవానికి మంచిది. నేను వివరించినట్లు నిబంధనలు తెలివిగా ఏర్పరుచుకున్నట్లయితే, మీకు కూడా మొదటి రెండేళ్ళలోనే నిష్క్రమణ చాలా మంచిది. అదీకాక, ముగింపు సందర్భాలు, అవకాశాలు అనేకం వున్న కారణాన దాని జీవితకాలంలో వీలయితే ప్రతీ సంవత్సరం అనేక ఆదాయాలు అందించే అవకాశం ఈ పెట్టుబడికి వుంది.

చర్చలు

నష్టభయం తగ్గించుకోవడానికి నేను రెండు నిబంధనలు చర్చలలో ప్రస్తావించాను. మొదటవిది 'పుట్ ఆప్షన్' (put option)కి 20% వడ్డీ కలపడం. మా పెట్టుబడి బృందానికి కంపెనీ పెడుతున్న తీరు, మార్గం నచ్చకపోతే మా పెట్టుబడిని మేము తిరిగి 20% వడ్డీతో పెట్టుబడి పెట్టిన కాలపరిమితికి గాను తీసుకోవచ్చును. రెండవ నిబంధన ఏమిటంటే మొదటి 'లిక్విడేషన్ ప్రిఫెరెన్స్' (liquidation preference) అనగా పరిసమాప్తి ప్రాధాన్యత. అనగా మొదటి నిష్క్రమణ సమయంలో మా అసలు మొత్తం మాకు పూర్తిగా చెల్లించబడుతుంది, దాని విక్రయం ధర ఎంతైనా కావచ్చు. అమ్మకం ధర తక్కువైనా మా పెట్టుబడి వారంట్లతో కూడుకున్నది కనుక, మాకు కాంట్రాక్టుపరంగా హామీ వుంది గనుక, మా పెట్టుబడి సొమ్ము మొత్తం తీసుకునేటందుకు అందరికన్నా ముందు మాకు హక్కు వుంటుంది. పైగా, యజమాని డబ్బు సమకూర్చుకున్నప్పుడు కూడా, మేమే మొదటి చెల్లింపులకు హక్కుదారులౌతాము.

ఒప్పందం-పరిశీలన

నాకు అధిక ఆదాయం కలిగి, అనేక నిష్క్రమణ సందర్భాలకు మార్గం చూపుతూ తక్కువ నష్టభయం కలిగిన పెట్టుబడులంటే ఇష్టం. అటువంటి సందర్భం పెట్టుబడిదారునికి సానుకూలంగా వుంటుంది. ఒక ఏడాది లోపల నా అసలు మొత్తం సంపాదించుకొని తక్కిన సంవత్సరాలలో లాభార్జనలో పాలుపంచుకోవడం జరుగుతుంది. ఉన్న పది పోర్టుఫోలియో కంపెనీలలో ఒకటి అమ్ముడు పోయినా నా పెట్టుబడి తిరిగి వచ్చేసి, మంచి ఆదాయం వచ్చేస్తుంది. రెండు లేక అంతకన్నా ఎక్కువ కంపెనీలు నిష్క్రమిస్తే, నాకు

అధికమైన రాబడి వుంటుంది. రెండు లేక అంతకన్నా ఎక్కువ కంపెనీలు విక్రయం జరిగే అవకాశం ఎక్కువగా కనిపిస్తోంది ఎందుకంటే ప్రఖ్యాత కొనుగోలుదారులు ఈ పోర్టుఫోలియో కంపెనీల గురించి వాకబు చేసారు.

దీనికి తోడు, యజమాని ప్రస్తుత పోర్టుఫోలియోకు మరిన్ని కంపెనీలను కలుపుకునేటందుకు చర్చలు సాగించుతున్నాడు. 30 కంపెనీలు సమకూరే ఆస్కారం కనిపిస్తోంది. వీటన్నింటికి సంబంధించిన వారంట్లు మా లయన్స్ నెట్‌వర్క్ వారు కలిగి వున్నారు. ఏ కారణం చేతనైనా సరిగ్గా అభివృద్ధి జరుగకపోతే, మేము 'పుట్ ఆప్షన్' (put option)ను ఆసరాగా చేసుకుని 20% వడ్డీతో అధిక రాబడి పొందవచ్చును.

అంతరార్థం ఏమిటంటే, ఈ ఇంక్యుబేటర్ (అభివృద్ధికి దోహదకారియైన కంపెనీ) ఒక గొప్ప పెట్టుబడి అవకాశం - క్రొవ్వును తగ్గించడానికి, తదనుగుణంగా యజమాని భాగస్వామ్యం వుండడానికి, అందరి భాగస్వామ్యం, అంటే పెట్టుబడిదారుల వంతు కూడా కలిగి వుండడానికి కూడా ఇదే మంచి అవకాశం!

పెట్టుబడి ప్రామాణికం 9: పరపతిని మీకనుగుణంగా వినియోగించుకొనుట

విజయం వెనుక 80% ఆలోచనా సరళి,
20% నైపుణ్యం ఉంటాయి

– టోనీ రాబిన్స్

రియల్ ఎస్టేట్‌లో మదుపు పెట్టడానికి తగినంత డబ్బు లేదని కొందరు అంటూ ఉండడం నేను వినియున్నాను. అది కేవలం అపోహ. 'మీ దగ్గర డబ్బు వుండనక్కరలేదు'. నా స్వానుభవంతో చెబుతున్నాను, మీ చేతిలో మంచి ఒప్పందం ఉన్నప్పుడు డబ్బు దానంతట అదే వివిధ మార్గాల్లో సమకూరుతుంది. పెట్టుబడిదారులకు మంచి ఒప్పందం అవసరం. మీకు ఒకటి లభ్యమైతే, వారి వద్ద నుండి డబ్బు సమకూర్చుకోవడం తేలిక. నిపుణులైన పెట్టుబడిదారులు మంచి ఒప్పందాన్ని గుర్తించి, దానిని పొందాలని కోరుకుంటారు.

నేను నా పెట్టుబడులకు నిధులను సమకూర్చుకోవడానికి బ్యాంకులను వినియోగించుకోవడానికి ఇష్టపడతాను. కానీ అనుకూలమైన నిబంధనలతో ఉపయోగకరంగా ఉంటేనే ఆ పని చేస్తాను అలా కాని పక్షంలో వాటిని ఉపసంహరించుకుంటాను.

కొన్ని సందర్భాలలో, అంటే నేను రియల్ ఎస్టేట్ ఖరీదు చేస్తున్నప్పుడు లేదా ఇతర ఆస్తులపై పెట్టుబడి పెడుతున్నప్పుడు బ్యాంకుని ఉపయోగించు కుంటాను. సంప్రదాయానుసారంగా బ్యాంకు 'రికోర్స్ లోన్' (Recourse loan) 'ఆశ్రయ రుణం' ని ఉపయోగించుకుంటాయి. అలా అయితే నేను ఏ కారణంగానైనా కట్టలేకపోతే, వారు నా ఆస్తుల జోలికి రావచ్చును.

అటువంటి రుణాల విషయంలో మీరు జాగ్రత్తగా వుండాలనుకుంటారు. మీరు ఆచి తూచి అన్నీ తెలుసుకుని సంతకం చేయాలనుకుంటారు. చాలా సందర్భాలలో, ఆ ఆస్తి తాలూకు వస్తువు వేరే దానిని ఆశ్రయించనవసరం లేకుండా దానికి దానికే సరిపడేటంత లేదా అంతకన్నా అధిక విలువ కలిగి వుంటుంది. ఏదైనా ఉపద్రవం వాటిల్లితే బ్యాంకు ఆ ఆస్తిని జప్తు చేసుకుంటుంది లెమ్మని మీరు ముందుకి సాగిపోవచ్చును. చట్టబద్ధంగా, వారి బకాయి చెల్లిపోయేటంతవరకు మీ అన్నీ ఆస్తులపై బ్యాంకు హక్కులు కలిగి వుంటుంది.

ఒక రియల్ ఎస్టేట్ ఒప్పందానికి బ్యాంకుతో లావాదేవి కుదుర్చుకున్న పక్షంలో, మీరు ఒక ఆస్తిని ఆరంభ చెల్లింపుగా 20–25% చెల్లించి కొనుగోలు చేయవచ్చు. మీరు ఇతరుల డబ్బుతో కొనుగోలు చేసిన ఆస్తి, ఆదాయం ఉత్పత్తి చేస్తూ మీ రాబడిని పెంచుకునే గొప్ప అవకాశం. దీనికి తోడు, ఆ ఆస్తి విలువ పెంపుదల జరిగి, మీరు దానిపై అద్దెను పెంచి, నగదు ప్రవాహం జరిగేలా చూసి అధిక ఆదాయం పొందవచ్చును. అదనంగా, మీకు అద్దెను చెల్లిస్తున్నటువంటి కిరాయిదారులు ఎప్పుడు మీ స్థలంలో వుంటారు. మీరు ఆ అద్దె డబ్బులను తాకట్టు విడిపించుకునేటందుకు ఉపయోగించుకోవచ్చు.

మీరు 20–25% ఆరంభ చెల్లింపుతో కొనుగోలు చేసిన మీ ఆస్తిని పెంపొందించుకుంటూ వుండడానికి ఇది ఒక ఉదాహరణ మాత్రమే. మీరు గనుక చర్చల ద్వారా విక్రేత ఫైనాన్స్ (Seller Fianance) తో కూడిన ఒప్పందం కుదుర్చుకున్నా లేదా మీకనుకూలంగా పనిచేసే బ్యాంకును కనుగొన్నా ఇంతకన్నా చవుకగా సాధించవచ్చు. మీకు అనువైన నిబంధనలతో, ఎక్కువ డబ్బు ఖర్చు చేయకుండా, తాకట్టుపై రుణాన్ని పొందవచ్చు. పైగా మీరు విలువైన ఆస్తిని సంపాదించవచ్చును. మీరు తక్కువ ఆరంభ చెల్లింపుతో సొంతం చేసుకున్నారు గనుక, మీ పరపతి పెరుగుతుంది.

కొంతమంది రియల్ ఎస్టేట్‌లో పెట్టుబడి పెట్టకపోవడానికి కారణం నష్టభయం ఎక్కువగా వుంటుంది అని తలచడం. అది కూడా నిజానికి

అపోహ మాత్రమే. వాస్తవమేమిటంటే, వారు దానిని సరిగ్గా అర్థం చేసుకోలేదు. అర్థం చేసుకోడానికి తగినంత సమయం వెచ్చించలేదు. నేను ఏ ఆస్తినీ దాని విలువ పెరుగుతుందనే ఆశతో కొనుగోలు చేయలేదు. నేను ఆస్తులను ఎందుకు కొనుగోలు చేస్తానంటే, అలా చేసిన వెంటనే నగదు ప్రవాహం మొదలవుతుంది గనుక.

రియల్ ఎస్టేట్‌లో పెట్టుబడులు ముఖ్యంగా అద్దెకు ఈయబడే ఆస్తుల గురించిన విషయాలు తెలుసుకోవడం ఏమంత పెద్ద విషయం కాదు. నేను సాధారణంగా ప్రజలు కష్టమైనవిగా తలచి వదలివేసిన వాటి జోలికే పోతాను. అలా చేసినప్పుడు నేను సర్వసాధారణంగా గుర్తించేదేమిటంటే 'నేను ఆ ఒప్పందాన్ని ఏ నష్టభయం లేకుండా స్వీకరించి తదుపరి చర్చల ద్వారా అనువైన నిబంధనలు సాధించగలను. ఎందుకంటే మిగతావారు ఆరంభంలో వున్న షరతులను మాత్రమే గమనించారు. అంతేకాని చర్చల ద్వారా తరువాత సాధించగలిగే వాటిని గూర్చి ఆలోచించలేదు."

అటువంటి పరిస్థితులలో, లాభం పొందగలిగేది కేవలం విక్రేత మాత్రమే కావడం చేత కొనుగోలుదారులు చర్చలు జరుపకుండా వదిలివేసారు. ఒక ఒప్పందం మంచిది అని అనిపించు కోవాలంటే ఇరుపక్షాలు అంటే కొనుగోలు దారులు, విక్రేతలు కూడా లాభపడాలి. ఏ ఒప్పందాలనైతే ప్రజలు విడచి పెట్టేస్తారో వాటిని నేను స్వీకరించి, ఏమాత్రం నష్టభయం లేకుండా వుండేటట్లుగా నిబంధనలను చర్చల ద్వారా సాధిస్తాను. మీరు ఎలా ఒప్పందాన్ని రూపొందిస్తారు, ఎలా చర్చలు నడిపిస్తారు, ఇరుపక్షాలకు ఉపయోగకరంగా వుండే ఆలోచనా సరళితో ఎలా రూపకల్పన చేస్తారు అన్న విషయం మీదనే విజయం ఆధారపడి వుంటుంది. పెట్టుబడిదారుడు ఆస్తిని కొనుగోలు చేసి అధిక ఈక్విటీని పొంది లబ్ధిని పొందగా, విక్రేత తనకు అనువైన నిబంధనలను, అనువైన ధరను పొందడం వలన ఇరువురు సంతుష్టులౌతారు. ఇరుపక్షాలు గెలిచినట్లే!

మేధస్సే పరిమితి. మీ మేధాశక్తి, మీరు చేయగలరు అన్న వాస్తవాన్ని ఊహించగలిగితే, అది కూడా 100% మిమ్మల్ని మీరు నమ్మగలిగితే మీరు సాధించగలరు – ఆర్నాల్డ్ ష్వర్జెనెగ్గర్.

రుణ విధాన ఎంపికలు

అందుబాటులో వున్న రుణ విధానాలను గూర్చి ఒక్క క్షణం దృష్టి సారించి, వాటి వలన వున్న నష్టభయం, వాటిని ఎలా మీకనుగుణంగా ఉపయోగించుకోవాలో ఒకసారి చూద్దాము.

మొదటి రెండు రుణాలు, ప్రత్యక్ష రుణ సౌకర్యం కలిగి వుండి, ఋణానికి నిధి సమకూర్చడం అనేది ఋణదాత ఒక వైపున వుండగా జరుగుతుంది.

1. **విక్రేత ఫైనాన్స్ (Seller Finance):** ఇది ప్రత్యక్ష రుణ విధానాలలో నాకిష్టమైనది. ఇది సంప్రదాయ రుణ విధానాలకంటే చాలా వేగవంతమైనది. దానికై వుండే నిబంధనలను కూడా చర్చల ద్వారా అనుకూలంగా సాధించవచ్చును. ఈ రుణాన్ని 'నాన్-రికోర్స్' (Non-recourse) రుణంగా పరిగణించ వచ్చును. 'నాన్-రికోర్స్' రుణం అనగా ఏదైనా తేడా వచ్చినప్పుడు, రుణదాత కేవలం తత్సంబంధిత ఆస్తి అంటే కాంట్రాక్ట్ (ఒప్పందం)లో పేర్కొనినదాని మాత్రమే జప్తు చేసుకొని, ఇతర ఆస్తుల జోలికి రాలేదు. రుణగ్రహీతపై వ్యక్తిగత పూచీకత్తు భారం వుండబోదు. ఇదే నేను కోరుకొనిన రక్షణ కవచం.
2. **సంప్రదాయ బ్యాంకు రుణాలు:** నేను చిన్నచిన్న స్థానిక బ్యాంకులను ఎంపిక చేసుకుంటాను. ఎందుకంటే చర్చలకు సావకాశం వుంటుంది కనుక. ఈ బ్యాంకులు అలాంటి రుణావకాశాల కోసం ఎదురుజూస్తూ వుంటాయి. పైగా వారికి స్థానిక రియల్ ఎస్టేట్ గూర్చిన అవగాహన ఎక్కువగా వుంటుంది. చాలావరకూ ఈ రుణాలు 'రికోర్స్' (Re-course loan) రుణాలు అంటే బ్యాంకువారు రుణం చెల్లింపు జరగని పక్షం, దానికొరకై మీకు చెందిన ఏ ఆస్తినైనా జప్తు చేసుకునే సౌకర్యం కలిగి వుంటాయి. ఇక్కడ వున్న ప్రాథమిక అవకాశాలు ఏమిటంటే, మొదటిది ఎస్‌బిఏ రుణాలు, రెండవది సంప్రదాయ రుణాలు, ఎస్‌బిఏ రుణం అనగా ప్రభుత్వం ఇచ్చే పాక్షిక హామీ కలిగి వున్నా గాని ఆ రుణం పొందడానికి అనేక

ఆటంకాలు ఛేదించుకుంటూ వుండాలి పైగా అది ముగింపుకి రావడానికి ఎక్కువ సమయం పట్టే అవకాశం వుంటుంది. నేను బ్యాంకులలో తీసుకునే రుణాలు చాలావరకు సంప్రదాయ రుణాలు అనే చెప్పవచ్చు. వాటికి 'నోటు' (note) పత్రం సాధారణంగా మూడు నుండి పది సంవత్సరాల కాలపరిమితి కలిగి వుంటుంది.

తదుపరి రెండు రుణాలూ ద్వితీయ మార్కెట్టు చెందిన రుణ సౌకర్యాలు. అనగా రుణ గ్రహీతలు, పెట్టుబడిదారుల మధ్య రుణాల కొనుగోలు మరియు అమ్మకం జరగడం అన్నమాట. వీటినే 'నాన్-రికోర్స్' (Non-recourse loans) రుణాలుగా పరిగణిస్తారు.

1. **మాధ్యమిక రుణాలు (Conduit loans):** వాణిజ్య సంబంధిత తాకట్టుగా గలిగిన ఆధారిత రుణాలు): వీటికి ఆవిర్భావ స్థానాలు వాల్‌స్ట్రీట్ ఇన్వెస్టుమెంట్ సంస్థలు. ఈ రుణాలను ఏకమొత్తంగా ద్వితీయ మార్కెట్టులో ఇతర పెట్టుబడిదారులకు విక్రయించే ఏర్పాటు చేస్తారు. ఈ రుణాలు సాధారణంగా సంప్రదాయ బ్యాంకు రుణాలకంటే తక్కువ వడ్డీ కలిగి వుండి ధీర్ఘకాలిక నోటు (పత్రం) ని అందించే సౌకర్యం గలిగి వుంటాయి. చాలావరకు - ఇవి పది సంవత్సరాల కాలపరిమితి కలిగి వుంటాయి. ఈ రుణాల స్వీకరణకు అనువుగా వుండి, మీరు ఆస్తిని విక్రయించినట్లైతే, వేరెవరైనా ప్రస్తుత రుణాన్ని మీ తరపున స్వీకరించి, మిమ్మల్ని రుణ విముక్తులను గావించేటందుకు అవకాశం వుంటుంది. రుణసౌకర్యంలోని ఈ అంశం నూతన కొనుగోలుదారులకు ఆకర్షణీయంగా వుంటుంది. ముఖ్యంగా మార్కెట్టుధరకంటే వడ్డీరేటు అధికంగా వుంటున్న పక్షంలో ఇలా జరిగే అవకాశం కనిపిస్తుంది.

 'మాధ్యమిక రుణాలు (Conduit రుణాలు) లోగల నష్టం ఏమిటంటే ఒకసారి వ్రాతపూర్వకంగా రుణం ఆవిర్భవించిన తరువాత వాటికి మార్పులు చేర్పులు చేసే సానుకూలత వుండదు. ఈ రుణాల ధీర్ఘకాలపరిమితి గలిగినవాటికొరకై రూపొందించబడి,

తక్కువ కాలపరిమితిలో అమ్మకాలను చవిచూసే ఆస్తులకు నిరుపయోగకరంగా మీకు గోచరిస్తాయి. పైగా, వీటికొరకై చెల్లించవలసిన ఫీజులు (రుసుములు) కూడా ఎక్కువే. మీరు ఆస్తిని త్వరితంగా విక్రయించినా లేదా తిరిగి పెట్టుబడిగా పెట్టినా (refinance) దానికై కొంత ఫీజు చెల్లించవలసి వుంటుంది దానిని 'విఫలకారకం' (defeasance) అంటారు. అలాకాకుండా మీరు సమయంకంటే ముందుగా రుణం చెల్లించినట్లైతే దానికి చెందిన ఫీజును 'దిగుబడి నిర్వహణ' (Yield maintenance) ఒక క్రొత్త కొనుగోలుదారుడు రుణాన్ని స్వీకరించడానికి కూడా కొంత రుసుము చెల్లించవలసి వుంటుంది. సాధారణంగా 'మాధ్యమిక రుణం (conduit loan) సమకూర్చుకోవడానికి 1% ఫీజును ముగింపు సమయం ముందర చెల్లించవలసి వుంటుంది.

2. **ఏజన్సీ రుణాలు:** ఫెడరల్ నేషనల్ మార్టగేజ్ అసోసియేషన్ (Fannie Mae) మరియు ఫెడరల్ హోమ్ లోన్ మార్టగేజ్ కార్పరేషన్ (Freddie Mac) మొదలైన ప్రభుత్వ ప్రతినిధి సంస్థల చేత ఈ రుణాలు ఇవ్వబడతాయి. ఈ రుణాలు ఇతర పెట్టుబడిదారులకు ఏకమొత్తంగా విక్రయించబడతాయి. మాధ్యమిక రుణాలలో వున్నట్లుగానే ఈ రుణాలలో సైతం అనేక కష్టనష్టాలు వుంటాయి. ఇవి 'నాన్-రికోర్స్' రుణాలుగా వుండి, అదే విధమైన ఫీజు చెల్లింపు విధానం కలిగి వుంటాయి. కాని ఈ రుణాలులో వున్న సౌకర్యం ఏమిటంటే మీరు సాధారణంగా 30 ఏళ్ళ నిర్దేశిత వడ్డీ కలిగిన రుణాన్ని పొందగలరు. కొనుగోలు చేసిన ఆకట్టి పెట్టుకొనదలచిన పెట్టుబడిదారులకు ఈ రుణాలు లాభదాయకంగా వుంటాయి.

మీకు ఉపయోగకరంగా అప్పును వాడుకొనుట ఎలా?

విజయవంతంగా జీవనశైలిని పెట్టుబడిగా మార్చుకునే ప్రణాళిక ఏమనగా ఆస్తులను కొనుగోలు చేసి వాటిని అమ్మకుండా ఆకట్టి పెట్టుకోవడం అని చెప్పవచ్చును. మీకు నగదు అవసరమైనప్పుడు ఈ ఆస్తులను తనఖా పెట్టి రుణాన్ని పొందవచ్చును. మీరు మీ రియల్ ఎస్టేట్ సంబంధిత ఆస్తులను,

స్టాక్ (Stock)ను, మీ సంపూర్ణ జీవిత భీమా పాలసీనిని ఇతర ఆస్తులతో బాటుగా తనఖాగా పెట్టవచ్చును. నేను ఈ ప్రణాళికను ఏళ్ళ తరబడి ఉపయోగించుకుంటున్నాను. ఈ మధ్యకాలంలో మైక్రో స్ట్రాటజీ యొక్క సహ వ్యవస్థాపకుడైనటువంటి మైఖేల్ సేలర్ ఇటువంటి ప్రణాళికను గూర్చి పాడ్‌కాస్ట్ భాగంలో వివరించగా వినడం జరిగింది.

వారికి స్టాక్‌ను తనఖాగా పెట్టవచ్చునన్న విషయం చాలామందికి అవగాహన వుండకపోవచ్చు. ఉదాహరణకి మీ $1,000,000 డాలర్ల విలువ కలిగిన ఆమేజాన్ స్టాక్‌ను సొంతంగా కలిగి వుండవచ్చును. ప్రస్తుతం మీరు స్థానిక బ్యాంకును సంప్రదించుకొని $8000,000 విలువగలిగిన రుణాన్ని, 'లండన్ ఇంటర్ బ్యాంకు అందించే రేటుకి (LIBOR - London Inter-Bank offered Rate) అదనంగా 50 మౌలిక పాయింట్లు (0.5%) తో మొత్తం మీద 0.65% వడ్డీతో పొందవచ్చును. LIBOR, ఒక రకమైన వడ్డీ ప్రామాణిక రేటు. దీనిని ప్రపంచ బ్యాంకులు ఒకదానికి ఒకటి అప్పు ఇచ్చుకునేటప్పుడు ఉపయోగించుకుంటాయి. ఇటువంటి రుణాన్ని పొందడానికి పన్ను పరిగణన ఉండకపోవడం వలన అవి పన్నులు లేనివిగా పరిగణింపబడతాయి.

ఈ ఉదాహరణని ఒక అడుగు ముందుకి తీసుకుని వెడదాము. మీ వద్ద $1,000,000 విలువగలిగిన స్టాక్ వున్నప్పుడు, దానిలో నుండి మీకు $1,00,000 డాలర్లు జీవించడానికి అవసరమైతే, మీరు $100,000 డాలర్ల విలువ గలిగిన స్టాకును విక్రయించడానికి అనువుగా వుంచి, మీ ఆదాయం మీద ఆధారపడుతూ 25-50% వరకు పన్నులుగా చెల్లింపవలసి వస్తుంది. అలా జరిగిన పక్షంలో, పన్నుల చెల్లించిన తరువాత చివరకు మీ వద్ద $50,000 డాలర్లు మాత్రమే మిగుల్చుకోగలుగుతారు. మీ $100,000 డాలర్లు జీవనానికి అవసరమైతే, ఆ సొమ్ముని చేరుకోవడానికి మీ $200,000 డాలర్లు విలువగలిగిన స్టాకును విక్రయించవలసి వస్తుంది. అప్పుడు మీ వద్ద $800,000 ల విలువగలిగిన స్టాకు మిగిలి వుంటుంది. మీరు ఏడాదికి $200,000 స్టాకు చొప్పున అయిదేళ్ళపాటు వరుసగా విక్రయించినట్లైతే చివరకు మీ స్టాకు మొత్తం ముగింపుకి చేరుకుంటుంది. (దాని వలన వచ్చిన లాభాలను మినహాయిస్తే). అలా చేసిన తరువాత ఆరవ సంవత్సరంలో మీ ద్రవ్యం మొత్తం సమాప్తమైపోయి మీరు మీ జీవనానికి ఉపయోగపడే $100,000 కొరకు వేరే మార్గం వెతుకవలసి వస్తుంది.

దీనికై ఇదిగో మరో మంచి మార్గం. ప్రస్తుతం మీ $1,000,000 డాలర్ల విలువగలిగిన స్టాకుకు బదులుగా మీరు రుణాన్ని పొంది, దానికై కేవలం 1% వడ్డీనిగాని లేదా అంతకన్నా తక్కువగా కూడా చెల్లించే అవకాశం వుంటుంది. మీరు $101,000 ల రుణాన్ని ($100,000 తో బాటు $1,000 వడ్డీతో కలుపుకుని) ఆ స్టాకు విలువకి సరితూగుతూ మీ జీవనాన్ని ఉపయోగపడే విధంగా $100,000 డాలర్లు పొందారనుకుందాము. ఈ ఉదాహరణ ప్రకారం, మీరు మీ ఆస్తులను విక్రయించకుండా రుణాన్ని పొందిన కారణంగా ఆ స్టాకుపైన వేసే పన్నులకు అతీతంగా వుంటారు. అందువలన మీరు దీనికి సంబంధించిన ఆదాయం లేదా లాభాలు కాని పొందబోరు, కనుక ఇది సాధ్యమౌతుంది.

ఆ స్టాకు విలువ పెరుగుతున్నంత సేపూ కూడా మీరు ఇదే మార్గాన్ని అనుసరించవచ్చును. ఒకవేళ ఆ ఆస్తి విలువ 10% చొప్పున ప్రతీ ఏడాది పెరుగుతున్నట్లయితే, అప్పుడు మీరు శాశ్వత ప్రతిపాదికగా పెరుగుతున్న దాని విలువ ననుసరిస్తూ రుణాన్ని తీసుకొనవచ్చును. వేరొక విధంగా చెప్పాలంటే, మీ దగ్గర $1,000,000 విలువగలిగిన స్టాకు వున్నట్లయితే ప్రతీ సంవత్సరానికి అది పెరిగి, మీకూ మీ జీవనానికి అనువుగా రుణసౌకర్యాన్ని కలుగజేస్తుంది.

ఇదే tax పద్ధతిలో మీ రియల్ ఎస్టేట్ విషయంలో కూడా వ్యవహరించ వచ్చును. మీ రియల్ ఎస్టేట్ విలువ పెరుగుతున్న కొలది మీరు బ్యాంకువారిని సంప్రదించి, దాని (రియల్ ఎస్టేట్)ని రీఫైనాన్స్ (refinance) చేసి, రుణ విముక్తిని పొంది, పన్నులు లేకుండా జీవించవచ్చును. మీరు దేనిని విక్రయించనవసరం లేదు గనుక మూలధనంపై లాభం వుండబోదు. అట్లే మీరు కేవలం దానిపై రుణాన్ని పొంది వున్నారు కనుక ఆదాయం కూడా వుండబోదు. ఆ స్థిరాస్తితోబాటు బాధ్యత పెనవేసుకుని వుంటుంది. పైగా, మీరు ఆ రియల్ ఎస్టేట్ తాలుకు ఆస్తిని మీ వారసులకు అప్పగించగలుగుతారు తద్వారా వారు కూడా దానిని శాశ్వత ప్రతిపాదికన తమ వారసులకు అందించుకోగలుగుతారు.

ప్రతీ పరిణితి చెందిన రియల్ ఎస్టేట్ పెట్టుబడిదారుడు చేసే పనికి ఇది ఉదాహరణంగా నిలుస్తుంది. ప్రభుత్వం మరింత ద్రవ్యాన్ని ముద్రించిన కొలది మీ రియల్ ఎస్టేట్ విలువ పెరిగే అవకాశం వుంటుంది. ద్రవ్య ఉత్పత్తి విస్తరించిన కొలది మీ ఆస్తుల విలువ పెరుగుతుంది.

మీ వద్ద $10,000,000 రియల్ ఎస్టేట్‌లో వున్నాయి అనుకుందాం. మీరు దానిని ఆధారంగా చేసుకుని $8,000,000 ల రుణాన్ని పొందవచ్చును. మీరు ఆ రియల్ ఎస్టేట్‌కి చెందిన ఆస్తిని అమ్మడానికి పన్నులు చెల్లించవలసి వస్తుంది కనుక పెద్దగా ఉత్సాహం చూపరు. అందుకు ప్రత్యామ్నాయంగా పన్ను రహిత ఆదాయం కొరకు మీరు దానిని ఆధారంగా చేసుకుని రుణాన్ని చేస్తూ వుంటారు. ఈ విధంగా మీరు మీ రియల్ ఎస్టేట్ ద్వారా వచ్చే మదుపు పైగల ఈక్విటీ కొరకు రుణాన్ని కొనసాగిస్తూ, మరో ప్రక్కన మీ జీవనానికి సరిపడిన ఆదాయాన్ని పొందుతూ, అదే ఆదాయాన్ని ఉపయోగించుకుంటూ మరింత రియల్ ఎస్టేట్ కొనుగోలుపై దృష్టి కేంద్రీకరించగలరు. అప్పుడు మరింత రుణాన్ని పొందే అవకాశాన్ని చేజిక్కించుకొని, మీ జీవనానికి ఉపయోగపడగలిగిన మరింత నగదును చేజిక్కించుకోగలరు. అయితే మీ జీవితకాలమంతా కష్టించినా ఈ ప్రణాళికని అనుసరించినట్లైతే, మీరు రుణ విముక్తులై, ఆస్తిని కాపాడుకుంటూ, సొమ్మున చేసుకోవడం అసాధ్యం.

కాని ఈ ప్రణాళిక ద్వారా సఫలత పొందడానికి మీకు తక్కువ వడ్డీ గలిగిన రుణ సౌలభ్యం మరియు మంచి బ్యాంకర్లతో సత్సంబంధాలు గలిగి వుండడం అవసరం. మీ ఆస్తుల విలువ వృద్ధి చెందడానికి తగిన ద్రవ్య సరఫరా కూడా అవసరం. అలా జరిగిన పక్షంలో మీరు మీ పరపతిని ఉయోగించుకుంటూ మరిన్ని ఆస్తులను పొందుతూ, వాటిపై రుణాలను పొందవచ్చును.

వారెన్ బఫెట్ వివరించినట్లుగా మీరు పన్నులతో కూడుకున్న ఆదాయాన్ని సృజించడంకంటే రియల్ ఎస్టేట్‌ను సొంతం చేసుకోవడం వలన దాని విలువ పన్నులు లేకుండా పెరుగుతూ వుండడాన్ని చూస్తారు. మీ రియల్ ఎస్టేట్‌కు చెందిన ఆస్తిపై నగదు ప్రవాహం జరుగనప్పటికీ ఇది సాధ్యపడుతుంది. అయితే నేను మాత్రం నగదు ప్రవాహం గలిగిన స్థిరాస్తులు, అంటే ఏవైతే మీ జీవన శైలికి, మీ పెట్టుబడులను అభివృద్ధి చేయడానికి ఉపయోగపడే విధంగా వుంటాయో వాటికే ప్రాధాన్యతనిస్తాను.

ఇదే ప్రణాళికను అనుసరిస్తూ మీరు సంపూర్ణ జీవిత భీమా ఆధారంగా వున్న ఆస్తులపై కూడా రుణాలను పొందుతూ, సంభావ్య లబ్ధిని పొందగలరు. ఇది ఇంతకు ముందర పేర్కొన్నటువంటి రెండు ఉదాహరణలు – స్టాకుని ఉపయోగించుకునే విధానం, మరియు రియల్ ఎస్టేట్‌ను తాకట్టుగా

పెట్టుకునే విధానంకంటే పన్ను రహిత రుణాలను పొందడానికి మెరుగైనదని చెప్పవచ్చును.

పెట్టుబడి మీ జీవన విధానంగా పనిచేసే విధానం ఎలా వుంటుంది

ఈ అధ్యాయంలో చెప్పబడిన వివిధ ప్రణాళికలను ఉపయోగించుకుంటూ వుండి, పెట్టుబడియే జీవనశైలిగా గలిగి వుండడానికి సరియైన ఉదాహరణగా, నేను చెప్పబోయేటటువంటి ఉదాహరణ నిలుస్తుంది. ఈ పుస్తకంలో ఆద్యంతము, నేను మొబైల్ హోమ్ పార్కు పెట్టుబడులను ఉదహరిస్తూ, వాటిని నా అభివృద్ధికి తోడ్పడిన ఒప్పందాలుగా, అధికంగా ద్రవ్యోత్పత్తికి తోడ్పడినట్లుగా పేర్కొంటూ వాటిని స్పష్టమైన పెట్టుబడులుగా వెల్లడించాను. పరపతిని దృష్టికోణంగా పెట్టుకొని నేను దీనికి గురించి సోదాహరణంగా వివరించదలుచుకున్నాను. ఈ విధంగా ఎందుకు చేస్తున్నానంటే, అలా చేయడం వలన మీరు దానిలో గల స్థిరత్వాన్ని, కొనసాగగలిగే గుణాన్ని, నిబద్ధతని గమనించడం సాధ్యపడుతుంది. మీరు ఒకసారి ఒప్పందాలను కనుగొనగలిగితే, మీరు కూడా అటువంటి నిబద్ధతని అలవాటు చేసుకుని, అన్ని నిబంధనలను, వడపోత మార్గాలను పొందుపరచుకుంటూ పెట్టుబడి ప్రామాణికాలను పాటించి ముందుకు సాగేటందుకు నేను నా ప్రోత్సాహాన్ని అందిస్తాను.

ఉదాహరణ: మొబైల్ హోమ్ పార్కు

ఈ మొబైల్ పార్కు కొనుగోలు చేయక మునుపు అయిదేళ్ళ క్రితం నేను ఈ మొబైల్ పార్కు యజమాని నుండి ఏ ఆహ్వానము అందుకోకుండానే సందర్శించాను. ఆ యజమాని కుటుంబంతో సత్సంబంధం ఏర్పరుచుకొని తద్వారా రోజువారీ కార్యక్రమాలలో పాల్గొని దైనందిన వ్యాపార కార్యక్రమాలలో పాలుపంచుకున్నాను. చాలా సంవత్సరాలుగా వారి దృష్టి నాపై కేంద్రీకృతం కావాలనే ఉద్దేశ్యంతో వారితో చనువుగా మసలుకున్నాను. అదీకాక, ఈ మొబైల్ పార్కు నా యాజమాన్యంలో వున్న రెండు పార్కులకు అనుబంధంగా వున్న వీధిని ఆనుకుని వున్నది కనుక సమయానుకులంగా నేను అక్కడ ఆగి వారిని పలకరించేవాడిని.

ఆ మొబైల్ పార్కు యజమాని వయస్సు మీదపడిన కారణంగా విక్రయించేటందుకు పూనుకున్నాగాని, దానిని ఆయనే నిర్మించినందువలన దానిపట్ల విపరీతంగా అనుబంధం పెంచుకుని దాని విక్రయం ఆయనకు కష్టతరంగా మారింది. ఆయన మరణానంతరం కూడా ఆయన కుటుంబీకులు నన్ను గుర్తు పెట్టుకున్నారు. దాని అమ్మకానికి పూనుకున్నప్పుడు వారికి మొట్టమొదట నేనే గోచరించాను.

ఆలోచనా సరళి

మొబైల్ హోమ్ పార్కులపై పెట్టుబడిని వెచ్చించడానికి నేను అనేక కారణాల వలన ప్రోత్సహిస్తాను. మీరు సరియైన పద్ధతిలో వాటిని కొనుగోలు చేసినట్లైతే, అవి నష్టభయం తక్కువగా కలిగి వుంటాయి. వాటికై పెట్టుబడిని రుణాల ద్వారా సంపాదించడం కూడా తేలికైన పనియే. రియల్ ఎస్టేట్‌లోని అన్ని ఆస్తులపై వున్నటువంటి చెల్లింపు తప్పిదాలకు వెలకట్టే రేటుకంటే వీటి చెల్లింపు తప్పిదాలరేటు తక్కువగా వుంటుంది గనుక వీటిని రుణదాతలు ఎక్కువగా ఇష్టపడతారు. మీకున్నటువంటి అనేక అవకాశాలు - విక్రేత, బ్యాంకు, మధ్యవర్తిత్వం మరియు ఏజెన్సీ ఫైనాన్సింగ్ ద్వారాగాని కేవలం 20% ఆరంభ చెల్లింపు చేసి, అనుకూలమైన నిబంధనలను ఏర్పరుచుకోవచ్చును. ఈ పార్కులు మీరు వాటిని సొంతం చేసుకొనిన మరుక్షణమే మీకు నగదు చెల్లుబాటు జరిగేలా వుంటుంది. అంతేకాక, వీటిని అభివృద్ధి చేసి, వెంటనే వాటి విలువను పెంచి మరింత నగదు ప్రవాహం జరిగేటట్లు చూడవచ్చు.

కరువు పరిస్థితులలో కూడా ఇటువంటి గృహాలు అందుబాటుగా వున్న కారణాన వీటికి డిమాండు అధికంగా వుంటుంది. ప్రతీవారికి తలదాచుకుందుకు ఒక గూడు అవసరం. మొబైల్ పార్కులని, క్లాస్ సి అపార్ట్‌మెంటులకంటే అన్ని సౌకర్యములు కలిగి వుండి చవుకగా దొరికే గృహాలుగా పేర్కొనవచ్చును. మొబైల్ గృహాలకు ఎవరితో సంబంధం లేనటువంటి ఆవరణ వుంటుంది. అందువలన అన్ని వేళలలో వుండే శబ్ద కాలుష్యాన్ని మన వరకు చేరకుండా నిరోధిస్తుంది. యూఎస్‌లో సగటున నెలసరి అద్దె $280 కాగా, అదే ఖర్చుతో లభించే సొంత గృహాన్ని పొందాలనే అమెరికన్‌ల కలని ఇది సాకారం చేస్తుంది. అంతకన్నా చవుకగా లభించే గృహం మరొకటి లేదు.

మీకు అనేక పన్ను రాయితీలు, రియల్ ఎస్టేట్‌ను సొంతం చేసుకున్న కారణాన లభిస్తాయి.

రూపకల్పన

ఈ ఒప్పందాన్ని ఈ క్రింది విధంగా రూపకల్పన చేసాను.

- $2,700,000ల కొనుగోలు ధర, స్థానిక బ్యాంకుతో కలసి రూపకల్పన చేసిన ఫైనాన్సింగ్.
- $540,000 ల అనగా 20% ఆరంభదశలోని చెల్లింపు.
- మిగిలిన $2,160,000 లకు 5% వడ్డీతో పదేళ్ళ నోటు (పత్రము)
- వాయిదా పద్ధతిని ఇరవై అయిదేళ్ళ కాలపరిమితిలో చెల్లింపులు చేసే విధానం (25 ఏళ్లపాటు రుణం తాలుకు చెల్లింపులు జరుగుట)
- నెలవారీ నగదు చెల్లుబాటు (అంతటి చవుకగా తాకట్టుపై వున్న చెల్లుబాటు కారణాన నాకు యాజమాన్యం లభించిన మొట్టమొదటి నెల నుండి నగదు ప్రవాహం వుందనే చెప్పాలి?
- $150,000 డాలర్ల అదనపు రుణాన్ని ముఖ్య పత్రానికి (main note) కలుపుకోవడం చేత నేను రహదారుల మరమత్తులకై వినియోగించుకొని అదే ఇరవై అయిదేళ్ళ కాలపరిమితిలో తాకట్టుపై చెల్లుబాటు కొనసాగిస్తూ (ఇది స్థిరాస్తి అభివృద్ధికై బ్యాంకు ద్వారా వచ్చే మూలధనాన్ని వినియోగించుకుంటూ, వ్యక్తిగత మూలధనాన్ని ఉపయోగించుకోకుండా నెలవారీ చెల్లుబాటు మాత్రమే చేస్తూ ఆరంభ చెల్లింపును నివారించుకుంటూ – పెద్ద మొత్తంలో పన్ను రాయితీలు పొందుతూ వుండడం)
- కొనుగోలు ధర కంటే అనేక రెట్లు పెరిగిన పార్కు విలువ, నాకు నేను ఒక స్థిరాస్తిని తక్కువ వెలకు కొనగలిగానన్న విషయాన్ని తెలియజెప్పింది అదే నా నష్టభయాన్ని కూడా తొలగించింది (నేను పార్కు విక్రేత అడిగిన ధరకే కొనుగోలు చేసినాగాని అది ఇద్దరికి లాభదాయకమైన రీతిలో జరిగింది)
- మొట్టమొదటి సంవత్సరం $224,000 లాభం (మొట్టమొదటి సంవత్సరం 41% నగదుకి బదులుగా నగదు వాపసు వచ్చింది)

- తరువాత సంవత్సరం లాభం $326,000 డాలర్లు (మేము ఆ స్థిరాస్తిని అభివృద్ధి చేసి మురుగు నీటి వసతులు మొదలైనవి కల్పించి వాటికై కొంత రుసుమును అక్కడ నివాసం వుంటున్నవారిపైననే వేసాము)
- రెండేళ్ళలో $550,000 డాలర్ల లాభాన్ని చవిచూసాము (దానిలో ఆరంభ చెల్లింపు కేవలం $5,40,000 మాత్రమే)
- మూడవ సంవత్సరంలో ఆ ఆస్తిని అభివృద్ధి చేస్తూనే, అద్దెలు కూడా పెంచి వేసాము (అంత చేసినా గాని దాని ధర మార్కెట్టులో తక్కువగానే గోచరించడం వలన, లాభాలు అభివృద్ధి దిశగానే సాగాయి)
- స్థానిక రుణదాతతో మంచి సంబంధ బాంధవ్యాలు కలిగి వుండడం వలన నేను రుణ సౌకర్యంలో కొన్ని మార్పులు చేర్పులు చేయగలగడం చేత ఈక్విటీని $1,000,000 కి దగ్గరగా వుండేటట్లు కొనుగోలు జరిగిన ఏడాది లోపలే చేయగలిగేను. (రుణ సౌకర్యంలో మార్పులు చేర్పులు అంటే అది మరల పెట్టుబడి సంపాదించినట్లే కాని, దానికన్నా అతి వేగంగా, అతి చవుకగా కేవలం రెండు రోజులలోనే ఖాయం చేయబడినది)

వడపోత

ఈ ఒప్పందం నాకు ఉపయోగకరంగా కనిపించింది ఎందుకంటే దీనిని నేను మార్కెట్టుకు అతీతంగా, నేరుగా యాజమానులతోనే సంప్రదింపులు చేసి సాధించాను కనుక. నేను పార్కుని తక్కువ విలువకే పొందుతున్నానన్న విషయం నాకు తెలుసు కాబట్టి దానిపై రుణం పొందడం సులువుగా జరుగుతుంది. ఈ పార్కుపై వచ్చిన నగదు చెల్లుబాటు వలన నా ఖర్చులు, నా ప్రస్తుత జీవనశైలికి మరియు ఇతర ఖర్చులకు సరిపడినంత సంపాదించగలను. ఈ కొనుగోలు వలన నా లక్ష్యాన్ని చేరుకోవడమే కాకుండా చాలా ఎక్కువగా నగదు ప్రవాహం కలిగి వుండడం చేత అది ఒక ప్రేరకం లాగా అనేక అదనపు ఒప్పందాలకు ఉపయోగ పడింది. నా జీవనశైలికి ఉపయోగపడే ఖర్చులకు మించి నగదు చెల్లుబాటు వుండడం చేత నేను దానిని మరింత నగదు ప్రవాహం కలిగిన ఆస్తులపై పెట్టుబడిగా వినియోగించి ఒకటే పెట్టుబడి సొమ్ముపై సంపూర్ణ ఫలాన్ని పొందగలిగాను.

చర్చలు

ఈ ఒప్పందం వలన అధిక ప్రయోజనం పొందడానికి చాలా అంశాలు చర్చల ద్వారా సాధించవలసిన అవసరం వచ్చింది. నేను అమ్మకపు ఒప్పందానికి చర్చల ద్వారా తుదిమెరుగులు దిద్దుతూ వున్న తరుణంలోనే విక్రేతలు పార్కు అమ్మకానికి ఒక మధ్యవర్తిని వినియోగించుకోవాలని అనుకున్నారు. ప్రారంభ దశ కేవలం విక్రేతలూ, నేనూ మాత్రమే కలసి పనిచేస్తున్నాము. ఒక్కసారి బ్రోకరు ప్రవేశించిన తరువాత, అతను కొనుగోలు ధరని $300K డాలర్ల వరకు పెంచివేయాలని పూనుకున్నాడు కాబట్టి మొదట నేను చర్చల ద్వారా సాధించిన ధరను సవరించవలసని అగత్యం ఏర్పడింది. అటుపైన బ్యాంకుతో సంప్రదించి అధిక మొత్తంలో అంశాలను చర్చించవలసి వచ్చినది.

నేను పెట్టుబడి కొరకై కనీసం మూడు బ్యాంకులతో విడివిడిగా అంశాలను చర్చిస్తాను. అలా చేయడం ద్వారా, నేను బ్యాంకుల మధ్య పోటీని వెలికి తీసి, వారిలో ప్రతిఒక్కరి నుండి వీలైనన్ని అధిక అంశాలను నాకనుగుణంగా మార్చుకోగలను. వివిధ బ్యాంకులు నా వ్యాపారానికై పోటీ పడుతున్నాయనిన విషయం రుణదాతలు తెలుసుకొన్నప్పుడు వారు కూడా వివిధ అంశాలలో నాకనుగుణంగా రూపకల్పన చేసి నాకు రుణాన్ని ఇచ్చే అవకాశాన్ని జారవిడుచుకోకుండా వుండేటందుకు ప్రయత్నించారు. ఒక్కసారి ఒప్పందం ఒక కొలిక్కి వచ్చాక, నేను అదనపు రుణానికై యత్నించి, దానిని రహదారులు మరమత్తులకై వినియోగించి, మరిన్ని సౌకర్యాలను కల్పించడానికి మరిన్ని అంశాలను చర్చల ద్వారా సాధించి, సుమారు $1,000,000 దరిదాపులవరకు ఈక్విటీని సాధించాను. అప్పుడు నేను ఆ ద్రవ్యాన్ని మరింత నగదు ప్రవాహాన్ని సృజించే ఆస్తులను పెంపొందించుకునేటందుకు వినియోగించుకున్నాను.

ఒప్పందం–పరిశీలన

పరపతి, అదృశ్య ఆదాయం మొదలైన వాటి గురించి నేను పెట్టుబడి ప్రామాణికం 6 – "ఆదాయ విస్తారకాలని కనుగొనుట" అనే అధ్యాయంలో చర్చించాను. దానికి ఇది ఒక ఉదాహరణగా నిలబడుతుంది. నేను మొట్టమొదట పార్కు కొనుగోలు చేసినప్పుడు ఉనికిలో లేని $1,000,000

డాలర్లపై నాకు నగదు చెల్లుబాటు జరిగింది. ఇప్పుడు ఏడాదికి సుమారు $1,50,000 దరిదాపులలో వున్న నగదు అదృశ్య ఆదాయం (Phantom income) వస్తున్న నగదుగా నాకు దక్కుతోంది. విభిన్న కారణాలవలన అది గొప్ప ఒప్పందంగా నిలచి నేను ఈనాటికీ నిలబెటుకున్న ఆస్తిగా పేర్కొనవచ్చును.

వేగంగాను, అనువైన మార్గంలోను పరపతిని వినియోగించుకుంటూ వుండాలంటే వేరొకరి సొమ్ముని రుణంగా పొందడం లేదా విక్రేత పెట్టుబడిపై ఆధారపడిన ఒప్పందం చేసుకుంటూ ఆరంభ చెల్లుబాటు తక్కువగా వుండేటట్లు లేదా ఆరంభ చెల్లుబాటు పూర్తిగా నివారించుకునే విధంగా ఆశ్రయ రుణంగా (recourse loan) మారకుండా వుండే విధంగా చూసుకోవాలి. ఇలా చేయడం వలన మీరు ఏ విధమైన నష్టభయం కాని లేదా ధర కాని ఎదుర్కొనకుండా ప్రభావవంతంగా సంపద బదలాయింపు చేసుకుంటున్నారన్నమాట. మీరు చెక్కుని వ్రాయకుండా గనుక ఆస్తిని అభివృద్ధి చేసుకోగలినట్లయితే చేసుకుని తద్వారా ఈక్విటీని పెంచుకుని, నగదు ప్రవాహాన్ని కూడా పెంపొందించుకోవచ్చును.

దానికి సంబంధించిన ఉదాహరణని ఇక్కడ పేర్కొంటున్నాను. మీరు ఒక ఆస్తిని వినియోగించుకుంటూ, విక్రేత పెట్టుబడి (seller financing) గా తక్కువ ఆరంభ చెల్లుబాటుతో లేదా ఆరంభ చెల్లుబాటులేకుండానే చేయవచ్చును లేదా నేను ఈ అధ్యాయంలో వివరించిన పెట్టుబడి అవకాశాలు ఉపయోగించుకొనవచ్చును. అలా జరిగిన పక్షం బహుశ మీకు మీ ఆస్తిని పెంపొందించడానికి తక్కువ శాతం ఆదాయాన్ని ఆశించే భాగస్తుడు లేదా అటువంటి సేవలు అందించేవారు దొరక వచ్చును. అటుపైన మీ ఆస్తిని నిర్వహించే టందుకు తక్కువ శాతం ఆదాయాన్ని ఆశించే వ్యక్తి దొరకవచ్చును. ఇదంతా నష్టభయం లేకుండా వుండేటటువంటి నగదు ప్రమేయం లేనటువంటి లావాదేవి.

మీరు ఎదగడానికీ, అభివృద్ధికీ ఎప్పుడూ ఆస్కారం వుంటుంది. నాకు సంబంధించినంతవరకు గమ్యం చేరుకోవడం అనే ప్రసక్తికంటే ప్రయాణాన్ని కొనసాగించడానికే ఇష్టపడతాను.

పరపతిని ఉపయోగించుకోవడం అంటే కేవలం చర్చలు జరుపుతూ, సృజనకు పదును పెట్టాలి. చాలావరకు మీరు గొప్ప ప్రశ్నలను సంధిస్తూ ఒప్పందాన్ని ఖాయపరచుకోవచ్చును. ఇటువంటి

పరిస్థితులలో మీరు ఒక్కొక్కపుడు నిరాకరణని కూడా ఎదుర్కోవచ్చును. అంతకు మించి జరిగేవే వుండబోదు. ఈ విషయంలో మీకు ఇదే విధంగా ఒప్పందాన్ని రూపొందించుకుని మార్గం చూపెట్టిన వారిని కూడా పేర్కొనవచ్చును. అదే విధంగా ఒక మార్గదర్శకుడినిగాని ఒక గురువుగాని కనిపెట్టడం కూడా శక్తివంతమైనదే అని చెప్పవచ్చును. కేవలం ఒక ఆలోచన మీకు ఒకే లావాదేవీ వలన 10X (పదింతల) లాభాన్ని చేకూర్చగలదు.

పెట్టుబడి ప్రామాణికం 10: పెట్టుబడిగా వినియోగించబడిన ప్రతీ డాలరూ ప్రతిఫలాన్ని అందిస్తుంది

జ్ఞానసమూపార్జనకై పెట్టిన పెట్టుబడి ఉన్నతమైన వడ్డీని సమకూర్చుతుంది.

– బెంజమిన్ ఫ్రాంక్లిన్

నేనే గనుక మీ పెట్టుబడిపై 5,000% రాబడిని హామీగా ఇస్తూ మీ ఆరంభ పెట్టుబడిని రెండు నెలల లోపులే తిరిగి పొందగలిగేటట్లు చేస్తానని చెప్పినట్లైతే మీ ప్రతిస్పందన ఎలా వుంటుంది? మీరు ఆ విధంగా చేయడానికి పూనుకోనట్లైతే ఖచ్చితంగా మీ పెట్టుబడిని వదులుకోవలసి వస్తుందని నేనంటే ఏమి చేస్తారు? యుద్ధ సమయాల్లో సైనికులను అధమ పరిస్థితులకైనా సంసిద్ధముగా వుండమంటారు. అలా ఎందుకు చెప్తారంటే మీరు అధమ స్థితికి సిద్ధపడినప్పుడు, ఆ స్థితి ఎన్నటికి రాదు. (ఇది ఏ రకమైన పెట్టుబడియో నేను అధ్యాయం చివరలో తెలియజేస్తాను).

జ్ఞాన సంపదను గూర్చిన అపోహలు

కొందరు తమక పెట్టుబడుల గురించిన అవగాహన లేని కారణాన అందులోకి జోరపడరు. ఇది మరొక అపోహ మాత్రమే. మీరు అభ్యసించవచ్చును. నిజానికి,

మీరు ఒక్కసారి పెట్టుబడి రంగంలోకి ప్రవేశించారంటే మీకు ఆ రంగం గురించి నేర్చుకోవలసిన అగత్యం త్వరితంగానే ఏర్పడుతుంది. ఆ రంగం గురించి తెలుసుకునేటందుకు యాజమాన్యం అనేది వేగవంతమైన మార్గం.

సామాన్యుల ఆలోచన ఎలా వుంటుందంటే వారు నిపుణత సాధిస్తేగాని ఏమి చేయలేరని అనిపిస్తుంది. అది కూడా పూర్తి మాయ. మీరు ప్రతి పనికి నిపుణులను వేతనానికి సమకూర్చుకొనవచ్చును. నాకన్నా నిపుణులైన సహాయక బృందంతో పనిచేస్తూ అనేక అంశాలలో వారి తెలివితేటలను నేను సద్వినియోగపరచుకుంటాను. వారితో పని చేయడం వలన నాలో ఉత్సాహం పెరుగుతుంది. నేను నిపుణుని సంప్రదించి నప్పుడు, వారికి ముందుగానే మొత్తం పని వారి ద్వారా జరగడం నాకు సమ్మతం కాదన్న విషయం నేను తెలియపరుస్తాను. అలా ఎవరైనా చేయగలరు. నేను వారి సహాయం తీసుకునే కారణం ఏమిటంటే వారు ఆ పనిలోగల మెళకువలన్నింటిని, వారి నిర్ణయాల వెనుకగల రహస్యాలన్నిటిని నాకు బోధిస్తారనే ఉద్దేశ్యం నాకు వుంటుందన్నమాట.

మీరు మదుపు పెట్టవలసిన మొదటి రంగం మీ విద్యాభ్యాసమూ, మీరు అభివృద్ధి కొరకు మాత్రమే.

నేను పనితీరులో బాగా అనుభవం వున్న నిపుణులను నియమించుకుంటాను. నేను వారి నుండి నేర్చుకుని భవిష్యత్తులో ఆ జ్ఞానాన్ని ఉపయోగించుకుంటాను. ఈ రకమైన మార్గం ద్వారా వారితో పనిచేసినందువలన కలిగే అత్యధిక అభ్యాసం నాకు ఖచ్చితంగా దొరుకుతుంది. అంతేకాక ఇంకా చాలా వుంది. అలా చేసినందువలన ఈ నిపుణుల నుండి నాకు నమ్మశక్యం కానటువంటి అత్యధిక జ్ఞానసమూపార్జన కలగడమే కాకుండా భవిష్యత్తులో అటువంటి ప్రయోజనం కొరకు నేను వెచ్చించనవసరం కలుగదు. దానికి కారణం ఒకసారి నాకు ఆ నిర్ణయం వెనుక వున్న కారణమేమిటో అర్థమైపోతుంది.

మీరు కూడా మీ జ్ఞానసమూపార్జన కొరకు నిపుణుని నియమించుకున్నారని ఊహించుకుందాము. మీకు వారి నిర్ణయం ఎందుకు తీసుకున్నారో తెలియజేయనవసరం వుండదు. ఎందుకంటే మీరు ఆ సేవను వారి నుండి పొందడానికి జీతం చెల్లించుట లేదు కాని ఆ నిర్ణయాన్ని ఏ

అభ్యాసం కారణంగా తీసుకుంటున్నారో మీకు తెలియపరచవలసిన అవసరం వుంటుంది. ఈ రకమైన ఆలోచనా సరళి వలన నాకు ప్రయోజనం కనిపించింది. ఆ కారణంవలననే నేను నా న్యాయవాదులు, సిపిఏలు, పన్ను ప్రణాళికలను రూపొందించేవారు మొదలగువారికి వందలకొలది ప్రశ్నలు సంధించి ప్రతి ఒక్క ఒప్పందం గురించి క్షుణ్ణమైన అవగాహనకు వచ్చి ఆ జ్ఞానాన్ని నూతన ఒప్పందాలు కుదుర్చుకునేటప్పుడు వినియోగించుకుంటాను. అంతేకాని, నాకున్న పూర్వ పరిజ్ఞానం వలన వారి సమయాన్ని వృధా చేయకుండా, తక్కువ రుసుముతో న్యాయసంబంధమైన విషయాలలో వారి సేవలను ఉపయోగించుకుంటాను.

అనుభవజ్ఞులైన సలహాదారులు

నేను ప్రఖ్యాత చట్టపరమైన నిపుణుల సేవలకు రుసుము చెల్లించడానికి సంతోషముగా అంగీకరించుతాను. ఒకప్పుడు అలా చట్టపరమైన, నిపుణత కలిగిన సేవలకు చెల్లించిన తరువాత కొంచెం ఇబ్బందిపడినాగాని, తరువాత కాలంలో ఎంత శ్రమను, పనిని వ్యక్తిగతంగా నేను చేయకుండా తప్పించుకోగలిగాను అన్న విషయాన్ని అవగాహన చేసుకోగలిగాను. అత్యంత తెలివైనవారిని నియమించుకోవడం ద్వారా నేను నమశక్యంకానంత ఆర్జించుకున్నాను. అంటే సరియైన పనికి సంతోషంగా ద్రవ్య వినియోగం జరిగింది.

మీ సామర్థ్యానికి మించిన ఏ పనికైనా మీకు అందుబాటులో వున్న ప్రావిణ్యుల సహాయాన్ని వినియోగించుకుంటూ, వారు చేసే పనిని మీకు నేర్పినట్లయితే అది అర్థవంతంగా వుంటుంది నా నమ్మకం.

నా సలహాదారులు మేధావులు, ఈ రంగంలో అనుభవజ్ఞులు. నాకు తెలిసింది కొద్ది మాత్రమే లేదా అసలు శూన్యమేనని భావించవచ్చును. వారిని నియమించుకోవడం వలన నాకు తలనొప్పి తగ్గడమే కాకుండా వారు పని చేసినంత నిపుణతతో నేను చేయలేనని – ముఖ్యంగా నేను దీనినే నా ప్రాథమిక ఉద్యోగంగా పరిగణించి పనిచేసినా, ఫలితం వారు చేసిన దానికన్నా తక్కువగా వుంటుందని తెలుసు. కనుక నా

జ్ఞానం అంటే వారి వారి
అజ్ఞానపు పరిధులను
తెలుసుకోవడమే

– కన్ఫ్యూషియస్

సమయాన్ని వృధా చేసుకోవట్లేదు. అంతేకాక, వారి సునిశిత దృష్టికోణం నన్ను అధిగ మించిందనే చెప్పవచ్చును. నా సలహాదారులు నాలాగా లోపాలను విస్మరించి ముందుకు సాగకుండా సునిశిత దృష్టితో ప్రతి చిన్న విషయాన్ని దృష్టిని దాటిపోకుండా పరిగణనలోకి తీసుకుంటారు.

నేను నా పెట్టుబడుల ద్వారా అధిక రాబడిని పొందేటట్లుగా చూడడమే కాకుండా, నా ఒప్పందాలనన్నిటిని సరియైన దిశలో కొనసాగించి, లాభరహితమైన పెట్టుబడుల జోలికి నేను పోకుండా కాపాడుతారు. నేను నా జ్ఞానాన్ని, నైపుణ్యాన్ని గురించి ఆలోచించినప్పుడల్లా ఎక్కువ శాతం వారి సహాయం మీదనే ఆధారపడతాను. వారు ఎలా నా సంపూర్ణ ఆదాయాన్ని పెంచుతూ నా విలువని పెంచుతూ, ద్రవ్యనష్టం జరగకుండా కాపాడుతూ నాపై పన్నుల భారం పడకుండా చూచుకుంటూరో అన్న విషయం చెప్పుకోదగినదే. ఈ విషయాలనన్నిటిని పరిగణనలోనికి తీసుకుంటు ముఖ్యాంశాలన్నిటిపైన దృష్టి సారించి నా పెట్టుబడిపై నమ్మశక్యం కానటువంటి రాబడిని నా దగ్గర వున్న న్యాయవాద నిపుణులు నాకు అందేలా చేస్తున్నారు.

కొన్నిసార్లు ఒక ఒప్పందాన్ని అంగీకరించడం అంటే భవిష్యత్తులోని అనేక ఒప్పందాలకు పునాది వేస్తున్నట్లుగానే భావించవచ్చును. ప్రజలకు, మీ పాత్రను తెలియజేస్తూ మరొక అనువైన ఒప్పందంతో పాలుపంచుకోవడానికి మొదటి వరుసలోనున్నట్లు మీరు ఉన్నట్లు తెలియజేయడమే పెట్టుబడి పెట్టడం అంటే చాలావరకు మన సంబంధబాంధవ్యాలను పెంచుకుంటూ వ్యవహరించడమే. అటుపైన, మీరు ఏమి చేయబోతున్నారని వెల్లడి చేస్తారో దానిని నిఖార్సుగా చేయడమే. ఒకవేళ మీరు పెట్టుబడి పెట్టదలచుకుని నిధిని సమకూర్చుకుని ముందుకు అడుగువేయాలని అనుకున్నట్లయితే అదేవిధంగా జరిగేటందుకు చర్యలు చేపట్టాలి. మీరు ఎక్కడ కాలుపెట్టినా సద్భావన కలిగేటట్లు ప్రవర్తించండి.

మరొక ముఖ్య అంశం గురించి చెప్పుకోవాలంటే సరియైన సలహాదారులని కనిపెట్టడం అనే అంశం అని అనుకోవచ్చును. కొంతమంది వ్యక్తులు వారు ఎవరి వద్ద నుండి విషయాలను నేర్చుకుని, సమయాన్ని సంతోషంగా గడపగలరో గ్రహించుకోలేకపోతారు. నేను ఎంచుకునే నిపుణులందరికీ, నాకు విషయ పరిజ్ఞానం వారి వద్ద నుండి లభించాలన్న విషయాన్ని, వారితో ఏర్పాటు చేసుకున్న మొదటి ముఖాముఖిలోనే వారికి బోధపడేటట్లు నేను చేస్తాను. వారితో పనిచేయడంలో నాకు ఆనందం

లభించుతుందని మేము ఒకరితో ఒకరం సరితూగగలమనిన విషయాన్ని నిర్ధారణ చేసుకుంటాను. అలా కాకపోయినట్లైతే అప్పుడే ఆ సమాగమాన్ని త్రుంచివేస్తాను. నేను నిపుణులతో కలిసి పనిచేయడమే కాకుండా వారితో కలసి పనిచేయడంలోని ఆనందాన్ని చవిచూస్తాను. కాబట్టి, నిపుణుల ఎంపికలో నాకుగల పరిశీలనా శక్తి నా విజయం వెనుక వున్న ముఖ్యఅంశం.

విజయపథం వైపు నడవడానికి పెట్టుబడి రంగానికి చెందిన జ్ఞానాన్ని పెంపొందించుకోవడం కూడా అవసరం. ఎవరైనా ఉపయోగకరమైన కార్యాన్ని చేపట్టినట్లు నాకనిపిస్తే నేను వెంటనే దానిని అనుకరిస్తాను. ఒకసారి నేను ఒక నమూనాకి చెందిన మెళకువలు గ్రహించినట్లైతే దానిని మరింత ఉపయోగకరమైనదానిగా అభివృద్ధి చేసే మార్గాన్ని నేను కనుగొంటాను. అది వారి ప్రయత్నంకన్నా ఎక్కువగా ఫలితాన్ని ఇవ్వలేకపోయినా కనీసం విజయవంతమైనవారి ప్రయత్నాన్ని నేను అనుకరిస్తాను.

నేను ఏకాగ్రతకు తోడ్పడే విజ్ఞానాన్ని ఎక్కువగా ఆస్వాదిస్తాను, అందుచేత బూట్ క్యాంపులు (సంఘటిత జ్ఞానసమూపార్జనను ప్రబోధించే ఆవాసము) దానికి ఉపయోగపడే వేదికలు మొదలైనవాటిని ఇష్టపడతాను. నేను చాలా సంవత్సరాలుగా పెట్టుబడి రంగానికి చెందిన అనేక అంశాలను వివరించే ఇటువంటి సమావేశాలకు హాజరు అయ్యాను. పఠనం పట్ల కూడా నాకు అత్యంత ఆసక్తి వున్నది. నేను వారానికి కనీసం ఒకటి లేదా రెండు పుస్తకాలను చదివే ప్రయత్నం చేస్తాను. అనుభవానికి అతీతమైన జ్ఞానాన్ని నేను పుస్తక పఠనం ద్వారా సాదిస్తాను. అంతేకాక నేను నా గురువుల చేయూతను గూర్చి కూడా సంతోషంగా ప్రస్తావించుతాను. నాకు చాలామంది మార్గదర్శకులు జీవితంలో తారసపడ్డారు. తరచుగా ఆ సంబంధం, నేను వారిని సంప్రదించి ఆ పాత్రను వహించడానికి ఆహ్వానించడంతో ప్రారంభం అయ్యేది. అయితే వారికి అలా చేసినందుకు గాను కొంత పైకం అందించడం నాకు ఆనందదాయకమే. అలాంటి మార్గదర్శకత్వానికి చాలా సంవత్సరాలుగా మదుపు నందించి నేను తెలుసుకున్నదేమిటంటే, దాని ద్వారా వచ్చే ప్రతిఫలం, పది లేదా ఇరవై వంతులు లేదా దానికన్నా ఎక్కువగానే వుంటుంది.

రాబర్ట్ కియోసాక్ రచించి క్యాష్ ఫ్లో క్వాడ్రంట్ : "రిచ్ డ్యాడ్స్ గైడ్ టు ఫైనాన్షియల్ ఫ్రీడమ్' (Cashflow quadrant : Rich Dad's Guide to Finaicial Freedom) నాకు 'నగదు చెల్లుబాటు – చతుర్భుజం' లో నేను ఏ కోవకు అనగా ఒక ఉద్యోగిగానా, స్వయం – ఉపాధి సాధకుడుగానో,

వ్యాపారిగానా లేదా పెట్టుబడిదారుడిగానా ఏవిధంగా పరిగణించబడతానో నేను తెల్చుకోవడానికి ఎంతగానో సహకరించింది. నేను నా వ్యాపారం ప్రారంభించిన ప్రారంభ సమయంలో నన్ను నేను ఒక వ్యాపారవేత్తగా భావించుకున్నాను. దానికి కారణం నాకు కూడా ఒక చిరువ్యాపారం సొంతమైనదికనుక. కాని వాస్తవానికి నేను అప్పటికి ఒక వ్యాపారవేత్తగా నిలబడలేదు. నేను కేవలం ఒక స్వయం ఉపాధిని సాధించిన వ్యక్తిని., అయితే రాబర్ట్ కియోసాకీ తతన 'క్యాష్ ఫ్లో క్వాడ్రెంట్' లో వివరించినట్లుగా యజమాని ప్రమేయం లేకుండా అది ఒక ఏడాదిపాటు అభివృద్ధి చెందుతూ ముందుకు సాగినదంటే దానిని వ్యాపారంగా పరిగణించి, ఏకైక యాజమాన్య సారథ్యంలో సాగుతున్న లావాదేవీగా పరిగణించనవసరం లేదు. మరొక విధంగా వివరించాలంటే ఒక విజయవంతమైన వ్యాపారికి వున్న వ్యవస్థలు, బృందాల ద్వారా వ్యాపారం అభివృద్ధి చెంది యజమాని ప్రమేయం అసలు లేకుండా ముందుకు సాగుతుంది. అలా వుండకపోతే నేను నా నివాసానికి దూరంగా చాలాకాలం వుంటే నా వ్యాపారం కుంటుపడుతుంది.

ఆ లోతైన అవగాహనయే నాకు, ఒక సమర్థవంతమైన వ్యాపారం యొక్క నిర్వహణ, అమ్మకాలలో నా జోక్యం నిమిత్త మాత్రంగా వుంచుకుని ముందుకు సాగడం అలవాటు చేసింది. అది అందరు వ్యాపారస్తులకి సాధ్యం కాదు. నేను వాస్తవానికి ఒక వ్యాపారిగా నిలద్రొక్కుకోవడానికి బదులుగా ఒక పెట్టుబడిదారుడిలా మారాలి అని తలపెట్టానన్న నిజాన్ని గ్రహించుకోవడం ఒక చెప్పుకోదగిన మేలుకొలుపు. ఒక పెట్టుబడిదారుడుగా మాత్రమే నేను నా సమయాన్ని, నా ఆదాయం నుండి వేరుపరచగలను.

ఆ సందర్భంలో, నా దృష్టి కియోసాకి 'క్యాష్ ఫ్లో క్వాడ్రెంట్' లోని పెట్టుబడిదారుని పక్షం వైపు మరలి, పెట్టుబడి పెట్టడం వైపు, వ్యాపారాలు కొనుగోలు చేయుట వైపు దారితీసి, క్రొత్తగా వ్యాపారం మొదలుపెట్టడం, దానిని కొనసాగించడం అనే ఆలోచనను మరుగుపరచింది. నేను పెట్టుబడిదారునిగా నిలచే లక్ష్యంతో చాలా ఏళ్ళు నడిపాను.

నేను ఈ అధ్యాయం ప్రారంభంలో ప్రస్తావించిన 5,000% రాబడి, కేవలం రెండు నుండి మూడు నెలలలోపునే చెల్లింపులు సాధ్యం చేసేది ఏమై వుంటుంది? "ఎప్పటికైనా మీరు పెట్టగలిగిన సముచిత పెట్టుబడి దేనిలోనంటే, మీరు ఒక గొప్ప వ్యాపార శిక్షణలో పెట్టి అటుపైన మీ జ్ఞానాన్ని సమర్థతని పెంచుకోవడం."

వ్యాపార శిక్షణ

ఒక మంచి శిక్షణని పొందడం ద్వారా మీరు అనర్హులైనవారిని ఉద్యోగులుగా నియమించుకోవడం వంటి పొరపాట్ల నుండి తప్పించుకుని తక్కువ సమయంలోనే మంచి జట్టుని నిర్మించుకునేటందుకు అవకాశం వుంటుంది. వారికి తెలిసినది అంతా మీరు తెలుసుకోనక్కర లేదు. కాని మీకు తగిన ఒప్పందాలను, అవకాశాలను మీ దరికి తీసుకునివచ్చి, వాటిని మీరు మీకనుగుణంగా రూపొందించుకునేటట్లు చేసి, ఏ విధంగా చర్చలు జరుపవచ్చునో తెలియజేస్తారు.

ఆ అంశాన్ని గురించి మీరు ఇప్పుడు చెప్పబోయే విధంగా ఆలోచించండి-మీరు మీ సమయాన్ని ఇరవై ఏళ్ళ వెనుకకి తీసుకువెళ్ళి యాడిల్ సంస్థలోనో, గూగుల్ సంస్థలోనో పెట్టుబడి పెట్టాలని అనుకుంటే, అది సాధ్యపడుతుందా? అప్పటి రెండువేల డాలర్లు ఇప్పుడు పదిలక్షల (లేదా అంతకన్నా ఎక్కువ) విలువకి చేరుకున్నాయి. ఒక మంచి శిక్షణ ఒక టైమ్ మెషీన్ (కాలపరిగణన యంత్రం) లా ఉపయోగపడుతుంది. మీ నుండి మీ జ్ఞాన సంపదను, అనుభవసారాన్ని ఎవరూ దోచేయలేరు. మీరెప్పుడయినా వారి సంపదనాపర్వంలో తమ సంపదను పలుమార్లు కోల్పోవడాన్ని మరల పుంజుకోవడాన్ని గమనించే వుంటారు.

ఇక్కడ అందిస్తున్న చిన్న కథనం ఎలా ఒక పెట్టుబడి అవకాశం వచ్చిందో తెలియచేస్తూ, ఒక ఉదాహరణగా పేర్కొనగలిగిన ఒక ముఖ్యమైన కథను అందిస్తూ, ఆలోచనాశక్తిని పెంపొందిస్తుంది.

ఉదాహరణ: నిర్వహణ సౌకర్య సరఫరా కంపెనీ

నేను ఒక నిర్వహణ సౌకర్య సరఫరా కంపెనీలో నాకు ఇది వరకు భాగస్వాములుగా వున్న ఇద్దరితో కలసి పెట్టుబడి పెట్టాను. అయితే ఆ పెట్టుబడి పెట్టిన మాతృసంస్థ ద్రవ్యాన్ని 'సీరిస్ ఏ' (Series A Investment) పెట్టుబడి ద్వారా ప్రోగు చేసి ఆరంభదశ మూలధనాన్ని పెట్టుబడిగా నిలబెట్టదలచుకున్నారు. ఆరంభదశ మూలధనం (Venture capital) అనగా ఒక ప్రైవేటు ఈక్విటీ రూపంలో వున్న పెట్టుబడి. దానిని స్టార్ట్ అప్ కంపెనీలకు పెట్టుబడిదారులు, వాటికి దీర్ఘకాలమనుగడ వుంటుందనుకుంటే అందజేస్తారు.

నేను ఆ మాతృసంస్థలో ఈక్విటీలో కొంత భాగాన్ని గతంలో విక్రయించిన కారణంగా విడతలు విడతలుగా చెల్లింపులు పొందుతున్నాను. కాని చెల్లింపులకు నోచుకోని శేషభాగం, వారి ఖాతా పుస్తకాలలో రుణంగా నిలబడి, దానిని చెల్లించే సమయంలో సీరిస్ ఏ పెట్టుబడి (స్టార్ట్ అప్‌లకు ఆరంభదశ పెట్టుబడి) రూపంలో ద్రవ్య సమీకరణం కష్టతరమైనది. ఇదే సమయంలో, నాతో వున్న ఇద్దరు భాగస్వాములు మరియు నిర్వహణ సౌకర్య సరఫరా కంపెనీ యజమానులకు నడుమ వివాదం తలెత్తింది. వారి మధ్యన సామరస్యానికై సాగిన ప్రయత్నాల తరువాత మాకు బోధపడిన విషయం ఏమిటంటే వారు మాకు కాంట్రాక్టు (ఒప్పందం) ప్రకారం రుణపడిన సొమ్మును చెల్లించుటకు సుముఖంగా లేరని, ఆ కారణంగా దానిని పొందడానికి మేము చట్టం ఆసరా తీసుకునవలసి రావచ్చునని అర్థం అయింది.

వ్యక్తిగతంగా నేను ఈ పరిస్థితిని స్నేహపూర్వకంగా పరిష్కరించుకోవచ్చుననిన ఉద్దేశ్యంతో ఒక ఒప్పందాన్ని చర్చలలోకి ప్రవేశపెట్టాను. నోటు (పత్రం) ప్రకారం వారు చెల్లించవలసిన, శేష భాగాన్ని వదులుకోవడానికి సిద్ధపడి సీరిస్ ఏ పెట్టుబడి కొరకై వారు చేస్తున్న ద్రవ్య సమీకరణానికి ఉన్న ఆటంకాన్ని తొలగించాను. ఈ ఒప్పందం ఆ నిర్వహణ సౌకర్య సరఫరా కంపెనీ స్థాపన సమయంలోని పెట్టుబడికై వెచ్చించడానికి బదులుగా శాశ్వత చెల్లింపుల (royalty agreement) ఒప్పందంపై పూర్తి హక్కులు సాధించడానికి అనువుగా రూపొందించబడినది. ఈ శాశ్వత చెల్లింపుల ఒప్పందం వారి యొక్క స్థూల విక్రయాలపై వచ్చే పేర్కొనదగిన ఆదాయం మీద ఆధారపడి వుంది. కాని నేను ఎలాగో అలాగ ఆ నిర్వహణ సౌకర్య సరఫరా కంపెనీ చెల్లించే సంపూర్ణ ద్రవ్యాన్ని తగ్గించి ఆ ఇద్దరు భాగస్వాములకు మరియు వారి కంపెనీకి సముచితమైన నగదు ప్రవహాన్ని సృజించేటందుకు తోడ్పడేలా చేసాను. కాబట్టి అది అందులో భాగస్తులైన ముగ్గురు భాగస్తులకు యోగదాయకంగా నిలబడింది.

ఆలోచనా సరళి

నేను, నా న్యాయవాదితో, నా పెట్టుబడుల గురించి, నగదు చెల్లుబాట్లను గురించి విశదంగా చర్చించాను. ఆయన తన సహోద్యోగులను పరిచయం

చేసి వారి వద్ద నుండి నిపుణతతో కూడిన సలహాలను వివిద అవకాశాలపై తీసుకునేలా సహకరించాడు. మేము ఒక అవగాహన సదస్సులో పాల్గొనిన తరువాత ఆ మాతృసంస్థ, మా భాగస్తులకి, నిర్వహణ సౌకర్య సరఫరా కంపెనీకి నడుమ వున్న వివాదాన్ని తొలగించడంలో సహాయపడగలదగిన నిర్ణయానికి వచ్చాము. అది ఒక యాదృచ్ఛికమైన అవకాశం మరియు పరిష్కారం - ఒక శక్తివంతమైన, సృజనాత్మకమైన ప్రణాళికాసమితమైన న్యాయబృందం చేసే ఆలోచనలకు సరియైన ఉదాహరణ. నేను కొన్ని ప్రత్యేకమైన కాంట్రాక్టు పద్ధతులను నేర్చుకుని, మధ్యవర్తిత్వాన్ని సానుకూలపరచే సృజనాత్మకమైన ఆలోచనలతో అన్ని బృందాలకు అనుకూలమైన పరిస్థితులను, ఒప్పందాన్ని రూపొందించాను. నేనొక్కడనే అయితే అటువంటి ఆలోచనలను చేయలేను.

రూపకల్పన

ఒప్పందం రూపం ఇదిగో!

- $0 పెట్టుబడి (కాని నేను ఆ మాతృసంస్థయైనటువంటి కంపెనీ నాకు రుణపడివున్న $500,000 డాలర్లు దరిదాపులకు కట్టుబడి వుండేటట్లు వారికి అవకాశాన్నిచ్చాను.
- నిర్వహణ సౌకర్య సరఫరా కంపెనీకి వారు మొదటగా రూపొందించుకున్న కాంట్రాక్టు (ఒప్పందం) నుండి బయటకు వచ్చి చట్టపరమైన ఆటంకాలు అధిగమించేటందుకు వీలుగా వున్న మరొక క్రొత్త కాంట్రాక్టు రూపొందించుకునే అవకాశం ఇచ్చాము.
- పేర్కొనదగిన స్థూల ఆదాయంలో కొంత శాతం.
- నెలవారీ పంపకాలు.
- ఆ నిర్వహణ సౌకర్య సరఫరా కంపెనీ ఎన్నడైనా అమ్మకాలు చేసినట్లైతే దానియొక్క స్థూల విక్రయాలపై వారెంట్లు.
- కంపెనీ పరిసమాప్తి సమయంలో ఒకవేళ అది అమ్మకానికి వున్నట్లయితే అది దక్కే అవకాశం.

వడపోత

ఈ ఒప్పందం ఒక గొప్ప పెట్టుబడియేనని చెప్పవచ్చు. ఎందుకంటే అది అభివృద్ధి చెందుతున్న పరిశ్రమ. పైగా పెరుగుదల ఎక్కువగా వుండే ఆస్కారం వున్న కారణాన నా వద్ద నుండి ఎక్కువ సమయం లేదా మూలధనం అవసరపడలేదు. అంతేకాక నా కుటుంబ జీవనశైలికి సరిపడ నెలవారీ ఆదాయ ప్రవాహాన్ని సృజిస్తూ నాకు సమయం వృథా కాకుండా చేసింది. వీటితోబాటు నేను ఆ నిర్వహణ సౌకర్య సరఫరా కంపెనీని ఇబ్బందికర చట్టపరిధి నుండి తప్పించి వారికి ఉపయోగపడే విధంగా ఒప్పందం యొక్క నియమాలు సవరించాను. భవిష్యత్తులోకి తొంగి చూస్తే, నేను వారికి అభివృద్ధి దిశ మరలుతున్నప్పుడు ఒక వనరుగా ఉపయోగపడతానని నాకు తెలుసు. ఆ రకంగా ఆ ఒప్పందం అందరికి లాభదాయకంగా నిలచింది.

చర్చలు

నేను చర్చల ద్వారా నెలవారీ పంపకం రూపంలో పేర్కొనదగిన ఆదాయం యొక్క శాతాన్ని సాధించాను. ఇది నాకు ఇష్టమైన పెట్టుబడి రూపకల్పనలలో ఒకటి. వారు ఒకవేళ భవిష్యత్తులో విక్రయించదలచుకుంటే అమ్మకానికి వీలుగా వుండేటువంటి అదనపు వారెంట్లను సైతం నేను చర్చల ద్వారా సాధించాను. ఆ హక్కు కేవలం నికర అమ్మకంపై ఆదాయం కాకుండా భవిష్యత్తులోని స్థూల అమ్మకాలపై ఆధారపడి వుండడం చేత దీనిని ముఖ్యమైన తేడాగా చెప్పవచ్చును. ఇది పేర్కొనదగిన ఆదాయ వాటా (Share) యొక్క నమూనా మరియు లాభాల వాటా యొక్క నమూనాకి మధ్యన గల తారతమ్యాన్ని పోలి వుండి, ఖర్చులని విభజించని కారణంగా లాభాల వాటా కంటే ఆదాయ వాటా ఎక్కువగా ఆదాయాన్ని సృజిస్తుంది. ఇదే రకంగా స్థూల విక్రయాల ఆదాయం, నికర అమ్మకంపై వచ్చే ఆదాయాల విషయంలో కూడా జరుగుతుంది. దీనితోబాటుగా ఒకవేళ యజమానులు కంపెనీని అనుకున్న సమయం కన్నా ముందరగానే అమ్మజూపినట్లైతే నేను ఆదాయవాటాపై కనీస రాబడి హామీగా వుండేటట్లుగా కూడా చూసుకున్నాను.

ఒప్పందం-పరిశీలన

ఒక్కసారి మీరు తగినంత జ్ఞానాన్ని సంపాదించిన తరువాత ఒక మంచి సలహాబృందాన్ని, నిపుణులని ఏర్పాటు చేసుకున్నాక, దానికి తగిన

ఒప్పందాలు కూడా ఏర్పాటు చేసుకున్నాక మీకు అనేక అవకాశాలు కనిపించి చర్చల పరంపరకు తావు ఇచ్చి విభిన్న పక్షాల వారికి తోడ్పడి ధీర్ఘకాలిక నగదు ప్రవాహాన్ని సృజించి, ఈక్విటీని కూడా ఏ కష్టం లేకుండా మన అందుబాటులోనికి తెస్తుంది. ఇతరుల విజ్ఞానాన్ని, అనుభవాన్ని వారిని పరిగణనలోనికి తీసుకురాకుండా వున్నట్లయితే ఇటువంటి ద్వంద ప్రయోజనం గలిగినటువంటి పెట్టుబడులు సాధ్యం కావు.

ఇటువంటి అన్ని నైపుణ్యాలవైపు ముందుకు అడుగు వేయడానికి, నియమాలకి లోబడి వుండి, మీ కలల బాట వైపు పయనించండి.

ఒక రోజంతా ప్రణాళికలతో గడచిన తరువాత కూడా అది నాకు నచ్చిన ప్రత్యేక శిక్షకుని మరియు క్లయింటు (ఆయనని జెజె అని అనుకోవచ్చును) సాంగత్యంలో జరగడం వలన కేవలం పది నిమిషాలు మాత్రమే వున్నట్లు అనిపించింది. తరువాత మంచి విందు భోజనాన్ని ఆస్వాదించాము. అతని జీవనశైలికి, లక్ష్యాలకు ఉపకరించే పెట్టుబడి నియమాలతో ఒక మంచి పోర్టుఫోలియో (ప్రామాణిక పత్రాలు) ని తయారుచేయడంతో ఇద్దరం కలసి పనిచేసాము. అతనితో కేవలం తొంభై రోజులు పనిచేయడం వలన, అతను ఒక ఇంచుమించు పది ఒప్పందాలలో భాగం పంచుకుని పెట్టుబడిని పెట్టాడు. అందులో ప్రతీ ఒక్కటి ఆరు అంకెలు లేదా ఏడు అంకెల సంఖ్యలుగా నిలబడేది. జెజెలాంటి చురుకైన లయన్‌తో పనిచేయడం వలన లాభం ఏమిటంటే వారి వద్ద నుండి నేనెంత నేర్చుకోగలుగుతానో, వారూ నా వద్ద నుండి అంతే నేర్చుకోగలుగుతారు.

ఆ ప్రణాళికా సదస్సు జరిగిన ఒక రోజు అనంతరం, నేను నా పత్రికలో ఇలా వ్రాసుకున్నాను.

> *"నిన్న జెజెతో ఒక ఆహ్లాదకరమైన వాతావరణంలో ప్రణాళికా సదస్సులో కాలం గడిపేసాము. నేను జెజె యొక్క జిజ్ఞాస, అతని జ్ఞానాన్ని పొందుపరచుకోవడంలోగల నిపుణతను చూచి అచ్చెరువు పొందాను. అతను అత్యంత చురుకైన వ్యక్తి, అనేక కోణాలను స్పృశించగలిగినవాడు. అతను ఎంతటి లోతైన ఆలోచనలు, నిశితమైన*

ప్రణాళికలు గలిగినవాడో గ్రహించి ఆనందించాను. చాలామందికంటే అతను పది అడుగులు ముందు వున్నాడని అనుకున్నాను. మేధా సంపదను గురించి అతనికి గలిగిన జ్ఞానం అబ్బురపరచగలిగేది మరియు అతను ఈ మధ్యన పెట్టుబడి కంపెనీ విలువని పెంచి, వారు నిలద్రొక్కుకునేటట్లు చేయగలిగాడు అతను తన మొదటి కంపెనీ నుండి చాలా ప్రణాళికా పూర్వకమైన నిష్క్రమణం చేసి, తరువాత చేపట్టిన ఈ కంపెనీకి మరింత విజ్ఞానాన్ని అందిస్తూ ఇక్కడ వున్న ప్రతినిదులకు ఇతర యజమానులకు కూడా నిష్క్రమించే వేళకి అంతకన్నా ఎక్కువగా లాభం, చేకూర్చగలిగేటట్లు ఏర్పాట్లు చేస్తున్నాడు. అతనితో రెండవ సమావేశంలో నేను వినియోగించుకునే ప్రత్యేకమైన ప్రణాళికలను గూర్చిన వివరాలన ఎంతో ఉత్సుకతతో వివరించడానికి సిద్ధపడ్డాను. జెజె, మా ఇద్దరి కలయిక వలన, స్నేహం వలన చాలా లాభపడతాడని ఆశిస్తున్నాను. అదే విధంగా నేను అతని దృక్కోణాన్ని, నిశితమైన ఆలోచనలని ఆనందంగా పరిశీలిస్తున్నాను. ఇది నిజంగా ఒక ఏడాదిపాటు లేదా అంతకన్నా ఎక్కువ సమయం తీసుకుని మమ్మల్ని సంతోషపెట్టనున్నది."

ఈ పుస్తకం ఆరంభంలో నేను మీకు సంపన్నులగా వుండడంతోబాటు సంపన్నమైన ఆలోచనాసరళి కలిగి వుండడాన్ని ప్రస్తావించాను. అంతకన్నా ఎక్కువగా వివరించలేను. ఒక సంపన్నమైన ఆలోచనాసరళి అంటే సంతృప్తితో కూడి వుండినదై, సాన పెట్టగల ధీశాలుల సాంగత్యం కూడా కలిగి వుండాలి. వారు ఉభయ పక్షాలకు లాభదాయకమైన అవకాశాలను కనుగొంటారు. పెట్టుబడి అన్నది ఒకరికే పరిమితమైన ఆట కాదు.

నేను ఈ నియమాలను, పెట్టుబడి ప్రామాణికాలను నేర్పుతూ, పంచుకోవడంలోని సౌలభ్యాన్ని మీకు అందజేస్తూ చెప్పలేని సంతృప్తిని అనుభూతి చెందుతున్నాను. ఈ రకంగా నాకు జనుల ఆలోచనాసరళిని మార్చి వారికి అద్భుతమైన ఆర్థిక లాభాన్ని చేకూర్చే అవకాశం లభించింది. ప్రత్యేకించి మీరు మీ వ్యక్తిగత అభివృద్ధిని ఆశిస్తూ, పెట్టుబడియే జీవనశైలిగా అలవరచుకున్నారంటే పెట్టుబడిలోని ప్రతీ డాలరు కూడా రాబడిని ఆర్జిస్తుంది.

భాగం - 3

ఆహ్వానం

తదుపరి అడుగులు

"విజయం అనేది కేవలం ఒక్కరోజు ప్రయత్నంలో సాధ్యపడదు. ప్రతీ రోజూ కొద్ది కొద్దిగా అభివృద్ధి చెందితే లభిస్తుంది. అలా పెంపొందుతుంది."

– జేన్ జాన్సన్

ఇప్పుడు మీరు పెట్టుబడియే జీవనశైలిగా గలిగి వుండటానికి గల 10 పెట్టుబడి ప్రామాణికాలను కనుగొన్నారు గనుక ముందడుగు వేయడానికి సిద్ధంగా వున్నారా? పెట్టుబడియే జీవనశైలిగా కలిగినవారిగా వుండటం అంటే మీరు కలలు కన్న జీవితాన్ని సృజించుకోవడం, కొరత లేకుండా జీవించడమే కాకుండా ఇతరులు కూడా లోటులేని జీవితం గడపడానికి తోడ్పడం అన్నమాట. ఒక్కసారి ఈ జీవనశైలిని అలవోకగా అలవరచుకున్నాక మీరు ప్రభావం చూపే వారిలో అలజడి సృష్టించి వారి జీవితానలు మార్చివేసి తద్వారా వందలమంది, వేలమంది లేదా కొన్ని లక్షలమందిని కూడా మార్చగలరు.

ఈ పుస్తకాన్ని చదివిన ప్రతీ వ్యక్తి తన సమయాన్ని, శక్తిని ఖర్చుచేసి తన ఆలోచనా సరళిని మార్చుకుంటాడని ఖచ్చితంగా చెప్పలేను. డబ్బుకి సంబందించినంత వరకు ప్రతివారికి కొంత బరువు బాధ్యతలుంటాయి. ప్రతీవారికి ఒరక సంఘర్షణని ఎదుర్కొంటారని నా నమ్మకం. ఈ సంఘర్షణకి మీరు గ్రహించిన తరువాత ఎదుర్కోవచ్చును లేదా దానిని అసలు గుర్తించకుండానే మధనపడుతూ వుండవచ్చును.

మీరు ముందుకు సాగే ముందర నేను సూచిస్తున్న విధంగా ఉండేటందుకు ప్రయత్నించండి.

1. పతనాన్ని ప్రక్కకు పెట్టి మీరు నగదును గురించి ఏమి ఆలోచిస్తున్నారో నమ్ముతున్నారో వివరంగా వ్రాతలో పెట్టండి. సునిశితంగా వ్రాయండి.
2. ఇప్పుడు మరల పెట్టుబడి ప్రామాణికాలను తరచిచూడండి. మీరు ఏదైనా ప్రతిస్పందనని మరచిపోతే దానిని పూర్తి చేయండి. నా లక్ష్యం మీరు ఈ ప్రామాణికాలను మరల మరల తిరగేస్తూ మీ పుస్తక ప్రతిని శిధిలావస్థకు చేరుకునేటంతగా తరచి చూడాలని! వీలయితే గుర్తులు పెట్టుకుని మరీ ముందుకు సాగండి. దీనిని ఉపయోగించుకుని, ఆలోచనలని, ప్రశ్నలను, ఊహలను వ్రాతలో పెట్టండి. దీనికన్నా మెరుగ్గా వుండేటట్లు ఒక దినచర్య పుస్తకాన్ని ఏర్పాటు చేసుకుని, మీరు ఈ ప్రణాళికలను అమలులో పెట్టినప్పుడు జరిగే అభివృద్ధికి లిఖిత రూపం కల్పించి పెట్టుబడియే జీవనశైలిగా రూపొందించుకున్న ఒక లయన్‌గా మారండి.

ముందుగా చేయవలసినవి

మీరు పెట్టుబడియే జీవనశైలిగా అవలంబించడానికి దోహదకారులుగా ఉపయోగపడే చురుకైన వ్యక్తులను గుర్తించారా? శిక్షకునిగా వ్యవమరించే వారెవరైనా ఉన్నారా? అటువంటి వ్యక్తుల జాబితాను తయారుచేయండి.

తరువాత, మీ కనీస అవసరాలు, జీవనానికి సరిపడ ఖర్చులు లెక్కవేయండి. ఇప్పుడు చెప్పబోయే విధంగా ఆలోచించండి. మీరు కనుక అస్వస్థులై మూడు నెలల కాలం పని చేయలేని స్థితిని ఎదుర్కొంటే మీకు బ్యాంకులో ఎంత నిల్వ వుంటే మీ కుటుంబం ఆ పరిస్థితితో పోరాడగలదు? దీనిని అంచనా వేసి సర్దైన సంఖ్యని వ్రాతలో చూపండి. అలా మీరు వ్రాసిన సంఖ్యను నాలుగువంతులు ఎక్కువ చేయండి. అదే మీ కుటుంబం బ్రతుకును ఈదడానికి సరిపడే సంవత్సరిక ఆదాయం. ఆ నగదును నెలవారీగా విభజిస్తే, అది మీకు మీ కనీస అవసరాలకు అయ్యే ఖర్చులకు కావల్సిన నగదు

ప్రవాహాన్ని తెలియజేస్తుంది. పరిస్థితి ఏమీ చెప్పుకొనదగనంత ప్రోత్సాహజనకంగా లేదని మీకు అనిపిస్తోందా?

ఇదే విధమైన చర్యని మీరు ఇంతవరకు చేయకపోతే, ఇప్పుడు మీ ప్రస్తుత జీవనశైలిని కొనసాగించడానికి నెలవారీగా ఎంత ఖర్చు అవుతుంది అని అంచనా వేయడానికి పూనుకోండి. ఇప్పుడు మీరు ఎంత నగదు ప్రవాహం నెలవారీగా మీరు పొందినట్లైతే ఆర్థిక స్వాతంత్ర్యాన్ని పొందగలుగుతారో సంఖ్యలో పెట్టండి. అదే మీ ఆర్థిక స్వాతంత్ర్యం అని చెప్పవచ్చును.

స్వేచ్ఛా సూత్రం

ఇప్పుడు మీ స్వేచ్ఛా సూత్రాన్ని పరిశీలించండి. మీకు అతి ముఖ్యమైన వాటి విషయంలో మీరు సంతృప్తిగా వుండాలంటే ఏమి జరగాలి? మీరు పెట్టుబడిని జీవనశైలిగా అలవరచుకోవడానికి ఇదియే సర్సైన సమయం.

1. మీ ఆరంభ పెట్టుబడిగా ఎంత సొమ్ము కేటాయిస్తారు?
2. ఆ పెట్టుబడి నెలసరి నగదు చెల్లుబాటుగా ఎంత సొమ్ము నందిస్తుంది.
3. మిమ్మల్ని ఎటువంటి పెట్టుబడి అవకాశాలు ఆకట్టుకుంటాయి?
4. మీ పోర్టుఫోలియో (ప్రామాణిక పత్రాలు)ని, పెట్టుబడి ప్రామాణికాలతో సరిపోల్చి చూడండి. వాటిని ఎలా పరిగణిస్తారు (5/10, 7/10, 10/10)?
5. అన్ని పెట్టుబడి ప్రామాణికాలతో కూడి ఉన్న ఒప్పందాన్ని కనుగొనండి.
6. పెట్టుబడి పెట్టడంలో ఆసక్తి ఉన్నవారితో పరిచయం పెంచుకోండి లేదా నా ప్రత్యేక శిక్షణతో పాల్గొనండి లేదా పరిశీలనలో ఉన్న ఒప్పందాల విషయం లోపాలు పంచుకోవడానికి చురుకైన బృందంలో భాగస్తులు అవ్వండి. ఎవరైతే పెట్టుబడియే జీవనశైలిగా అలవరచుకునేందుకు తగిన విలువలను లక్ష్యాలను కలిగి వున్నారో, వారితో పరిచయం పెంచుకోండి.

జ్ఞాన సముపార్జనకై ధనాన్ని వెచ్చించండి

ప్రసిద్ధ హార్వే మ్యాక్ అంటారు. "మన జీవితంలో మార్పులు రెండు మార్గాల వలన సంభవిస్తాయి. మనం కలుసుకునే ప్రజల ప్రభావంవలన, మనం పఠించే పుస్తకాల వలన" ఈ వాక్యం ఒక లయిన్‌కి, పెట్టుబడినే జీవనశైలిగా ఎంచుకొనిన వ్యక్తికి అనువుగా వుంటుంది. లయిన్స్‌కి పుస్తక పఠనం పట్ల ఆసక్తి వుంటుంది, సరియైన విద్య మరియు ఎలా ఆర్థిక స్వాతంత్ర్యం సాధించాలి, ధనవంతులుగా ఎలా ఎదగాలి అనే దాని పట్ల కూడా ఆసక్తి వుంటుంది.

మీరు ఎక్కువగా సంపాదించాలనుకున్నప్పుడు మీ చుట్టూ, అటువంటి ఆలోచనాసరళి కలిగిన వారి యొక్క, సంతృప్త హృదయులైన వారి యొక్క సాంగత్యం వుండేటట్లు చూసుకోండి. టోనీ రాబిన్స్ తన జీవితానుభవాలను వివరిస్తూ, "మీరు మీ సమయాన్ని గడిపే అయిదుగురు ముఖ్య వ్యక్తు ఆదాయాన్ని ఒకసారి కలిపి, దానిని అయిదు సంఖ్యతో భాగించిచూడండి. బహుశ ఆ సంఖ్య మీ సంపాదన కావచ్చును." లయన్స్ ఒక శిక్షకుని కూడా నియమించుకుంటారు. చురుకైన బృందాలు (మాస్టర్ మైండ్ గ్రూప్స్) లో మమేకమౌతారు. వారు ఇష్టపడే వ్యక్తులు రచించిన పుస్తకాలను చదువుతారు. అలాగే వారిని కలుసుకునే ప్రయత్నం కూడా చేస్తారు.

మౌలిక సూత్రాలను గుర్తుంచుకోండి

1. అన్నింటి వలనే సంపాదనార్జన కూడా నైపుణ్యంతో సాధించేది. సంపదను సృజించడానికి అనేకమార్గాలున్నాయి. అన్నిటిని వినియోగించుకోవడం కూడా సాధ్యం కాదు. అయితే ఒక అవకాశం కాకతాళీయంగా వస్తే దానిని అందుకునేటందుకు తగిన విద్య, నైపుణ్యం కలిగి వుండాలి లేదా ఇతరులకు అగుపడని అవకాశాన్ని చేజిక్కించుకోగలగాలి. ఒకవేళ మీరు గనుక నాకున్న సొత్తునంతా హరించినా కూడా లిప్తపాటు కాలంలో నేను దానిని తిరిగి సంపాదించుకోగలను ఎందుకంటే నాకు ఆ మార్గాలన్నీ కరతలామలకం అవటం చేత అది సాధ్యమౌతుంది. అది నాకు గల నిపుణతల ఘనత. అటువంటి ఘనతలను ఇతరులు కూడా అభివృద్ధి చేసుకోగలరని నా నమ్మకం.

(ఎప్పుడైతే లావాదేవీ డబ్బు ముడిపడి వుంటుందో, అప్పుడు ప్రజలు దాని గురించిన అభ్యాసం మొదలుపెడతారు)

2. సంపద కూడబెట్టడానికి నిలకడైన ప్రవర్తన, తగిన పద్ధతిని ఉపయోగించుకోవాలి గాని హఠాత్తుగా వెలుపలి మార్గం వైపు నడవడం కాదు. నాకు ఎప్పుడూ కూడా పుష్కలమైన చెల్లింపు జరుగలేదు. దానికి బదులుగా నేను చిన్న చిన్న మొత్తాలను నిలకడగా కూడగట్టుకున్నాను. ఈ నిలకడ తత్వాన్ని అర్థం చేసుకోవడం మంచిది. అలా జరిగినట్లైతే మీరు పెట్టుబడి పెట్టినప్పుడల్లా ఒకేసారి గమ్యాన్ని చేరుకోవానే ఆలోచనను విరమించుకుంటారు. ఒక్కొక్కటిగా, ప్రతీది కాలంతో పాటు పెరుగుదల చూపిస్తుంది. ఒక్కొక్కసారి జతలు జతలుగా కూడా ప్రోగు అవుతాయి. మూడు మూడుగా కూడా జరిగితే బాగానే వుంటుంది కాని అంత ఆతురత చూపడం అనవసరము.

3. మీపై మీరు ముందుగా పెట్టుబడి పెట్టండి. మీరు త్రికరణశుద్ధిగా పెట్టుబడి పెట్టినప్పుడు, మీరు ఇతరత్రా ఉనికిలో లేని అనేక అవకాశాలను సృష్టించగలుగుతారు. అనారోగ్యపరుడైన ధనవంతుడు ఆరోగ్యాన్ని తిరిగి పొందేటందుకు తన శాయశక్తుల ప్రయత్నిస్తాడు.

ఆలోచనాసరళి

పెట్టుబడియే జీవనశైలిగా గల లయన్ అనగా:

- నేర్చుకునేటందుకు జిజ్ఞాస కలిగినవాడు.
- ఉన్నత స్థితిగతుల మీద ఆసక్తిని ప్రదర్శించేవాడు.
- అభివృద్ధి పట్ల కోర్కె కలిగి వుండటం.
- ఇవ్వగలిగినవాడు, పొందడం పట్ల అనాసక్తుడు.
- తమపై, తమ వారిపై పెట్టుబడి పెట్టడానికి సిద్ధముగా వున్నవారు.
- శిక్షణకు సుముఖత చూపేవారు.
- నిర్మాణాత్మక విమర్శకు తావు ఇచ్చేవారు.
- కార్యోన్ముఖుడుగా వుండేవారు.

రూపకల్పన

పెట్టుబడి జీవనశైలిగా గల లయన్ చేసేవి:

- వారు నేర్చుకునిన దానిని సక్రియాత్మకంగా ఆచరణలో పెట్టుటకు జీవితంలో సమయాన్ని వినియోగించేవారు.
- అందుకు అనువుగా తమ పని తీరును మార్చుకునేవారు.
- పెట్టుబడుల యందు వారికి గల పరిజ్ఞానాన్ని అభ్యాసం ద్వారా అభివృద్ధి చేసుకునేవారు.
- సొంత సౌఖ్యం కొంత మానుకునేవారు.
- సామరస్య పూర్వకమైన ఆలోచనలు గలిగిన ఇతర పెట్టుబడి దారులతో కలసి చరించేవారు.

వడపోత

పెట్టుబడియే జీవనశైలిగా గల లయన్‌కు చెందిన నియమావళి:

- తమపై తాము పెట్టుబడి పెట్టేటందుకు సిద్ధపడి వుండుట.
- నికరంగా ధనాన్ని పెట్టుబడిగా పెట్టుటకై ఇష్టపడుట.
- ఇతర విజయవంతులైన పెట్టుబడిదారులను ఆదర్శంగా తీసుకొనుటకు ఇష్టపడుట.
- ఆర్థిక విజ్ఞానం మీద ఆధారపడిన ఆర్థిక నిర్ణయాలను తీసుకొనుట.
- సరియైన పెట్టుబడులకు గురిపెట్టుట.

చర్యలు

పెట్టుబడియే జీవనశైలిగాగల లయన్ ఈ చర్యలను చేపట్టుతాడు:

- ప్రతీ అవకాశాన్ని ఉభయతారకంగా మలచుకొనుటకు ప్రయత్నించుట.
- ప్రతీ అవకాశాన్ని వినియోగించుకుని అర్థవంతమైన చర్యలతో సమాజ శ్రేయస్సునకు ఉపయోగపడుట.
- ప్రతీ అవకాశాన్ని వినియోగించుకుని ఇతరులకు వినియోగ దారునిగా కాక ఉత్పత్తిదారునిగా సేవలనందించుట.

- అభివృద్ధి పూర్వకమైన భాగస్వామ్యంతో ప్రతీ అవకాశాన్ని చేజిక్కించుకొనుట.
- ప్రతీ అవకాశం ద్వారా 10 I ప్రయోజనాన్ని ఆశించుట.

ఆరంభించుట

మీ జీవితంలో ఏ వయస్సులోనైనా పెట్టుబడినే జీవనశైలిగా నెంచుకొనవచ్చును. ఈ మధ్యనే నా క్లయింట్లలో ఒకరు తన పదమూడేళ్ళ మనుమరాలు వ్యాపారాన్ని ప్రారంభించిందని చెప్పినారు. ఆమె అభిప్రాయాలను తెలుసుకున్న తరువాత ఆయన తన మాదిరిగానే ఆమెను కూడా పెట్టుబడియే జీవనశైలిగా ఎంచుకునే మార్గం వైపు మరల్చానుకున్నాడు. ఆయన అదే ఆచరణలో పెట్టాడు కూడా! ఆమె తన పొదుపు రొక్కాన్ని పెట్టుబడిగా పెట్టి తాతగారి సూచనని పాటించింది (ఆమె ఆయన వద్ద నుండి చిన్న మొత్తం రుణంగా పొంది తిరిగి చెల్లించుటకు సంసిద్ధమైనది).

ప్రస్తుతం ఆ మనుమరాలు నెలకు 125 డాలర్ల చొప్పున తన పెట్టుబడుల ద్వారా సంపాదిస్తోంది. పదమూడేళ్ళ ప్రాయానికి అంత మొత్తం సొమ్ము నార్జించుట ఘనతగానే చెప్పవచ్చును. అందుచేత ఆమె తాతగారు ఆమెకు ఇప్పుడు నగదు ప్రవాహాల్ని విభజించి ఎలా పొదుపు చేసుకోవాలో, క్రొత్త పెట్టుబడులపై మదుపు ఎలా పెట్టాలో, తన దగ్గర తీసుకున్న రుణాన్ని ఆమె ఎలా చెల్లించాలో వంటి విషయాలలో శిక్షణ నిస్తున్నాడు. ఆయన లయన్‌గా వుండడం వలన పొందగలిగే ప్రయోజనాలను ఆమెకు విశదపరచాడు కాబట్టి ఆమె కొంత డబ్బుని తనని ఆహ్లాదపరచే విషయాల పట్ల వినియోగిస్తుంది.

ఈ కథ నేను ప్రేమించే చర్యలను, ఆలోచనా సరళిని సంపూర్ణంగా ఉదహరిస్తుంది. పెట్టుబడియే జీవనశైలిగా నెంచుకొనిన వ్యక్తి ఆ విజ్ఞానాన్ని మరొకరికి అందిస్తారు. నాకు ముఖ్యంగా ఉత్సాహభరితంగా కనిపించినది ఏమిటంటే ఈ కుటుంబం యొక్క సక్రియాత్మక చర్యలు వారి కుటుంబం, స్నేహితులలోని భవిష్యత్తరాలపై ఎలాంటి ప్రభావం చూపెట్టనున్నదో అనిన నా ఆసక్తి.

మీ వయస్సుతో నిమిత్తం లేకుండా మీరు పెట్టుబడియే జీవనశైలిగా నెంచుకొనవచ్చును. దానికి కావల్సినదల్లా సరియైన ఆలోచనాసరళి, ప్రయాణానికి ఉపక్రమించడానికి సుముఖులుగా వుండడం.

తుది తలపులు

ఒక్కసారి, మీరు మీ రోజుని సంపూర్ణంగా మీకు ముఖ్యమైన స్వేచ్ఛా విలువలతోనూ, స్ఫూర్తిదాయకమైన స్వేచ్ఛా దృష్టితోనూ రూపొందించు కొని పెట్టుబడియే జీవనశైలిగా నెంచుకున్న ఆలోచనాపరుడిలా ముందుకు అడుగేస్తున్నారని ఊహించుకోండి. ''ఆలోచనాసరళియే సర్వము' అన్న అధ్యాయాన్ని పరిశీలిస్తూ, మీ కలలు ఆచరణలో పెట్టడానికి మీ మస్తిష్కాన్ని సంసిద్ధము చేయండి

మీ కొరకై నేను కన్న కల ఇది: మీరు ఇదివరకు చూడని అవకాశాలని కనుగొనండి. మీరు కోరుకున్న జీవితాన్ని నిర్మించుకోండి. తదుపరి వేయవలసిన ఆరు అడుగులు దిశగా మీరు నడచేటందుకు నేను ప్రోత్సహిస్తున్నాను.

1. **మొదటి పెట్టుబడి ప్రామాణికముగా చెప్పబడిన "మొదటగా జీవనశైలి"లో వివరించిన స్వేచ్ఛా దృష్టికోణాన్ని మరల చదవండి**
   మీరు పెట్టుబడియే జీవనశైలిగా ఎంచుకున్న వ్యక్తిగా ఏ దృష్టికోణాన్ని, కలసి కన్నారో దానిని ఒడిసిపట్టుకునే సమయం ఇది. అప్పుడు మీరు ఆర్థిక స్వాతంత్ర్యాన్ని, నెలసరి నగదు ప్రవాహాన్ని మరియము నిష్క్రియ ఆదాయాన్ని సాధించేటటువంటి మార్గానికి సమీపంగా చేరుకుంటాను.

2. **పెట్టుబడియే జీవనశైలి అన్న పాడ్‌కాస్ట్‌ను వినండి**
   మీకు సాధ్యమైనంత అత్యున్నత పరిధిలో నిర్వహించుట ప్రారంభించండి. నిష్క్రియాదాయాన్ని, నగదు ప్రవాహ ప్రణాళికలలను ఉపయోగించుకుంటూ ఏ విధంగా ఆలోచించాలి, తక్కువ నష్టభయంతో ఏ విధంగా పెట్టుబడి పెట్టాలి, మరల మరల రాబడిని

ఎలా పెంపొందించుకోవాలి, అటుపైన జీవనశైలి లక్ష్యాలను ఎలా సాధించాలి అన్న సూక్ష్మాన్ని గ్రహించండి. (పెట్టుబడియే జీవనశైలి అన్న శిక్షణాతరగతిని వీడియో ద్వారా వీక్షించి నేర్చుకొనండి)

మీరు ఈ పుస్తకాన్ని చదువుతున్నారంటే దాని అర్థం మీరు ఒక ఆచరణయోగ్యమైన, చురుకైన మూలాలు మరియు పరికరాల కోసం వెతుకుతూ వాటి ద్వారా పెట్టుబడిని జీవనశైలిగా చేసుకునేటందుకు సులువైన మార్గాన్ని వెతుకుతున్నారు. నా వీడియోని మీరు 'లైఫ్‌స్టైల్ ఇన్వెస్టర్. కామ్ /క్లాస్' (...) ఈ తరగతిలో మీకు కొన్ని గొప్ప ఆలోచనలని పునరుజ్జీవనం గావించుటకే గాక నేను ఈ మధ్యకాలంలో చేసిన పెట్టుబడులను గురించి తెలుసుకొనుటకు అవకాశం లభిస్తుంది. (మీరు ఎటువంటి మూలధనాన్ని సమకూర్చుకొనినా దానితో అద్భుతమైన అవకాశాలను రూపొందించుకొనుట వీలుగా నేను నిరంతరము చాలా పెట్టుబడులను కనుక్కోవడమే కాకుండా కలుపుకుంటూ పోతున్నాను.)

3. 'పెట్టుబడియే జీవనశైలి' పేరున ఆన్‌లైన్‌లో వున్న పాఠ్యాంశాన్ని పొందండి

మీరు డబ్బు కొరకు సమయాన్ని పణంగా పెట్టడం పట్ల విసుగు చెంది వున్నారా? అలా అయితే దాని నిమిత్తం ఏదైనా చేయడానికి ఒక అవకాశం వుంది. 'పెట్టుబడియే జీవనశైలి' అన్న పాఠ్యాంశం ఒక లోతైన, ఆన్‌లైన్ కార్యక్రమం. ఇది తక్షణమే నిష్క్రియాదాయాన్ని గడిరచి సంతోషపడే జీవనశైలి నెంచుకున్న పెట్టుబడిదారులకు బాగా ఉపయోగపడుతుంది. వారు భవిష్యత్తులో దొరికే గ్రుడ్డు కొరకు ఎదురుచూడరు. సమయాన్ని ఆదా చేసుకోవాలనే పెట్టుబడిదారులకు ఉపయోగ పడుతుంది. లైఫ్‌స్టైల్ ఇన్వెస్టర్. కామ్/కోర్స్ (...) వైపు తరలి రండి.

4. లైఫ్‌స్టైల్ ఇన్వెస్టర్ మాస్టర్ మైండ్ ట్రైబ్ (తెగ)లో సమ్మిళితము కావడానికి దరఖాస్తు చేసుకోండి

మీరు పెట్టుబడినే జీవనశైలిగా నెంచుకుని, నగదు ప్రవాహాన్ని కలిగిన పోర్టుఫోలియోను (ప్రామాణిక పత్రీలను) గురించి తెలుసుకుని, వాటిని నిర్మించుకునే కోర్కెను కలిగి వుండి, నాకు సంబంధించిన

నిపుణులను, సలహాదారులను సంప్రదించడానికి పూనుకొననట్లయితే, మీరు చాలా సమయాన్ని ఆదా చేసుకుంటూ సహానుభూతి కలిగిన, విజయులై నిలబడిన వ్యక్తులతో సహవాసం పొందగలరు. వెంటనే ... కి దరఖాస్తు చేసుకోండి.

5. నా చేత నిర్వహింపబడుతున్న ప్రత్యేక క్లయింటు శిక్షణ కార్యక్రమంలో ఒక లయన్‌గా పాల్గొనేటందుకు దరఖాస్తు చేసుకోండి

నేను పంచుకున్న కథా కమామీషు మీ హృదిలో ప్రతిధ్వనిస్తూ వున్నట్లయితే, మీ దగ్గర కనీసం 250,000 డాలర్లు పెట్టుబడి కొరకు వినియోగించడం కోసం వున్నట్లయితే, శిక్షణకు అనువుగా వున్న వ్యక్తిత్వం కలిగివున్నట్లయితే మీరు చాలా సమయాన్ని ఆదా చేసుకుంటూ, పొరపాట్లు చేయకుండా కొన్ని పదులు, వందలు, వేలు లేదా లక్షల డాలర్లను కోల్పోకుండా వుండగలరు. నా యొక్క ప్రత్యేక శిక్షణ బృందంతో చేయి కలపడం అంటే నాకూ, మీకూ కూడా ఒకరినొకరుని అభివృద్ధి చేసుకుంటూ, మీకు అనువైన జీనవశైలిని ఆసక్తికరమైన, ప్రోత్సాహజనకమైన పెట్టుబడులతో నిండిన పోర్టుఫోలియో (ప్రామాణిక పత్రాలు) ని నిర్మించుకునే అవకాశం ఏర్పడుతుంది. ఈ పెట్టుబడులు దీర్ఘకాలిక నగదు చెల్లుబాటుతో బాటు భవిష్యత్తులో పెద్ద పెద్ద నిష్క్రమణలలో పాలుపంచుకునే అవకాశాలు అందిస్తాయి. ... వైపుకి మార్గం చేసుకుని మరింత నేర్చుకునేటందుకు, మీ గురించి మరిన్ని వివరాలను నాకు అందించేటందుకు పూనుకొనండి.

ఇదే ఆహ్వానం!

జస్టిన్ డోనాల్డ్ గురించి

'ఎంటర్‌ప్రెన్యూయర్ మ్యాగజైన్' జస్టిన్ డోనాల్డ్‌ను ''పెట్టుబడియే జీవనశైలి అనే జీవన విధానానికి వారెన్ బఫెట్'' లాంటివాడుగా శ్లాఘిస్తుంది. అతడు నష్టభయం తక్కువగా కలిగిన, నగదు చెల్లుబాటు గలిగిన పెట్టుబడి విధానంలో నిష్ణాతుడు. కష్టతరమైన ఆర్థిక ప్రణాళిలకను సులభతరం గావించుటలో అందె వేసిన చేయి కలిగినవాడు. నిరంతరం లాభతరమైన ఫలితాలను అందించే క్రమబద్ధమైన పెట్టుబడులను ప్రోత్సహించేవాడు. అతని ప్రవృత్తి ''ఒక ఉద్యోగాన్ని సృజించకుండా సంపాదనని సృష్టించడం''

ఇరవై ఏళ్ళ కాలంలో అంటే సుమారు అతని నలభైయవ పుట్టినరోజు నాటికి, జస్టిన్ యొక్క పెట్టుబడుల వలన కలిగిన నిష్క్రియ ఆదాయంతో అతనూ, అతని భార్య జెన్నిఫర్ కూడా తమతమవృత్తులకు స్వస్తి చెప్పేటందుకు దోహదం చేసాయి. సులభమైన పెట్టుబడి వ్యవస్థననుసరిస్తూ, 10 పెట్టుబడి ప్రామాణికాలను' కూడా అనుసరిస్తూ జస్టిస్ కొన్ని వందల కంపెనీలతో లావాదేవీలు నెరపి, తన నికర ఆదాయం ఎనిమిది అంకెల సంఖ్యకు చేరుకునేలా చేసుకుని కుటుంబ ప్రాధాన్యత కలిగిన జీవనశైలిని అలవరచుకున్నాడు. కేవలం రెండు సంవత్సరాల తరువాత, తన నికర ఆదాయాన్ని రెట్టింపు చేసుకున్నాడు.

పెట్టుబడియే జీవనశైలి అనే విధానం గురించిన సలహాలను, సంప్రదింపులను పెద్ద వ్యాపారవేత్తలతోనూ, ఉద్యోగస్తులతోనూ కలుస్తూ అతను నిర్వహిస్తూ ఉంటాడు. జస్టిస్ ''పెట్టుబడియే జీవనశైలి: నిష్క్రియాదాయం కొరకు, ఆర్థిక స్వాతంత్ర్యం కొరకూ నగదు చెల్లుబాటు నందించే 10 పెట్టుబడి ప్రామాణికాలు'' (ది లైఫ్‌స్టైల్ ఇన్వెస్టె)

యొక్క రచయిత ''పెట్టుబడియే జీవనశైలి'' అనిన పోట్‌క్యాస్ట్ (రేడియో కార్యక్రమం వంటిది) నిర్వాహకుడు. ఈ రెండూ కూడా అతని బోధలను, పటిష్టమైన పెట్టుబడి పద్ధతిని ప్రతిబింబిస్తూ అతని యొక్క నిలకడైన రాబడిని ఉత్పత్తి చేసే పద్ధతులను తెలియజేస్తాయి.

జస్టిస్ అనగానే ఒక నిరంతర నాయకుడుగా వున్నటువంటి శిక్షకుడు, విజయపథం చేరుకున్న వ్యక్తి గోచరిస్తాడు. అతని ఇరవై ఏళ్ళ వయసులో అతను (కట్కో/ వెక్టర్) అనే సంస్థలో పనిచేస్తూ అనతి కాలంలోనే అందులో ఉన్నతస్థాయి నిర్వాహకునిగా ఎదిగి, పిన్న వయస్సులోనే 'హాల్ ఆఫ్ ఫేమ్' స్థాయిని అధిరోహించాడు. సరైన ఆచరణ పద్ధతులను గురించిన అతని వ్యక్తిగత 'ప్లేబుక్' దేశ వ్యాప్తంగా విక్రయ ప్రతినిధులు (సేల్స్ రిప్రెజెంటేటివ్స్) వృత్తి నిర్వహణకు వినియోగించుకునే శిక్షణ కార్యక్రమంగా ఉపయోగపడింది.

ఈ పాత్రను పోషిస్తూనే, జస్టిస్ పెద్ద ఎత్తున రియల్ ఎస్టేట్‌లో పెట్టుబడి పెట్టడం ప్రారంభించాడు. ప్రస్తుతం అతను చాలా లాభదాయకమైన రియల్ ఎస్టేట్ సంబంధిత వ్యాపారాలకు యజమాని, బహుళ కుటుంబ గృహ సముదాయాలకు ప్రామాణిక పత్రాలు కలిగినవాడు, చాఆ విజయవంతమైన ఇతర కంపెనీలకు అధినేత. 2016లో స్థాపించబడిన గృహనిర్వహణ మరియు పునర్వ్యవస్థీకరణ కంపెనీ అయిన 'ఐఎఫ్ఎమ్ రిస్టోరేషన్' అతని వ్యాపార కృషికి నిదర్శనం. ఆ పెట్టుబడులకు ఎస్3 వెంచర్స్, ఎస్3 వెంచర్స్, అనగా టెక్సాస్ లోని ఒక పెద్ద వ్యాపారసంస్థ నుండి ఇటీవల కాలంలో తమ ఆరంభ పెట్టుబడి అనగా సిరీస్ ఎ (స్టార్ అప్‌లకు ఆరంభ పెట్టుబడి) పెట్టుబడిని పొందారు.

టైగర్ 21లో జస్టిన్ కూడా ఒక సభ్యుడే, దానితో బాటు ఫ్రంట్‌లో ఫౌండేషన్ ఇంటర్నేషనల్. అతని, అతని సహధర్మచారిణి జెన్నీఫర్ కూడా వ్యక్తిగతంగానూ, వారి చర్చి ద్వారా కూడా కాన్సర్ నిర్మూలనకు, మూడవ ప్రపంచ దేశాలలో మంచినీటి బావుల అభివృద్ధికి, ఇతర మానవతా పూర్వక ప్రయత్నాలలో తమ వంతుకృషిని చేస్తున్నారు. అదనంగా దీనితోబాటు, 'కంపాషన్ ఇంటర్నేషనల్' ద్వారా అనేకమంది పిల్లల సర్వతోముఖ అభివృద్ధికి నిధిని అందిస్తున్నారు. డోనాల్డ్ కుటుంబం వాస్తవానిగా ఆస్టిన్, టెక్సాస్‌కి చెందిన వారైనా వారు సాహసోపేతమైన అంతర్జాతీయ ప్రమాణాల వైపు ఆసక్తిని కనపరుస్తారు.

‘పెట్టుబడి మీ జీవన విధానం’ గురించి

మీరు నిష్క్రియ ఆదాయాన్ని అలవోకగా పొందుతూ, దీర్ఘకాలిక ఈక్విటీని ప్రోగ్రెసుకుంటూ సంపూర్ణ ఆర్థిక స్వాతంత్ర్యాన్ని ఏ ఉద్యోగమూ చేపట్టకుండా ఒక ఔత్సాహిక నవీన జీవనాన్ని సాధించారని ఊహించుకోండి.

ఈ మార్పుని మీరు తక్కువ నష్టభయంతో కూడిన, నగదు చెల్లుబాటు నందించే పెట్టుబడి ద్వారా సాధించవచ్చుననీ, తత్ఫలితంగా నిష్క్రియ ఆదాయాన్నీ, చెప్పుకోదగినంత సంపదని సృష్టించుకొనగలరని అంటే ఆ విషయాన్ని చమత్కారంగా భావిస్తారా?

అటువంటి గమ్యానికి దారితీసే ప్రమాణాన్ని చేపట్టేటందుకు తగిన మార్గాన్ని చాలా స్పష్టంగా జస్టిస్ డోనాల్డ్ యొక్క క్రొత్త రచన మీకు చూపిస్తుంది. ‘పెట్టుబడియే జీవనశైలి’ నగదు చెల్లుబాటు ద్వారా నిష్క్రియ ఆదాయానికీ, ఆర్థిక స్వాతంత్ర్యానికి తోడ్పడే 10 ప్రామాణిక సూత్రాలు, నగదు ప్రవాహ పెట్టుబడి ప్రణాళికలు, మరియు సూత్రాలను స్పష్టీకరిస్తూ ఈ క్రిందివాటిని మీకు తెలియబరుస్తుంది.

- జీవనశైలికి ప్రాముఖ్యత నివ్వండి.
- నష్టభయాన్ని తగ్గించుకోండి.
- ప్రాముఖ్యత సంతరించుకోనటువంటి అదృశ్య ఒప్పందాలను వెదకి పట్టండి.
- నగదు ప్రవాహానికి వెంటనే దారితీసేలా చూసుకోండి.

- మీ యొక్క మూలధనాన్ని వీలైనంత త్వరగా తిరిగి తెచ్చుకునే ప్రయత్నం చేయండి.
- మీరు ఉద్యోగానికి బదులుగా నిష్క్రియ ఆదాయం వలన వచ్చే నగదు చెల్లుబాటును వినియోగించండి.

జస్టిన్ సంప్రదింపుల కొరకు:

Website: LifestyleInvestor.com

Email: Info@LifestyleInvestor.com

LinkedIn: LinkedIn.com/in/JustinWDonald/

Facebook: LifestyleInvestor.com/FB

Instagram: Instagram.com/Justindonald/